दीप त्रिवेदी सुप्रसिद्ध वक्ता

दीप त्रिवेदी सायको-स्पिरिचुअल कन्टेन्ट, आवाज, भाषा आणि एक्स्प्रेशन्स यांचं एक असं अद्भुत मिश्रण प्रस्तुत करतात की, त्यामुळे बघणाऱ्या-ऐकणाऱ्यांमध्ये तत्काळ परिवर्तन घडून येतं. शेकडो लोकांमध्ये फक्त दीप त्रिवेदी यांचं बोलणं ऐकूनच आजवर परिवर्तन घडून आलं आहे. याच कारणामुळे त्यांना स्पिरिचुअल सायको-डायनॅमिक्सचे प्रणेता म्हणून ओळखलं जातं.

दीप त्रिवेदी जीवनाशी संबंधित प्रत्येक विषयावर प्रकाश टाकतात. त्यांच्याद्वारे लोकांच्या आयुष्यातल्या दैनंदिन समस्यांबाबत घेण्यात आलेल्या इंटरॲक्टिव्ह वर्कशॉप्समुळे सगळ्यांच्याच जीवनात क्रांतीकारी परिवर्तन घडून आलेलं आहे. जीवनातला असा कुठलाही पैलू नाही, ज्याला त्यांनी स्पर्श केलेला नाही. ते विविध विषयांवर बोलले आहेत जसं की, भगवद्गीता, अष्टावक्र गीता, ताओ-ते-चिंग, निसर्गाची रहस्यं, मनाची रहस्यं, आत्म्याची रहस्यं, भाग्याची रहस्यं आणिः

- **निसर्गाचे नियम**
- **टाइम ॲन्ड स्पेस**
- **धर्म**
- **डीएनए-जीन्स**
- **जीवनाचा मार्ग**
- **डे-स्लीप**
- **मन आणि बुद्धी**
- **व्यक्तीत्व**
- **हीनपणा**
- **भीती**
- **गिल्ट**
- **इनव्हॉल्व्हमेंट**
- **पक्षपात**
- **अपेक्षा**
- **स्वीकार्यशक्ती**
- **नैसर्गिक इंटेलिजन्स**
- **परिवर्तन**
- **विवाह**
- **स्वतंत्रता**
- **भविष्य**
- **हिप्पोक्रसी**
- **क्रिएटिव्हिटी**
- **कॉन्सन्ट्रेशन**
- **सुख आणि सफलता**
- **समृद्धी**
- **चांगलं-वाईट**
- **भगवंत**
- **अहंकार**
- **क्रोध**
- **सेल्फ कॉन्फिडन्स**
- **प्रेम**
- **कन्फ्यूजन**

आता पहा **DeepTalks by Deep Trivedi**
दर शनिवारी आणि रविवारी सकाळी **8:00** वाजता **NDTV GoodTimes** वर.

प्रथम आवृत्ती : 2019
किंमत : ₹245/-

भारतात मुद्रित

संकल्पना, चित्रण व सजावट :
AATMAN
INNOVATIONS PVT. LTD.
www.aatmaninnovations.com

प्रकाशक : आत्मन इनोव्हेशन्स प्रा. लि.
प्रकाशनाचे स्थळ : मुंबई

ISBN 978-93-84850-68-5

दीप त्रिवेदी

दीप त्रिवेदी हे एक सुप्रसिद्ध लेखक, वक्ता आणि स्पिरिचुअल सायको-डायनॅमिक्सचे प्रणेते आहेत. ते फक्त एका व्यापक अशा दृष्टीकोणातून लेखनच करत नाहीत, तर ते विविध विषयांवर लेक्चर्स आणि वर्कशॉप्स संचालित करतात. दीप त्रिवेदी यांचं सगळ्यात मोठं वैशिष्ट्य हे की, त्यांनी केलेलं लिखाण वाचून वा त्यांचं बोलणं ऐकूनच मनुष्यात आमूलाग्र सकारात्मक परिवर्तन घडून येतं. आपल्या कार्यातून त्रिवेदी यांनी आजवर हजारो लोकांना सुख आणि सफलतेच्या मार्गावर आणलं आहे.

दीप त्रिवेदी यांनी आपल्या या कार्यांतून निसर्ग, निसर्गाचे नियम, ते नियम कसे चालतात, निसर्गाची सायकॉलॉजी आणि या सगळ्याचा मानवी जीवनावर पडणारा प्रभाव या सर्व बाबीही सखोलपणानं समजावून दिल्या आहेत. जीवनातला असा एकही पैलू नसेल, जो त्रिवेदी यांच्या स्पर्शाला मुकला असेल. ते सांगतात की, सायकॉलॉजीबाबत असलेलं कमी ज्ञान आणि समज हेच मनुष्यजीवनातल्या तमाम दुःख आणि अपयशांचं मूळ कारण आहे.

'मी मन आहे' आणि 'मी कृष्ण आहे' अशा बेस्टसेलर्स पुस्तकांसह अन्य अनेक पुस्तकांचंही लेखन त्यांनी केलं आहे. त्यांच्या लेखणीतून साकारलेलं 'मी मन आहे' हे बेस्टसेलर, तडाखेबंद विक्री होणारं पुस्तक अनेक भारतीय भाषांसह परदेशी भाषांतूनही प्रकाशित झालं आहे. समाजासाठी दिलेल्या भरीव योगदानाबद्दल त्यांना 2018 या वर्षाच्या Times Power Men Award या प्रतिष्ठेच्या पुरस्कारानं गौरवण्यातही आलं आहे.

मनुष्यजीवनाच्या अत्यंत गहिऱ्या अशा सायकॉलॉजीवर त्यांची किती जबरदस्त पकड आहे, हे समजण्यासाठी ही एकच बाब पुरेशी ठरावी... मानवी

जीवनावर सर्वाधिक लेक्चर्स आणि 'भगवद्‌गीते'वर सर्वाधिक लेक्चर्स देण्याचा विक्रम दीप त्रिवेदी यांच्याच नावे आहे. ज्यात त्यांनी फक्त 58 दिवसांत 168 तास, 28 मिनिटे आणि 50 सेकंद अशा प्रदीर्घ कालावधीची चर्चा केलेली आहे. याशिवाय अष्टावक्र गीता आणि ताओ-ते-चिंग यांवरही सर्वाधिक लेक्चर्स देण्याचा विक्रम त्यांच्याच नावे आहे. हे सगळे विक्रम राष्ट्रीय आणि आंतरराष्ट्रीय रेकॉर्ड्स बुकमध्ये नोंद झालेले आहेत. तसंच मनुष्याचं जीवन, सायकॉलॉजी, आत्मा, निसर्गाचे नियम, भाग्य आणि अन्य विषयांवर सर्वाधिक (साधारण 12,038) कोट्स लिहिण्याचा विक्रमही त्यांच्याच नावे आहे. भगवद्‌गीतेवरील त्यांच्या सायकॉलॉजिकल कार्यांसाठी त्यांना ऑनररी डॉक्टरेट या पदवीनं सन्मानित करण्यात आलं आहे. लोकांच्या आयुष्यातल्या दैनंदिन समस्यांबाबत त्यांनी घेतलेल्या इंटरॲक्टिव्ह वर्कशॉप्समुळे अनेकांच्या जीवनात क्रांतीकारी बदल घडले आहेत. ही सगळी वर्कशॉप्स भारतात प्रेक्षकांसमोर, लाइव्ह झालेली आहेत.

दीप त्रिवेदी यांचं वैशिष्ट्य हे की, ते जीवनातल्या प्रत्येक पैलूला स्पर्श करतात आणि अत्यंत सरळ-सोप्या भाषेत लोकांसमोर उलगडूनही दाखवतात. त्यामुळे कुठेही गैरसमज वा कन्फ्यूजनची शक्यताच उरत नाही. ते त्यांची पुस्तकं, लेक्चर्स आणि वर्कशॉप्स यांच्यातून ज्या अनोख्या स्पिरिचुअल-सायकॉलॉजिकल भाषेचा आणि एक्स्प्रेशनचा वापर करतात, त्याचा ऐकणाऱ्या-वाचणाऱ्यावर तातडीने प्रभाव पडू लागतो आणि हीच गोष्ट त्यांना या क्षेत्रातील प्रणेता ठरवते.

दीप त्रिवेदी यांच्याबद्दल अधिक माहितीसाठी
www.deeptrivedi.com या वेबसाइटला भेट द्या.

101
सुरस गोष्टी

जीवनात परिवर्तन घडवणाऱ्या फिलॉसॉफीसह

दीप त्रिवेदी

इंग्रजी, हिंदी तसेच गुजरातीमध्येही उपलब्ध

अनुक्रमणिका

लेखकाच्या लेखणीतून 1

1. वा रे वा मुल्ला - तुला तोडच नाही 3
2. समर्पणाची जादू 6
3. खरं काय? 9
4. फकिराला कोण हरवू शकेल? 12
5. व्हिन्सेंटचं ते अविस्मरणीय चित्र 16
6. मनुष्याच्या दुःखाचा साक्षीदार कोण? 18
7. सिकंदर आणि संन्यासी 20
8. सारा खेळ मनाचा 23
9. एका महान आईची गोष्ट 25
10. आनंदी व्यक्तीकडे सगळ्याचा इलाज 27
11. हत्ती आणि उंदीर 29
12. नवरत्नं अशी एकत्र येतात 31
13. मायावी घडा 34
14. क्रोधाचा फेरा 37
15. निरक्षर श्रीमंत 39
16. संन्याशाचं ज्ञान, प्राण्याचे गेले प्राण 41
17. टॉलस्टॉय, एक खरे शिक्षक 44
18. सिंहाची भाषा शिकणं कधी सोडाल - बुद्ध 46
19. हीनपणा खेळणं बनवते 49
20. फकिरानं दिलेला बहुमोल धडा 51
21. हा कसला धडा? 55
22. मी तर चुकलो, पण तुम्ही चुकू नका 57
23. महान गुरूंचा गुणी शिष्य 59
24. शरीरावर मनाचा प्रभाव 62
25. विष्णू आणि नारदांची गोष्ट 64
26. मेलेली गाय आणि भोळं बालक 67
27. शोधायचं कुठे? 69
28. गरीब लाकूडतोड्या आणि मृत्युदेवता 71
29. मूर्ख कोण? 74
30. साप, उंदीर आणि शेतकरी 77
31. जसा पुजारी, तशी पूजा 79

32. स्वप्नं पाहून ती पूर्णही करणाऱ्या बादशहाची गोष्ट 82
33. पहिल्या रोबोचं रहस्य 85
34. स्टीव्ह जॉब्स आणि चर्चचा पाद्री 87
35. कुत्रा, हाड आणि लाळ 89
36. डास आणि हत्ती 91
37. दयाळू शेठजींची जहाजं 94
38. सुफी फकीर आणि अडेलतट्टू शिष्य 96
39. संन्यासी आणि विंचू 98
40. मला फसवू नका, स्वतःच फसाल- ख्रिस्त 100
41. हा कसला इलाज? 102
42. पाद्री आणि पाखंड 104
43. यालाच ज्ञान म्हणतात 107
44. वेळेवर प्रत्येक गोष्ट अमूल्यच 109
45. राग दाबून ठेवता येतो? 111
46. मनुष्य स्वतंत्र आहे की बांधील...? 113
47. आंतरिक व्यक्तिमत्वाविना सारंच व्यर्थ 115
48. तीन जादूगारांची हुशारी 118
49. देवाचं घर 120
50. आपले सर्वांनाच प्रिय वाटतात 122
51. दोन कंजुषांची चढाओढ 125
52. सिंहाच्या छाव्याचा न्यूनगंड 128
53. देवालाही झाला पश्चाताप 131
54. कल्पवृक्ष आणि बेशुद्ध व्यक्ती 133
55. जादूगार आणि राजा 135
56. निरागस मुलाची नम्र प्रार्थना 138
57. बुद्धांच्या तेजाचं रहस्य 140
58. मालक कोण? 143
59. चार मित्रांची गोष्ट 145
60. जनक राजा, एक खरा गुरू 148
61. अकबर-बिरबलाचा वाद 153
62. एक चोरी अशीही 155
63. श्रीमंताचं दुःख आणि संन्याशाची चाल 158
64. गुरूंची आज्ञा, शिष्याकडून पालन 162
65. मनुष्याची एक चूक ज्यामुळे विश्वाचं नशीब घडता-घडता राहिलं... 165
66. फकीर आणि मुलाचं प्रेम 168

67. कमजोर मनास मैत्री काय आणि शत्रुत्व काय? 171
68. गाढवाची कबर 174
69. कृष्णांचं रणछोड स्वरूप 177
70. धोबी आणि त्याचं गाढव 179
71. मृत्यू होतो? 181
72. लाओत्से आणि त्यांची इमानदारी 185
73. हेलन केलरच्या ऐतिहासिक यशाची कथा 187
74. दयानंदांच्या बालपणीची कहाणी 191
75. जगात उपाय कुठल्या गोष्टीवर नाही? 193
76. काळ हाच सत्ताधीश 196
77. युधिष्ठिराचे बोल आणि भीमाचा ढोल 200
78. रामकृष्ण परमहंस आणि अतिशहाणा संन्यासी 203
79. वारे मना, तुझी तोडच नाही... 206
80. माझे अंतिम शब्द- बुद्ध 208
81. चिमुकल्याचं अनोखं भजन 210
82. संतुष्टता हेच सुख 213
83. दारूडा नवरा आणि सायकॅट्रिस्ट 215
84. जैन मुनी आणि मासा 218
85. पित्याची मुलाला अजब शिक्षा 221
86. गॅलिलिओचा मूर्खांशी सामना 223
87. एडिसन यांची चिकाटी 225
88. डाकू आणि निवृत्त सैनिक 227
89. देवाला... शोधला कुठे सापडला कुठे? 230
90. शायरीचे बादशाह गालिब यांच्या दिवानेपणाचा किस्सा 232
91. संत ठरले हसण्याचं कारण 234
92. अद्भुत शरणागती 236
93. जेव्हा येशू ख्रिस्त फेसबुकवर येतात 238
94. कबिरांचं हृदय 241
95. सॉक्रेटिस आणि विवाह 243
96. बुद्धांची शिकवण आणि मनुष्याची बुद्धी 244
97. डाकू ते ऋषी असा जीवन प्रवास 247
98. देवाचं वास्तव्य 249
99. हिमतीची किंमत 251
100. काहीतरी दिलंच ना...? 253
101. मागण्याची अनोखी पद्धत 256

लेखकाच्या लेखणीतून

निश्चितच कहाण्या असतील किंवा चुटकुले, आपलं म्हणणं सांगणं आणि समजावणं या दोन्हींसाठीही ही सर्वोत्तम माध्यमं आहेत. अत्यंत गहिरी अशी बाबही कहाणी आणि चुटकुल्यांच्या माध्यमातून अगदी सहजच समजावून सांगता येते. अशा पद्धतीनं सांगितलेलं लक्षात ठेवणंही सोपं असतं. मनाच्या सखोल पातळीवर एखादी गोष्ट नेण्याबाबत तर या दोन्ही माध्यमांचा कुणी मुकाबलाच करू शकत नाही.

आता ही गोष्टही स्पष्टच आहे की, मनुष्य त्याच्या जीवनात हजारो कटकटींच्या जंजाळात फसला आहे. त्याला शारीरिक, मानसिक, संसारिक, व्यावसायिक... अशा विविध पातळ्यांवर स्ट्रगल करावं लागतंय. आणि हे तर उघडच आहे की, असं झगडणं कुणालाच आवडत नाही. मनुष्याला त्यातून सुटकाही हवीच असते. मनुष्याची जीवनाच्या संघर्षातून सुटका व्हावी याच महान हेतूनं अनेक महान व्यक्तींनी त्याला सायकॉलॉजिकल मार्गदर्शनही केलं आहे. पण सखोल पातळ्यांवर जाऊन त्याचा फायदा उठवणं प्रत्येकालाच जमतं, असंही नाही. या संदर्भात माझा अनुभव असा आहे की, याच बाबी जेव्हा कहाण्या आणि चुटकुले या माध्यमातून समजावून दिल्या जातात, तेव्हा त्या अधिक परिणामकारक आणि फायदेशीर ठरतात.

त्यामुळे हीच गोष्ट लक्षात घेत मी या पुस्तकात अनेक प्रचलित आणि लोकप्रिय गोष्टींना आणखी मनोरंजक करण्याचा आणि त्यांच्यातले सायकॉलॉजिकल पैलू उलगडून दाखवण्याचाही प्रयत्न केला आहे. यातील काही कहाण्या-चुटकुले मी स्वतः लिहिलेही आहेत. कहाण्यामधील गहिऱ्या सायकॉलॉजिकल पैलूंना मी सार या स्वरुपात समजावून

देण्याचा यत्नही केला आहे. एकुणात, मी माझ्या परीनं 101 उत्तमोत्तम कहाण्या आणि चुटकुल्यांचा हा संग्रह तुमच्यासाठी एकत्रित केला आहे. हा संग्रह वाचून तुम्हाला फक्त मनोरंजनच मिळणार नसून त्यातून तुमच्या जीवनात एक परिवर्तनही येणार आहे. याच आशेसह मी हे पुस्तक तुम्हाला समर्पित करतो आहे.

दीप त्रिवेदी

वा रे वा मुल्ला

तुला तोडच नाही

मुल्ला नसरुद्दीन यांना कोण ओळखत नाही? त्यांची एखादी गोष्ट थट्टेखोर, गमतीशीर शैलीत समजावून देण्याची पद्धत जगात एकमेवाद्वितीय अशीच. मुल्ला कधी मशिदीत जात नव्हते व नमाजही अदा करत नव्हते, हे तर तुम्हालाही माहिती असेलच. याच कारणामुळे सगळे मुल्लांना नास्तिक आणि काफिर म्हणत.

एके दिवशी शेजार-पाजाऱ्यांनी ठरवलं की, मुल्लांना मशिदीत जाण्याबाबत आणि नमाज अदा करण्याबाबत समजावून सांगू. कारण आपल्या वस्तीत नास्तिकाचं वास्तव्य असणं चांगलं नाही. अस सगळ्यांनी मिळून मुल्लांना समजावलं. मुल्लांनीही सगळ्याचं म्हणणं अगदी लक्षपूर्वक ऐकून घेतलं. मग ते म्हणाले की, हे बघा मी काही मशिदीत जाऊ शकणार नाही. पण आता तुम्ही सगळे फोर्सच करताय तर, दिवसातून एकदा मी अल्लाची आठवण नक्कीच काढेन. पण ती माझ्या सोयीच्या वेळेनुसार आणि माझ्या पद्धतीनुसार.

सगळ्यांनी विचार केला, ठीकच आहे. काहीच न करण्यापेक्षा काही तरी केलेलं काय वाईट? मग काय, रात्रीच्या बारा वाजता मुल्ला त्यांच्या घराच्या छतावर गेले आणि केली ओरडायला सुरुवात... अल्ला, हे बघ तू मला शंभर दीनार पाठवून दे. त्याशिवाय तुझी सुटकाच होणार नाही. कारण, जोपर्यंत तू शंभर दीनार पाठवत नाहीस, तोपर्यंत मी रोज रात्री अशीच नमाज देणार आहे. आणि लक्षात ठेव, मी मोजून शंभर दीनार घेणार आहे. मला एकही कमी चालणार नाही... असे ओरडून सांगून झाल्यावर मुल्ला सरळ झोपून गेले. मग काय, हा तर रोजचाच कार्यक्रम झाला. रोज रात्री मुल्ला छतावर जाऊन मोठमोठ्याने हेच ओरडत... अल्ला, शंभर दीनार पाठवून दे. ते जोपर्यंत मिळत नाहीत, तोपर्यंत मी अशाच पद्धतीनं, रोज नमाज अदा करतच रहाणार.

आता ही पण काय जगावेगळी नमाज. इतकी अनोखी की, त्या भागात राहणाऱ्या सगळ्यांवर जणू संकटच कोसळलं. त्यांची रोजची झोप मुश्कील होऊन गेली. रोज रात्री

मुल्ला ओरडून-ओरडून सगळ्या रहिवाशांना जागं करत होते. बरं, अल्लाकडे त्यांचं जे मागणं होतं, तेही अगदीच जगावेगळं आणि तर्कापलीकडचं. यापेक्षा तर मुल्ला नास्तिक होते, तेच बरं होतं. मुल्लांना समजावण्याचा प्रयत्न केल्याबद्दल आता सगळ्यांना पश्चाताप होऊ लागला होता. त्यांनी आपली चूक सुधारण्यासाठी मुल्लांना प्रार्थना थांबवण्याची विनवणीही करून झाली. पण मुल्ला कसले ऐकणार? त्यांनी अत्यंत अडेलतट्टूपणे भूमिका मांडली की, आता सुरू केलेली नमाज फक्त आणि फक्त अल्लाने शंभर दीनार पाठवून दिल्यावरच थांबेल.

आता अल्ला कशाला शंभर दीनार देतील? त्रास होत होता तो तर अल्लाच्या बंद्यांना. मग तेच पुढे सरसावले. सगळ्यांनी मिळून या समस्येवर मार्ग काढण्यासाठी एक मिटिंग बोलावली. बैठकीत अनेकांनी अनेक सूचना केल्या. पण त्यातली एकच प्रॅक्टिकल निघाली. ती म्हणजे, सगळ्यांनी मिळून 99 दीनार जमवूया आणि रात्री मुल्ला ओरडा सुरू करतील, तेव्हा दीनार भरलेली पिशवी आपण छतावर फेकून देऊ. मुल्ला तर शंभर दीनार हवे म्हणताहेत. एकही कमी घेणार नाही, असं वारंवार बजावताहेत... मग 99 दीनार आहेत हे पाहून ते पिशवी खाली फेकून देतील. अशा रीतीने आपले दीनार आपल्याला परत मिळतील. मुल्ला विचार करतील की, अल्ला सध्या शंभर दीनार देण्यास राजी नाही, मग त्यांचा ओरडाही थांबेल आणि आपल्याला होणारा त्रासही बंद होईल.

मग हा प्लॅन मंजूर झाला. आता सगळे जण रात्र कधी होते, याची वाट बघत होते. मुल्लांनी ओरडायला सुरुवात केली की, अल्ला मी पूर्ण शंभर दीनारच घेईन. एकही कमी असलेला मला चालणार नाही... ताबडतोब ठरलेल्या योजनेनुसार 99 दीनार भरलेली पिशवी छतावर फेकण्यात आली. मुल्लाही खुश झाले. त्यांनी ताबडतोब पिशवी उघडून दीनार मोजायला सुरुवात केली. अरे, हे काय यातर फक्त 99 दीनार आहेत. त्यांनी दोन-तीनदा मोजले, तरी 99 दीनारच भरले. मग दीनार भरलेली पिशवी हवेत उडवत मुल्ला म्हणाले, ठीक आहे. काही हरकत नाही. अल्ला, तूसुद्धा फारच प्रोफेशनल झाला आहेस. एक दीनार तू पिशवीचा कापून घेतलेला दिसतोयस... ठीक आहे. असं म्हणून मुल्ला पिशवी घेऊन घरात गेले आणि पिशवी कपाटात ठेवून ते झोपीही गेले.

मुल्लांच्या शेजार-पाजाऱ्यांना काय करावं, तेही समजेनासं झालं. त्यात त्यांचे दीनारही गेले. बिच्चारे रात्रभर जागले आणि सकाळ होताच त्यांनी मुल्लांचं दार वाजवलं. अल्लाकडे शंभर दीनार मागितले होते. मग 99 दीनारच आल्यावर ते ठेऊन का घेतले, हा त्यांचा थेट प्रश्न होता.

त्यावर मुल्ला हसून म्हणाले, अरे इतक्या छोट्या गोष्टीचं इतकं टेन्शन कशाला घेताय? आणि असंही, ही गोष्ट तुमच्यासाठी नवीन तरी कुठे आहे? आता तुम्ही लोकं अल्लाला म्हणून जे काही देता, ते त्याच्यापर्यंत कुठे पोहोचतं? ते तर मौलवीच ठेवून घेतात

आणि तुम्हाला सांगतात की, चांगल्या भावनेनं तुम्ही दिलं नाहीत म्हणून अल्लाने त्याचा स्वीकारच केला नाही. मग नाईलाजानं तुम्ही जे काही दिलंय, ते आता मलाच ठेवून घ्यावं लागलंय. मग हे ऐकल्यावर तुम्ही जसे तिथे गप्प बसता, तसेच आता इथेही गप्प बसा. मीसुद्धा अल्ला प्रोफेशनल झाल्यामुळे ते दीनार ठेवून घेतले आहेत.

—तात्पर्य—

...आता मुल्लांच्या वस्तीतले रहिवासी समजले की नाही, ते माहिती नाही. पण तुम्ही हे समजून घ्या की, तुम्ही मंदिर-मशीद-चर्चमध्ये देवासमोर जे काही ठेवता... ते ना कधी देवापर्यंत पोहोचलंय ना पोहोचणार आहे. आणि देवाला तुमच्याकडून शुद्ध भावनेशिवाय अन्य कुठल्याही गोष्टीची अपेक्षाच नाही. मग आपल्या कष्टाचा पैसा का उधळताय? तेच पैसे चार-दोन गरजूंना द्या, खरंच सांगतो, ते त्या सर्वशक्तिमानापर्यंत नक्कीच जाऊन पोहोचेल.

■

समर्पणाची जादू

तानसेन हे मुघलकालीन भारतातले सर्वश्रेष्ठ संगीतकार होते. ते अकबरांच्या नवरत्नांपैकी एक रत्नच नव्हते, तर अकबर स्वतः त्यांच्या संगीत कलेचा प्रचंड चाहता होता. एके संध्याकाळी अकबर आणि तानसेन असेच गप्पा मारत बसले होते. तेव्हा अकबर म्हणाला, तानसेन मी या गोष्टीवर विश्वास ठेवू शकत नाही की, तुझ्यासारखा कुणी संगीतकार आजवर जन्मला असेल किंवा भविष्यात जन्म घेईल.

हे ऐकल्यावर तानसेन जोरात हसू लागला. मग हसत हसतच तो म्हणाला की, महाराज तुम्ही भूतकाळ किंवा भविष्यकाळाचा कशाला हिशेब करता... माझे गुरू पूज्य हरीदासजी आहेत. ज्यांच्यासमोर माझं संगीत म्हणजे काहीच नाही.

तानसेनाचं म्हणणं ऐकून अकबरास आश्चर्याचा धक्काच बसला. तरीही ते ठामपणे म्हणाले की, हे तर अशक्यच आहे. तानसेन, ते तुझे गुरू आहेत म्हणून तुला त्यांच्याबद्दल असं वाटत असेल.

त्यावर तानसेनानं उत्तर दिलं, नाही महाराज. मी सांगतोय ते शंभर टक्के सत्यच आहे. यात गुरूंच्या माझ्यावरील प्रभावाचा लवलेशही नाही. हरीदास खरोखरच माझ्यापेक्षा किती तरी पटीने जास्त प्रतिभाशाली आहेत.

तरीही अकबराचा त्यावर विश्वास बसतच नव्हता. मग त्यांनी तत्क्षणी तानसेनाला सांगितलं, तसं असेल तर मला त्यांचं संगीत ऐकायचं आहे. तू त्यांना दरबारात घेऊन ये.

त्यावर तानसेन पुन्हा हसत हसत म्हणाला, ते कधीही दरबारात येणार नाहीत. त्यांचं संगीत ऐकायचं असेल, तर आपल्यालाच त्यांच्याकडे जावं लागेल.

कलाप्रेमी अकबर मग ताबडतोब तानसेनाबरोबर हरीदासांच्या घरी जाण्यासाठी निघाला. ते घराजवळ पोहोचताच तानसेन म्हणाला की, आपण येथे लपून बसू आणि पाहूया कधी ते एखादा राग गाण्यास सुरुवात करतात...

त्यावर अकबर म्हणाला, अरे आपण अशी इथे बसून का वाट बघायची? तू त्यांना जाऊन सांग की, स्वतः महाराज अकबर आले आहेत आणि त्यांना तुमचं संगीत ऐकायचं आहे.

त्यावर तानसेन म्हणाला, हे होऊच शकत नाही महाराज. कारण त्यांना तुमच्या येण्या-जाण्यामुळे काहीच फरक पडणार नाही. ते तर फक्त त्यांच्या मर्जीने आणि त्यांना वाटेल तेव्हाच एखादा राग छेडतील.

मग आता दुसरं काय करणं शक्य होतं? हरीदासांचं संगीत ऐकायचंच असल्यामुळे अकबर निमूट तानसेनासोबत बसून राहिला. हरीदास कधी गातात, याची ते दोघेही वाट पाहू लागले. मग मध्यरात्रीच्या सुमारास हरीदासांनी एक आलाप घेतला... तो आलाप इतका जबरदस्त होता की, अकबर तर स्तब्धच झाला. त्याच्या डोळ्यांतून अश्रू वाहू लागले. तानसेन जे काही म्हणाला होता, ते सगळं शंभर टक्के खरं होतं. तानसेनाची त्याचे गुरू हरीदास यांच्याशी तुलनाच शक्य नव्हती. हरीदासांचं सगळं गाणं ऐकून अकबर आणि तानसेन महालाकडे परत निघाले. रस्त्यात अकबराने तानसेनाला विचारलं, तू असा का गाऊ शकत नाहीस? प्रयत्न तर करून बघ. या जगात असंभव असं आहे तरी काय?

त्यावर तानसेनाचं उत्तर होतं, मला तसं गाता येणं कधीच शक्य नाही.

अकबरानं आश्चर्यानं विचारलं, पण का?

तानसेन म्हणाला की, इथे मुद्दा प्रतिभा किंवा प्रयत्नांचा नाहीच आहे. मी दरबारात तुमची मर्जी राखण्यासाठी गातो त्यामुळे गुरूकडे जे काही आहे, त्यातलं काहीच माझ्यात येऊच शकत नाही. कारण, जो मनुष्य एखादी गोष्ट स्वतःच्या मस्तीत आणि फक्त स्वतःसाठीच करतो, त्याची गोष्टच काही वेगळी असते.

—तात्पर्य—

असं अनेकदा पाहण्यात येतं की एखादी व्यक्ती प्रतिभाशाली असते, अपार मेहनतही करते तरीही त्याचा काहीच उपयोग होत नाही. असं का होतं? तर अनेकदा माणूस त्याच्या प्रतिभेचा उपयोग दुसऱ्यांवर रुबाब झाडण्यासाठी करतो किंवा कुणाची हुजरेगिरी करताना आपल्या प्रतिभेचा गळा दाबून टाकतो. माणूस प्रयत्नही सन्मान आणि

समृद्धी प्राप्त करण्यासाठीच करतो खरा, पण तो हे मात्र विसरून जातो की, या प्रयत्नांमध्ये त्याची जी प्रतिभा आहे तीच झाकली जाते. हे लक्षात ठेवा की, ज्या कुणी ऐतिहासिक असं यश प्राप्त केलं आहे, त्यांनी त्यांची प्रतिभा आपल्याच मस्तीत राहण्यासाठी वापरली आहे. त्यामुळेच त्यांची प्रतिभा अशी काही बहरून येते की, सारं जग त्यांच्या प्रतिभेला सलाम करतं. म्हणूनच जर तुमच्याकडे प्रतिभा आहे, तर त्या प्रतिभेतच डुंबून जा, तिचा आनंद घ्या आणि त्या प्रतिभेतच मश्गुलही रहा... सन्मान आणि समृद्धीचा विचार सोडून द्या. या दोन्ही गोष्टी तर तुम्ही एकदा प्रतिभेच्या मस्तीत राहू लागलात की, आपोआपच तुमच्या दारी येणार आहेत.

■

खरं  काय?

ही एक खूपच जुनी गोष्ट आहे. प्राचीन काळात भारतात जनक नावाचा एक सुप्रसिद्ध राजा होऊन गेला. ही त्यांचीच गोष्ट आहे. सरळसाधी ओळख सांगायची तर, भारतातला लोकप्रिय ग्रंथ रामायणातल्या मुख्य पात्र असलेल्या सीतेचे ते वडील. अगदी सुरुवातीपासूनच ते धर्माबाबत जाणून घेण्यासाठी कमालीचे उत्सुक होते. त्यामुळे दिवस-दिवस त्यांच्या दरबारात धर्माविषयक चर्चांचं आयोजन ते करत. एका रात्री त्यांना एक खूपच विचित्र स्वप्न पडलं. स्वप्नात त्यांनी पाहिलं की, एका शक्तिशाली राजानं आक्रमण करून त्यांच्या राज्याची पुरती धूळधाण करून टाकली आहे. त्यांना स्वतःचा जीव वाचवण्यासाठी जंगलात पळून जावं लागलंय. एकटा जीव, घनदाट जंगल, युद्ध आणि धावपळीचा थकवा, पराभवाचं दुःख आणि पोटात भुकेचा कल्लोळ... आता त्या घनदाट जंगलात मिळणार तरी काय? बरेच दिवस असेच काढल्यावर एका वाटसरूला दया आली आणि त्याने जनक राजाला एक पोळी दिली. ते पोळी घेऊन एका झाडाखाली बसले आणि खायला सुरुवात करणार तोच एक मोठ्ठा कावळा, झडप घालून त्यांची पोळी शिताफीने लांबवून उडालाही. हे पाहून जनक जोराने ओरडले... आणि... ओरडतच ते झोपेतून जागे झाले. जाग येताच त्यांना जाणीव झाली की, त्यांच्या राजमहालाच्या बिछान्यातच ते आहेत पण त्यांचं शरीर घामानं पुरतं थबथबलं आहे. हे लक्षात येताच ते एकदम विचारमग्न झाले. ते धार्मिक स्वभावाचे होते. त्यामुळे त्यांच्या विचारांचा एकच गोंधळ उडाला. त्यांना काही केल्या समजेना की, स्वप्न बघत असताना ते राजमहालातल्या बिछान्यावरच पडलेले होते. पण त्यांचं मन मात्र पूर्णपणे जंगलात फिरून आलं होतं. धावपळ झाली होती, कावळा

पोळी घेऊन उडालाही होता, ते घामानं पुरते थबथबलेही होते... त्या क्षणापुरतं सत्य नेमकं काय होतं. ते बिछान्यावर झोपलेले होते हे सत्य की युद्धात पराभव झाल्यामुळे जंगलात भटकत होते, ते सत्य? या प्रश्नाचं उत्तर त्यांना सापडेना.

आता, हा प्रश्न तर नक्कीच गहन होता. पण त्याचं उत्तर काय? त्याच क्षणापासून जनक या प्रश्नाचं उत्तर शोधण्यात गढून गेले. या प्रश्नाशिवाय अन्य कुठल्याही गोष्टीची त्यांना जणू शुद्धच राहिली नव्हती. ते दिवस-रात्र धर्मातील जाणकार, धुरंधर मानल्या जाणाऱ्या मंडळींना दरबारात बोलावून एकच प्रश्न विचारत होते... हे सत्य की ते सत्य? जनक राजाची ही अवस्था पाहून त्यांचे कुटुंबीय, मंत्री आणि तमाम हितचिंतकही काळजीत पडले. जनक राजांवर ना कुठल्याच उपचारांची मात्रा चालत होती ना धर्मातले अधिकारी पुरुष त्यांच्या जिज्ञासेचं समाधान करू शकत होते... अखेर ही गोष्ट त्या काळातील परमज्ञानी अशा अष्टावक्रांपर्यंत जाऊन पोहोचली. ते ताबडतोब जनक राजांच्या दरबारात हजर झाले. साहजिकच, जनक राजाने अष्टावक्रांनाही तोच प्रश्न विचारला, हे सत्य की ते सत्य? त्यावर अष्टावक्रांनी लगेचच हसत-हसत उत्तर दिलं... महाराज, ना हे सत्य ना ते सत्य!

असे उत्तर ऐकून जनक राजास धक्काच बसला. कारण आतापर्यंत जितक्या लोकांना त्यांनी हा प्रश्न विचारला होता, सगळ्यांनी दोन्हीपैकी कुठल्या तरी एकाच्या बाजूने कौल दिला होता. अर्थात गोंधळलेल्या जनक राजास आश्चर्याचा धक्का बसणारं उत्तर मिळणंही विशेष गोष्टच होती. तर अष्टावक्र आपलं म्हणणं समजावून देण्यासाठी पुढे म्हणाले की, महाराज तुम्ही जेव्हा स्वप्न बघत होता, तेव्हा होतात तर राजमहालातच. मग त्या वेळी तुम्ही जंगलात भटकत होता म्हणणं चुकीचं ठरेल. त्यामुळे तुम्ही असा विचार करा की, वास्तवात जरी तुम्ही राजमहालात होतात तरी तुमचं चित्त मात्र जंगलात भटकत होतं. मग या परिस्थितीत तुम्ही राजमहालात होता, हे म्हणणंही मग चुकीचंच ठरेल.

अष्टावक्रांचं हे म्हणणं जनक राजास पटलं खरं, पण त्यातून त्याच्या जिज्ञासेला एक नवी दिशाही मिळाली. त्यांनी अष्टावक्रांना लगेचच प्रश्न केला, या दोन्ही गोष्टीही जर असत्यच, तर नेमकं सत्य काय?

त्यावर अष्टावक्र म्हणाले, सत्य हा तुमचा द्रष्टा आहे, जो या दोन्ही घटना बघत होता. त्याला या दोन्हीपैकी कशाशीच देणं-घेणं नव्हतं.

हे ऐकताच जनक राजाचे जणू डोळेच उघडले. त्यांना जणू जीवनाची दिशाच सापडली. मग जनक राजाने आयुष्यात एकमेव ध्येय ठेवलं आणि ते म्हणजे मृत्यूपूर्वी द्रष्ट्याची अनुभूती घ्यायची... नंतर अष्टावक्रांनी एखाद्या गुरूप्रमाणे जनकाला त्याच्या द्रष्ट्यात स्थितही केलं. त्यांच्यातला हा संवाद अष्टावक्र गीता या नावाने सुप्रसिद्ध आहे.

—तात्पर्य—

आपल्या सगळ्यांनाही मनाची उंची गाठण्यासाठी जनक राजाप्रमाणे जिज्ञासू व्हावंच लागेल. सगळं एकदम भले जमलं नाही तरी, हळू-हळू का होईना आपण द्रष्टा आहोत याची जाणीव स्वतःला करून द्यावीच लागेल. हे आपल्याला समजून घ्यावंच लागेल की, सुख-दुःख, उच्च-नीच, विविध वस्तू, नातेवाईक, मित्र आणि शत्रूच नव्हे तर आपले स्वतःच्या भावांमध्ये होणारे चढ-उतारही आपल्यासाठी परकेच आहेत. आपण तर फक्त त्या सगळ्याकडे बघणारे आहोत. आपण त्यापैकी काहीच नाही. त्यामुळेच वास्तव तर हेच आहे की, आत वा बाहेर अशी कुठलीच घटना नाही जी आपल्याला प्रभावित करू शकेल.

■

कहाणी
०४

फकिराला कोण हरवू शकेल?

मध्य भारतातल्या कुठल्याशा गावात एक महान फकीर रहात होता. हा फकीर फक्त ज्ञानीच नव्हे तर, दयाळूही होता. तो कुणाकडून अनावश्यक भेटी स्वीकारत नसे. त्याचं जीवनमानही अत्यंत साधं होतं. एकच खोली असलेल्या झोपडीत तो रहात होता. संपत्ती म्हणाल तर दोन पांघरूणं आणि काही भांडी याशिवाय त्याच्याकडे काहीच नव्हतं. आता त्या पांघरूणांना अंथरूण म्हणा वा त्याच्या अंगावरची वस्त्रं म्हणा... अंगाखाली आणि अंगावरही घेण्यासाठी त्याच्याकडे होती ती फक्त दोन पांघरूणंच. साहजिकच, इतका महान असा हा फकीर असल्यामुळे सगळ्याच ग्रामस्थांच्या मनात फकिराबद्दल प्रचंड आदरभावना होती.

आता त्यांच्याबद्दल जी गोष्ट मी तुम्हाला सांगणार आहे, ती हिवाळ्यातली आहे. त्या दिवसांमध्ये अगदी कडाक्याची थंडी पडत होती. अशाच एका गारठवणाऱ्या रात्री हा फकीर त्याच्याकडील दोन पांघरूणांपैकी एक अंगाखाली आणि एक अंगावर घेऊन झोपला होता. आता फकीर तर तोच होऊ शकतो जो स्वतःच्या भरोशावरच झोपतो. मग त्याने झोपडीच्या दाराला कडी वगैरे लावण्याचा प्रश्नच येतो कुठे? त्याच वेळी एक भुकेलेला चोर गावात फेरफटका मारायला बाहेर पडला. सगळ्याच घरांची दारं बंद असल्यामुळे त्याला कुठे घुसायला संधीच मिळाली नाही. पण फकिराच्या झोपडीचं दार तर उघडंच होतं. त्यामुळे तो चोरी करण्यासाठी फकिराच्या झोपडीत घुसला. अंधारातच त्याने सगळी झोपडी धुंडाळली. पण दहा मिनिटं शोधाशोध केल्यावरही त्याच्या हाताला लागलं ते एक छोटं भांडं आणि तुटलेला ग्लास. आता इतक्या कडाक्याच्या थंडीत या अशा दोन वस्तू मिळाव्या यासाठी तर त्याने नक्कीच हे कष्ट घेतलेले नव्हते. साहजिकच तो निराश झाला.

इकडे फकिराच्या झोपेचं काय? तर चोराची चाहूल लागताच तो जागा झालाही होता. पण फकीर तर फकीरच ना... तो डोळे मिटून चोर जे काही करतोय तो तमाशा बघत होता. आता त्या चोराला काहीच सुचेनासं झाल्यावर त्याने सरळ फकिराच्या अंगावरचं पांघरूणच ओढलं. आता इतक्या रात्री इतके कष्ट करून या झोपडीत घुसलो, तर किमान काही तरी मिळाल्याचं समाधान तर हवंच ना? हाती काहीच लागलं नाही, तर चोराची मोहीम अपयशीच ठरली असती ना? आणि अपयश तर कुणालाच आवडत नाही. चोर झाला म्हणून काय झालं, त्यालाही अपयश कसं आवडेल? मग काय, पांघरूण तर पांघरूण हाती लागल्याच्या समाधानासह तो झोपडीच्या बाहेर पडू लागला.

पण, चोर काही झोपडीबाहेर पडू शकला नाही. कारण इतका वेळ गुपचूप तमाशा बघणाऱ्या फकिराची या नाट्यात एंट्री घेण्याची वेळ आली होती. चोर दाराबाहेर पडतो न पडतो तोच फकिरानं दमदार आवाजात त्याला थांबायला सांगितलं. फकिराच्या त्या आवाजामुळे चोराचे जणू पायच गोठले. तेवढ्यात फकीर उभा राहिला आणि त्याने चोराला पुन्हा आत येण्यास सांगितलं. मग तर चोराला त्या गोठवणाऱ्या थंडीतही घाम फुटला... पण तो बिच्चारा गुपचूप पुन्हा आत आला.

इकडे, चोराचा घाबरलेला चेहरा पाहूनही फकीर अत्यंत नम्रपणे त्याला म्हणाला, हे बंधो. तू इतक्या दूरवरून इतक्या थंडीमध्ये इथे आलास खरा. पण माफ कर, मी तुझी काहीच मदत करू शकलो नाही. माझ्या घरात असं काहीच नाही जे दिल्यानं तुझं समाधान होऊ शकेल. पण तू पुन्हा येणार असशील ना, तेव्हा मला आधीच कळवून ठेव. मग मी शेजार-पाजाऱ्यांकडून मागून आणलेल्या चीज-वस्तू घरात ठेवीन. म्हणजे तुला अशा प्रकारे निराश व्हावं लागणार नाही.

चोराची आधीच फकिराचा दमदार आवाज ऐकून भंबेरी उडाली होती. आता फकीर जे काही बोलला ते ऐकून चोर पुरता भांबावला. इतका की, भांड्यांसकट पांघरूणही त्याच्या हातातून गळून खाली पडलं. काहीच न घेता धूम ठोकायची त्याने तयारी केली... ते पाहून फकीर पुन्हा गरजला, थांब. जे काही तू घेऊन जाणार होतास, ते तर तुला घेऊन जावंच लागेल आणि हो, जाताना जरा दरवाजा नीट बंद कर म्हणजे मला थंडी वाजणार नाही. बिच्चारा चोर... फकिराच्या आवाजाचं त्याला जणू संमोहनच पडलं होतं. त्यामुळे फकिराचा प्रत्येक आदेश मानणं त्याला जणू आवश्यकच झालं होतं. त्याने जमिनीवर पडलेली भांडी, पांघरूण उचललं आणि फकिरानं सांगितल्यानुसार दरवाजा नीट बंद करून काढता पाय घेतला.

इथपर्यंत तर सगळं ठीकच झालं. पण सकाळ होताच तो चोर पकडलाही गेला. आता तो पकडला जाणं तर एकदम स्वाभाविकच होतं, कारण फकिराचं पांघरुण तर सारं

गावच ओळखत होतं. स्वाभाविकच, सगळ्या ग्रामस्थांना त्या चोराचा प्रचंड राग आला. दुष्ट चोरास चोरी करण्यासाठी सज्जन फकिराचं झोपडंच मिळालं का, असा संतापही अनेकांनी व्यक्त केला. मग काय, त्या चोराला पकडून पंचायतीसमोर उभं करण्यात आलं. अवघी पंचायतही चोरावर चांगलीच नाराज झाली. सगळ्यांच्या मनातला विचार तर हाच होता की, फकिराच्या घरी चोरी करणाऱ्यास तर फाशीचीच शिक्षा द्यायला हवी. असो. तर तिकडे भरल्या पंचायतीमध्ये हा विषय सुरू झाला की, या चोराला आता काय शिक्षा फर्मावायला हवी...तोच दुसरीकडे उडत-उडत ही बातमी फकिरापर्यंतही गेली... चोरी करणाऱ्याला पकडण्यात आलं आहे आणि लवकरच पंचायत त्याला शिक्षाही फर्मावणार आहे. ही बातमी ऐकताच फकीर धावत-पळतच पंचायतीमध्ये गेले. तिथे दाखल होताच फकिरानं हे स्पष्ट केलं की, पांघरूण आणि भांड्यांची मुळात चोरी झालेलीच नाही. फकीर म्हणाला की, चोर म्हणून पकडलेल्या व्यक्तीस या दोन्ही गोष्टी खरं तर त्यानींच दिलेल्या आहेत. चोर समजून पकडलेली व्यक्ती खूपच सज्जन आहे, इतकी की तिनं घरातून बाहेर पडताना मला थंडी वाजू नये, यासाठी दरवाजाही व्यवस्थित लोटून घेतला होता.

असो. फकिराच्या या जबाबानंतर पंचायतीकडे चोराला शिक्षा देण्याची काही संधीच राहिली नव्हती. त्यामुळे चोराला सोडून देण्यात आलं. आता चोर शिक्षा होण्यापासून बचावला तरी फकिराच्या दयाबुद्धीमुळे अडकला. पंचायतीतून बाहेर पडताच तो धाय मोकलून रडू लागला. रडत-रडतच त्याने फकिराच्या पायावर लोळण घेतली. मला तुमचा सेवक म्हणून राहू द्या, असा धोशाच त्याने लावला. थोडे आढे-वेढे घेऊन फकिराने चोराची ही विनंती मान्य केली आणि त्याला घेऊन फकीर आपल्या घरी परतला. आता हे वेगळं सांगायला नकोच की, त्या चोरासोबत फकिराची भांडी आणि पांघरूणही घरी परतलं. इथपर्यंत तर सगळं ठीक होतं... पण घरात दाखल झाल्यावर फकिरानं त्या चोराकडे बघून जोरजारात हसायला सुरुवात केली. मग तो म्हणाला, बघितलीस माझी चाल? माझं पांघरूण, भांडी तर मी परत मिळवलीच पण त्यासोबतच सेवा करण्यासाठी मला एक सेवकसुद्धा मिळाला आहे. त्यामुळे तू लक्षात ठेव की, फकिराचा कुठलाही सौदा कधीच घाट्याचा सौदा ठरू शकत नाही.

—तात्पर्य—

याला म्हणतात आत्मविश्वास. आत्मविश्वास ही मनुष्याची स्वतःची अशी मानसिक क्षमता असते, जी दुसऱ्याच्या भरोशावर तुम्हाला मिळू शकत नाही. मग तो दुसरा कुणी व्यक्ती असो की सिद्धांत, मोठ्यात मोठं धन असो वा सत्तेतलं एखादं पद. लक्षात ठेवा की, धन, व्यक्ती, वस्तू, विचार, धर्म किंवा सत्ता यापैकी कुठलीही गोष्ट अशी नाही की, जी मनुष्याला आत्मविश्वासानं भारून टाकू शकेल. मनुष्याचा आत्मविश्वास फक्त आणि फक्त त्याच्या प्रतिभेमुळेच असू शकतो. वरील गोष्टीपुरतं बोलायचं झालं, तर हा आत्मविश्वास फकिरास त्याच्या फकिरीनेच मिळवून दिलेला होता.

■

व्हिन्सेंटचं ते अविस्मरणीय चित्र

व्हिन्सेंट नावाच्या महान चित्रकाराचं नाव तर तुम्ही नक्कीच ऐकलं असेल. चित्रकला हा त्यांचा ध्यासच होता. पण ते फक्त चित्र काढायचे; चित्र विकणं, त्यातून नाव-पैसा कमावणं हा कधीच त्यांचा हेतू नव्हताच. त्यांच्यासाठी तर चित्र काढण्यातून मिळणारा आनंद हाच चित्र काढण्याच्या कार्याचा एकमेव इच्छित परिणाम होता. आता अशा चित्रकाराने काढलेल्या चित्रांना कुणी काय टक्कर देणार...

तर ते फक्त चित्र काढत आणि ठेवून देत. फारच झालं तर एखाद्या मित्राच्या घरी जाऊन भितींवर एखादं चित्र टांगून ते परत येत. पण त्यांचे मित्र पण भारीच. त्यांना चित्रकलेची काही जाणच नव्हती. त्यामुळे व्हिन्सेंट निघून गेल्यावर ते भिंतीवर टांगलेलं चित्र काढून कुठेतरी ठेवून द्यायचे. त्या चित्रामुळे आपल्या घरातल्या ड्रॉइंगरूमची सजावट कशाला बिघडवा, असा त्यांचा त्यामागील विचार असायचा. पण व्हिन्सेंट यांचं लक्ष या असल्या गोष्टींकडे कशाला जाईल; ते तर फक्त चित्रकलेचे चाहते होते. त्यांचं संपूर्ण लक्ष हे फक्त आणि फक्त चित्र काढणं या एका गोष्टीकडेच लागलेलं असायचं. ते परत एखादं चित्र पूर्ण करायचे आणि एखाद्या मित्राला देऊन यायचे. मित्र, व्हिन्सेंट यांच्यासमोर ते चित्र भिंतीवर टांगायचा आणि ते गेले की ते चित्र परत काढून टाकायचा. पण व्हिन्सेंट यांच्या हेसुद्धा लक्षात यायचं नाही की, यापूर्वी किती तरी वेळा त्याच भिंतीवर त्यांचं चित्र लावण्यात आलं होतं...

तर एक दिवस ते असेच एका डोंगरावर बसलेले होते. बसल्या बसल्या संध्याकाळ झाली आणि सूर्य मावळू लागला. उंच उंच डोंगरांच्या माथ्यांमधून मावळतीला जाणारा सूर्य हे दृश्य व्हिन्सेंट यांना विलक्षण भावलं. इतकं, की त्या दृश्याचं चित्र काढायचं त्यांनी ठरवून टाकलं. मग काय... पुढचे काही महिने व्हिन्सेंट यांनी त्या डोंगरावरच मुक्काम ठोकला.

आता तन-मन-धन अर्पून काढलेल्या या चित्राचा परिणाम तसाच असणार. त्यांचं चित्र अमर झालं. व्हिन्सेंट एका रात्रीत जगविख्यात चित्रकार झाले. मग त्यांच्या नव्या चित्रांचं तर सोडा, आधीच्या चित्रांनाही बाजारात प्रचंड मागणी आली. त्यांची जुनी चित्रं चढ्या, आणखी चढ्या दरानं विकली जाऊ लागली. त्यामुळे व्हिन्सेंट यांच्या मित्रांचीही जणू दिवाळीच झाली. व्हिन्सेंट यांची जी चित्रं त्यांनी इकडे-तिकडे टाकून दिली होती, ती सगळी शोधून शोधून त्यांच्या मित्रांनी विकून टाकली. व्हिन्सेंटच नाही तर रातोरात त्यांचे सगळे मित्रही श्रीमंत झाले.

—तात्पर्य—

तर एकूण सांगायचं तात्पर्य हे की, यश हे कार्य केल्यामुळेच मिळतं आणि यशाचा सरळ आणि सापेक्ष परिमाण कार्याच्या गुणवत्तेवर अवलंबून असतो. कार्याची गुणवत्ता तर ते काम किती लक्ष देऊन करण्यात आलं आहे, यावर अवलंबून असते. यशाचं यापेक्षा वेगळं असं कुठलंच सूत्र नाही. आपलं लक्ष फळाच्या प्राप्तीपेक्षा जास्त हाती असलेल्या कामात असेल, तर यश नक्कीच असतं. फक्त ते कधी मिळेल, इतकाच मुद्दा असतो. आज ना उद्या, यशाला तुमचा दरवाचा ठोठवावा लागणारच असतो. त्यामुळे हे कायमसाठी लक्षात ठेवा की, भगवद्‌गीतेत कृष्णांनी कर्म करा पण फळाच्या प्राप्तीची अपेक्षा ठेवू नका, हे जे सांगितलं आहे ना, तेच सफलतेचं सगळ्यात मोठं सूत्र आहे.

■

कहाणी

०६

मनुष्याच्या दुःखाचा साक्षीदार कोण?

एकदा एका मनुष्यानं घोर तपश्चर्या केली. त्यामुळे त्याच्यावर देव इतके प्रसन्न झाले की, त्याच्यासमोर प्रकट होत वरदान माग म्हणाले. पण तो मनुष्य देवाच्या दर्शनानेच इतका भारावून गेला होता की, वरदान मागायचीही त्याला काहीच इच्छा राहिली नाही. तरीही देवानं वरदान मागण्यासाठी फारच आग्रह केल्यावर तो म्हणाला की, हे देवा, तुम्ही सदैव माझ्यासोबतच असाल असं वरदान मला द्या. देवानं त्याला ते वरदान देऊन टाकलं. आणि मग खरोखरच चमत्कार झाला... तो मनुष्य चालू लागला की जमिनीवर दोनऐवजी चार पावलांचे ठसे उमटू लागले. म्हणजे खरोखरच देव त्याच्यासोबत चालत होते. हे पाहून त्याला अतिशय आनंद झाला. त्याची चालच बदलली. विश्वासातही जबरदस्त वाढ झाली. जणू तो विश्वासाच्या परमोच्च शिखरावर गेला. देव 24 तास सोबत आहे म्हटल्यावर माणसाला अजून काय हवं? पण कुठे तरी त्याच्या मनात शंकाही होती... देव मध्येच आपल्याला सोडून गेले तर? त्यामुळे तो देव आहेत याची खात्री पटण्यासाठी सदैव जागृत राहू लागला. देव सोबत आहे ना हे तपासण्यासाठी मध्ये-मध्ये तो जंगल, माती आणि अगदी चिखलातही चालून पाहू लागला. पावलांचे चार ठसे दिसले की त्याची खात्री पटायची आणि मग तो देवाचे आभारही मानायचा.

त्याचा एक हसता-खेळता परिवारही होता. आर्थिकदृष्ट्या बोलायचं तर तो खाऊन-पिऊन सुखीही होता. सांगायचं तात्पर्य इतकंच की, हा माणूस फक्त देवभक्तच नव्हता तर त्याचं जीवनही समृद्ध म्हणावं असंच होतं. आता दुग्धशर्करा योग म्हणजे या जीवनासह त्याच्यासोबत सदैव देवही होते. पण म्हणतात ना, काळाची पावलं नेहमी एकसारखी पडत नाहीत. त्यानुसारच या मनुष्याच्या आयुष्यातही एक टर्निंग पॉइंट आलाच. एका अपघातात अचानक त्याच्या दोन्ही मुलांचा मृत्यू झाला. हा धक्का सहन न झाल्यामुळे त्याच्या पत्नीला वेड लागलं. या सगळ्याचा त्याच्यावरही परिणाम झाला. या धक्क्यांमुळे

त्या मनुष्याचं व्यवसायातल लक्ष उडालं. त्यामुळे तिथेही नुकसान होऊ लागलं. थोडक्यात, त्याच्यावर चारी बाजूंनी संकटं कोसळू लागली. तो प्रत्येक दिवस अतीव दुःखात जगू लागला. त्याचे विचार तर इथपर्यंत जाऊन पोहोचले की, आता आपल्या आयुष्यात राहिलंच काय आहे? उरलेलं जीवन देवभक्तीतच घालवायला काय हरकत आहे. हा विचार मनात येताच तो सारं काही सोडून संन्यास घेण्यासाठी जंगलाकडे निघाला. अचानक त्याचं लक्ष पावलांच्या ठशांकडे गेलं. तिथे त्याला दोनच पावलांचे ठसे उमटलेले दिसू लागले. त्याला आश्चर्याचा धक्काच बसला आणि तो देवाला दूषणं देऊ लागला... या संकटाच्या समयी तूही माझी साथ सोडून गेलास ना? अरे तू तर एखाद्या सामान्य, पापभीरू, संसारी माणसापेक्षाही वाईट निघालास. अरे पूजा करावी अशी तुझी लायकीच नाही. नाही घ्यायचा मला संन्यास. त्यापेक्षा मी माझ्या आहे त्या जगातच ठीक आहे...

त्याचं बोलून झाल्यावर त्याच्या अंतरंगात विराजमान झालेले देव त्याच्यासमोर प्रकट होऊन बोलू लागले... वत्सा, पावलांचे दोनच ठसे पाहून तू निष्कारण संभ्रमात पडतो आहेस. तुझी दोन्ही मुलं मृत्युमुखी पडली, पत्नीला वेड लागलं... तुला काय वाटतं की हे भयानक आघात सहन करण्याची क्षमता तुझ्यामध्ये होती? बिल्कुल नव्हती. तुझ्यावरील संकटांचे हे आघात मी एकटाच कसे-बसे सहन करतो आहे. आणि तुला पावलांचे हे जे दोनच ठसे दिसतायत ना, ते तर माझ्याच पावलांचे आहेत. काही उलट-सुलट करू नयेस किंवा निराशेच्या गर्तेत जाऊ नयेस म्हणून मीच तुला मुलांचा मृत्यू झाल्यादिवसापासून सांभाळून ठेवलं आहे.

—तात्पर्य—

हेच जीवनाचं सत्य आहे. जेव्हा कधी माणसावर खूप मोठं संकट येतं, तेव्हा त्या संकटाचा सामना थेट माणसाचा आत्मा करतो. आत्म्याला माहिती असतं की, मनुष्याचा अहंकार हे संकट झेलू शकणार नाही. तुम्हालाही अशा प्रकारचे अनुभव आले असतीलच. तुम्ही अनेकदा पाहिलं असेल की, तुमच्या किंवा मित्र-परिवाराच्या आयुष्यात अशी संकटांची मालिका येते की, त्या संकटांची स्वप्नातही कल्पना करणं कठीण असतं. तरीही प्रत्यक्षात संकटांना झेलण्याची क्षमता आपोआप येते. ही क्षमता येते कारण, ही संकटं तुमचा आत्मा म्हणजेच तुमचा देव झेलून घेतो. ज्याचा स्वभावच कुठल्याही परिस्थितीत स्थिरच रहाण्याचा असतो. मग त्याची ही स्थिरता तुमच्यावर आलेलं संकट सौम्य करून टाकतो आणि तुम्ही ते झेलू शकता... सांगा बरं, देव तुमच्यासाठी यापेक्षा जास्त करू तरी काय शकेल?

■

कहाणी

०७

सिकंदर आणि संन्यासी

ही त्यावेळची गोष्ट आहे जेव्हा सिकंदराने भारताच्या पश्चिमोत्तर भागात मोठा विजय मिळवला होता. तिथला बेसुमार खजिना लुटून तो युनानला परत जाण्याची तयारी करत होता. तेव्हा त्याच्या मनात विचार आला की, भारतातून इतक्या साऱ्या गोष्टी घेऊन चाललो आहे, तर एखादा संन्यासीही सोबत न्यायला काय हरकत आहे? असंही भारतातील संन्यासी जगप्रसिद्ध आहेतच... आता हा विचार जसा पक्का झाला तसा सिकंदरानं ताबडतोब सैनिकांना एखाद्या संन्याशाला पकडून आणायचा हुकूम सोडला. आता सिकंदराचा हुकूम झाला म्हटल्यावर सैनिक किती वेळ लावणार? थोड्याच वेळात एका संन्याशाला पकडून सिकंदरासमोर हजर करण्यात आलं. या संन्याशाचं नाव होतं, दाण्डयायण. सिकंदराची भेट होताच दाण्डयायणाने सरळ अशा रीतीनं मला पकडून का आणलं, याचा जाब सिकंदराला विचारला.

त्यावर सिकंदर म्हणाला, घाबरू नका. मी तुम्हाला सन्मानपूर्वक युनानला घेऊन जाणार आहे. त्यामुळे युनानच्या लोकांनाही भारतातील संन्यासी कसा असतो हे बघायला मिळू शकेल.

दाण्डयायण त्यावर म्हणाले की, ते तर ठीक आहे. पण माझी काही युनानला येण्याची इच्छा नाही.

यावर सिकंदर म्हणाला, तुम्हाला बहुधा माहिती नसेल. पण मी फकीर आणि संन्यासी यांचा खूपच आदर करतो. तुम्हाला युनानला फक्त उचित सन्मानच मिळणार नाही, तर तिथे मी तुम्हाला तुमचा एक आश्रमही उघडून देईन.

त्यावर दाण्डयायण म्हणाले, हे राजा तू मला मोहात पाडण्याचा प्रयत्न करू नकोस. असंही संन्याशांना लोभ दाखवून, मोहात पाडून तू जिंकू शकणारच नाहीस.

दाण्डयायण यांची ही उत्तरं ऐकल्यावर सिकंदर हसत हसत म्हणाला, ऐका. मी सगळी पृथ्वी जिंकली आहे. मला रोखू शकेल असं कुणीही नाही. त्यामुळे, जर मी ठरवलं आहे तर तुम्हाला यावं तर लागेलच. आता यावं लागणारच आहे तर राजी-खुशीने आलात तर ते जास्त बरं होईल.

मग काय दाण्डयायण म्हणाले, देश जिंकणं किंवा खजिना लुटणं ही एक गोष्ट आहे आणि एखाद्या संन्याशाला त्याच्या मर्जीविरोधात घेऊन जाणं ही दुसरी गोष्ट आहे. तू माझ्या मर्जीविरुद्ध मला घेऊन जाऊ शकणार नाहीस.

दाण्डयायण यांच्या मुखातून हे शब्द ऐकताच, विजयाची धुंदी चढलेला सिकंदर मग जोर-जोरात हसू लागला. हसता-हसताच तो म्हणाला की, काय बोलताय तुम्ही? तुम्हाला घेऊन जाण्यापासून कोण रोखू शकेल मला? थांबा... आत्ता तुमची सारी घमेंड उतरवून टाकतो. असं म्हणून सिकंदरानं दाण्डयायण यांना बांधून एका रथात बसवण्याचा हुकूम दिला. हुकुमावर तातडीने अंमलबजावणीही झाली आणि बघता-बघता बंदिवान झालेल्या दाण्डयायण यांना एका रथात बसवण्यातही आलं. त्यांना बांधून झाल्यावर सिकंदर रथाजवळ गेला आणि जरा ऐटीतच म्हणाला, अजूनही असंच वाटतंय की, मी तुम्हाला घेऊन जाऊ शकणार नाही?

त्यावर दाण्डयायण पुन्हा म्हणाले, हो.

आता मात्र सिकंदर आश्चर्यचकित झाला. मग त्यानं विचारलं, ते मला का शक्य होणार नाही?

दाण्डयायण म्हणाले की, तू माझं शरीर बांधलं आहेस. म्हणजे शरीरावर नक्कीच तुझी सत्ता आहे. पण हे राजा, तुला माझं शरीर हवं आहे की माझी संन्यस्त चेतना हवी आहे? जर चेतना हवी असेल तर ती माझ्या नियंत्रणात आहे. युनानला जाऊन ती चेतना पूर्णतः निःशब्द होऊन जाईल. मग तुमच्याकडे राहील ते फक्त माझं शरीर... त्याचं तुम्ही काय कराल?

दाण्डयायण यांचे हे शब्द ऐकून सिकंदर अवाक् झाला. ताबडतोब माफी मागत त्याने दाण्डयायण यांना बंधमुक्त करण्याचा हुकूम दिला. त्याला हे समजलं होतं की, राजांना युद्धात हरवणं आणि खजिना लुटणं ही एक गोष्ट आणि एखाद्या संन्याशाला मनाविरुद्ध घेऊन जाणं वा त्याचं हृदय जिंकणं ही दुसरी गोष्ट असते.

—तात्पर्य—

संन्याशांचीच नव्हे तर निसर्गाच्या रचनेनुसार प्रत्येक मनुष्याची चेतना ही पूर्णपणे स्वतंत्र असते. त्याच्या मर्जी विरोधात त्याच्याकडून कुणीही काहीच करवून घेऊ शकत

नाही. पण लोभ आणि भयामुळे त्याला दुसऱ्या कुणाची तरी मानसिक गुलामी करण्यास भाग पडतं. कुठलाही मनुष्य जिथे–कुठे असेल, कसाही असेल... फक्त त्याच्या मनातला लोभ आणि भय दूर झालं, तर तो संन्यासी झालाच समजा. कारण त्यानंतर त्याला कुणीही क्षणभरासाठीही गुलाम बनवू शकणार नाही. हे समजून घ्या की, संन्यासी याचा अर्थ आपल्या परिपूर्ण स्वातंत्र्याची घोषणा.

■

सारा खेळ मनाचा

दोन मित्र होते. त्यांच्यात चांगली घनिष्ट मैत्री होती. त्यापैकी एक साधारण घरातला तर दुसरा मात्र श्रीमंत घरातला होता. पैशांतलं हे अंतर दोघांच्या मैत्रीत मात्र जराही आड येत नव्हतं. एके दिवशी गरीब मित्राला स्कूटरची गरज निर्माण झाली. घरी पाहुणे येणार असल्यामुळे त्याला घाईघाईने काही सामान वगैरे आणायचं होतं. त्याच्या श्रीमंत मित्राकडे स्कूटर तर होतीच. मग काय, गरीब मित्राने आपल्या श्रीमंत मित्राकडे एक दिवसासाठी स्कूटर मागण्याचं मनाशी ठरवून टाकलं. हे मनाशी ठरवताच तो मित्राकडे स्कूटर मागायला निघालाही. पण काही पावलं चालताच त्याच्या मनात विचार आला की, आपल्या श्रीमंत मित्राने स्कूटर द्यायला नकार दिला तर? पण लगेच दुसरा विचारही आला की, असं कसं होईल? इतक्या वर्षांच्या मैत्रीत मी कधीच त्याच्याकडे काहीही मागितलेलं नाही. मग मैत्रीच्या नात्यात तो एका दिवसासाठी स्कूटर द्यायला नकार कसा देईल? पण परत त्याच्या मनात विचार आला, तो नक्कीच स्कूटर देण्यास नकार देईल. कारण तो दिसतो तितका सरळ-साधा थोडीच आहे? तो कदाचित असा बहाणा करेल की, स्कूटरमध्ये पेट्रोल नाहीये. काही हरकत नाही, मी पण त्याला सांगेन ठीक आहे. दे तू किल्ली. मी भरून घेतो पेट्रोल.

हा विचार मनात आल्यावर तो पुन्हा आत्मविश्वासाने पुढे निघाला. पण आणखी चार पावलं चालतो न चालतो तोच त्याच्या मनात पुन्हा दुसरा विचार आला. आपला मित्र स्कूटर न देण्यासाठी हजारो बहाणे सांगेल. त्याची मैत्री वगैरे सगळं वरवरचंच आहे. तो तर स्कूटरचं टायरच खराब आहे, असं सांगायलाही कमी करणार नाही. किंवा मग तो असंही सांगू शकेल की, आज माझ्याही घरी काही पाहुणे येणार आहेत; त्यामुळे आज तरी मला स्कूटर द्यायला काही जमणार नाही. हा विचार मनात येताच त्याला रागही आला आणि नेमका त्याच वेळी तो मित्राच्या घराच्या दरवाजात जाऊन उभाही राहिला होता. त्याच

रागावलेल्या अवस्थेत त्याने मित्राच्या घराची बेल वाजवली आणि योगायोगाने दरवाजाही त्याच्या मित्रानेच उघडला... मग काय त्या क्षणाला त्याच्या रागाचं वादळ परमोच्च क्षणाला पोहोचलेलं होतं. साहजिकच, समोर मित्राला बघून त्याच्या वादळाच्या वाफेला जणू मोकळं होण्यासाठी वाटच मिळाली. तो सरळ ओरडून म्हणाला, खड्ड्यात गेलास तू आणि तुझी स्कूटर. तुझ्यासारखे पैसेवाले मी खूप बघितले आहेत. तुम्ही पैसेवाले कधीच कुणाचे मित्र होऊ शकत नाही. जा. आजपासून तुझी आणि माझी मैत्रीही संपली. बिचारा मित्र तर निःशब्दच होऊन गेला. त्याला काही समजेनासंच झालं. कुठली स्कूटर, कोण श्रीमंत... त्याला काही केल्या काही कळेना. पण इकडे स्वतःचा संताप व्यक्त करून झाल्यावर या सगळ्या प्रश्नचिन्हांमध्ये आपल्या मित्राला ढकलून त्याचा गरीब मित्र निघूनही गेला होता.

—तात्पर्य—

मनुष्याचं मन हे असंच असतं. ते स्वतःचं स्वतः चालत असतं आणि असं काही चालतं की अस्तित्वात नसलेल्या गोष्टीही ते मध्ये आणतं. ज्या गोष्टीशी ज्या व्यक्तीचं काहीच घेणं-देणंही नाही, अशा गोष्टींसाठीही मनुष्याचं मन त्या व्यक्तीला जबाबदार ठरवून मोकळं होतं. आणि नात्यांचं काय? नाती तर मन टिकूच देत नाही. त्यामुळे आयुष्यात नात्यांचं सुख हवं असेल, मनुष्याला चांगल्या पद्धतीने समजून घ्यायची इच्छा असेल, तर त्याच्यातले दोष शोधण्यापूर्वी आपलं मन आणि मनाचे उलट-सुलट आवेश हे आधी नीट समजून, परखून घ्यायला शिकायला हवं.

■

एका महान आईची गोष्ट

तुम्ही थॉमस अल्वा एडिसन या शास्त्रज्ञांचं नाव तर नक्कीच ऐकलेलं असेल. एडिसन किती महान वैज्ञानिक होते, हे सांगण्याची काहीच गरज नाही. पण कदाचित तुम्हाला हे माहितीही नसेल की, एडिसन महान होण्याचा फक्त पायाच त्यांच्या आईने घातला नाही, तर त्यांच्या महानतेची इमारतही तिनेच बांधली. आज मी तुमची ओळख एडिसन यांची महान आई, नॅन्सी यांच्याशी करून देणार आहे.

एडिसन हे नॅन्सी यांचं सातवं अपत्य होतं. अगदी लहानपणापासूनच एडिसन खूपच चौकस होते. सातव्या वर्षी त्यांना शाळेत प्रवेश घेतल्यावर हा जिज्ञासूपणाच त्यांच्या मार्गातला अडथळा ठरला. ते प्रत्येक गोष्टीबाबत शिक्षकांना प्रश्न विचारू लागले. त्यामुळे त्रस्त झालेल्या शिक्षकांनी नॅन्सी यांना शाळेत बोलावून सांगितलं की, तुमचा मुलगा अभ्यासात 'ढ' आहे आणि फुकाचे प्रश्न मात्र सारखे विचारत असतो... आपल्या मुलाला 'ढ' म्हटलेलं नॅन्सी यांना अजिबात रुचलं नाही. त्या इतक्या नाराज झाल्या की, त्यांनी सरळ एडिसन यांचं नावच त्या शाळेतून काढून घेतलं.

मग पुढच्या दोन वर्षांत एडिसन यांनी आणखी दोन शाळा पाहिल्या. पण ना त्यांची प्रश्न विचारण्याची वृत्ती बदलली ना शिक्षकांचा त्यांच्याकडे बघण्याचा दृष्टिकोण. बदलल्या त्या फक्त शाळा. मात्र, यामुळे नॅन्सी यांना चांगलाच धक्का बसला. त्या खूपच दुःखी झाल्या. कुणी त्यांच्या मुलाला 'ढ' म्हटलेलं, त्याचा अपमान केलेला काही केल्या त्यांना सहन होत नव्हता. अखेर एडिसन यांचं नाव शाळेतून काढून टाकताना त्यांनी शिक्षकांना सुनावलं की, माझा मुलगा अजिबात 'ढ' नाही. तुमची दृष्टी कमकुवत आहे. त्यामुळे एडिसनची प्रतिभा तुमच्या दृष्टीला दिसतच नाही.

आता नॅन्सी यांनी स्वतःच एक शिक्षक म्हणून आधी काम केलेलं होतं. त्यांना या गोष्टीची पूर्ण कल्पना होती की, एकदा मुलाचा आत्मविश्वास हरपला, तर त्याला स्वतःला सांभाळणं फारच कठीण होऊन बसतं. त्यामुळे त्यांनी यापुढे एडिसनला कुठल्याच शाळेत पाठवायचं नाही, असा निर्णय घेऊन टाकला. इतकंच नव्हे, तर आपल्या लाडक्या मुलाला घरी स्वतःच शिकवायचंही त्यांनी ठरवून टाकलं.

एडिसन आईच्या या प्रेम आणि विश्वासामुळे प्रचंड खूश होऊन गेले होते. इतके की, मोठं झाल्यावर आईबद्दल कृतज्ञता व्यक्त करताना ते म्हणाले होते की, शाळेतच न पाठवण्याच्या आईच्या निर्णयामुळे मी खूपच भावूक झालो होतो. त्याच दिवशी मी मनाशी निश्चय केला होता की, काहीही झालं तरी आईचा हा विश्वास मी चुकीचा ठरू देणार नाही. शिक्षकांनी मला 'ढ' म्हटलं म्हणून आईने मला त्या शाळेतूनच बाहेर काढलं... इतक्या प्रेमळ आणि बुद्धिवान आईकडून मला आणखी काय हवं असेल?

असो. घरी शिक्षण सुरू झाल्यावर छोटा एडिसन प्रत्येक विषय आईकडून मन लावून शिकू लागला. विज्ञान आणि त्याच्या प्रयोगांमध्ये एडिसन यांना विशेष आवड निर्माण झाली. आईकडूनही त्यांना प्रत्येक गोष्टीत हव्या तितक्या प्रमाणात प्रोत्साहन मिळतच होतं. पुढे एक दिवस आईनं प्रेमानं पुढे केलेलं बोट पकडून चालणारे एडिसन जगात सर्वाधिक म्हणजे 1093 पेटंट्स स्वतःच्या नावावर नोंद करणारे महान वैज्ञानिक बनले. यात त्या बल्बचाही समावेश आहे, ज्याने हे जग प्रकाशमान केलं.

—तात्पर्य—

प्रत्येक मातेला नॅन्सींकडून शिकायला हवं. मुलाला या जगात आणते ती आईच असते आणि त्याच्या सर्वात जवळही आईच असते. मुलासही लहानपणी हवा असतो तो आईचा विश्वास आणि तिचं प्रेम. पण आजकाल बहुतेक माता आपल्या मुलांना दोन-तीन वर्षांची होताच नर्सरीमध्ये असं काही सोडून देतात की, त्यांना जणू मुलांपासून सुटकाच हवी असावी. मग त्यांची मुलं एडिसन कशी होणार? कारण लहान मुलास महान होण्यासाठी डिग्री, पदवी नव्हे तर आईचं प्रेम आणि विश्वास हवा असतो. त्यामुळे या जगातल्या तमाम मातांनी हे लक्षात घ्यायला हवं की, आईचं प्रेम आणि विश्वास यांच्या आधारेच एडिसन यांनी एकापेक्षा एक मोठे चमत्कार घडवून आणले... आणि तुम्हालाही तशीच आई व्हायचं आहे.

■

कहाणी

१०

आनंदी व्यक्तीकडे सगळ्याचा इलाज

एकदा एक मनुष्य रात्री उशिरा त्याच्या बेडरूममध्ये जोरजोरात येरझरा घालत होता. त्याचा चेहरा आणि देहबोलीतून हे तर सहजच लक्षात येत होतं की, तो तणावाखाली आहे. त्या मनुष्याची पत्नी आपल्या पतीची ही अवस्था पाहून हैराण झाली. अखेर तिला रहावेना आणि तिनं पतीला नेमकं काय झालंय, का तुम्ही तणावाखाली दिसताय, असं विचारलंच.

पत्नीच्या प्रश्नावर पतीने दुःखी चेहऱ्याने सांगितलं, झालंय असं की आपल्या शेजारी राहणाऱ्या बॅनर्जींकडून मी दोन महिन्यांसाठी व्याजाने दोन लाख रुपये घेतले आहेत. उद्या सकाळी ते पैसे परत करण्याचा वायदा मी केला होता. पण मला काही पैशांची व्यवस्था करता आलेली नाही. मला बॅनर्जींचा स्वभाव चांगलाच माहिती आहे. ते शब्दाचे पक्के आहेत. उद्या सकाळीच ते पैसे मागायला येतील, यात काहीच शंका नाही. त्यामुळे आता काय करावं, हे मला समजेनासं झालं आहे.

हे ऐकल्यावर क्षणभरासाठी पत्नीही चिंताक्रांत झाली. पण ती होतीच मुळात आनंदी स्वभावाची. कुठल्याही चिंतेचा पगडा तिच्यावर फार काळ रहातच नसे. मग काय, तिने अत्यंत गंभीरपणे पतीला विचारलं, झालं ते चुकीचं झालं. पण खरंच तुम्ही या पैशांची व्यवस्था करू शकत नाही का?

त्यावर पती म्हणाला की, नाही करू शकत. म्हणूनच तर... अन्यथा तुला तर माहिती आहेच की, मला स्वतःलाच अशा गोष्टी आवडत नाहीत.

पत्नी म्हणाली, हो. ते तर मलाही माहिती आहे. पण थोडा आणखी विचार करा... कदाचित, पैशांची व्यवस्था होईल असा मार्ग सुचेल.

पतीने त्यावर सांगितलं की, शक्य ते सारे प्रयत्न मी केले आहेत. आता काहीही होण्याची शक्यता नाही.

त्यावर लगेचच पत्नी म्हणाली की, जर काहीच नाही करू शकत, तर नाहीच करू शकत. थांबा, मी आलेच दोन मिनिटांत.

इतकं बोलून ती जी तडक घराबाहेर पडली, ती थेट बॅनर्जींच्या दरवाजाशीच जाऊन थांबली. खरंतर तेव्हा बरीच रात्र झाली होती. पण त्यामुळे तिला काहीच फरक पडत नव्हता. तिने सरळ बॅनर्जींच्या घराची बेल वाजवली. दरवाजा खुद्द बॅनर्जींनीच उघडला. त्यांना नमस्कार करून तिने सरळ प्रश्न केला की, माझ्या पतीने तुमच्याकडून दोन लाख रुपये उधार घेतले आहेत का?

बॅनर्जी म्हणाले, हो.

त्यावर या महिलेनं अत्यंत गंभीरपणे विचारलं, उद्या सकाळी ते पैसे परत देण्याची तारीख आहे का?

बॅनर्जी पुन्हा म्हणाले, हो.

मग तिने सरळ सांगून टाकलं की, पण माझ्या पतीला ते पैसे देण्याची व्यवस्था करता आलेली नाही. त्यामुळे तुमचे पैसे परत मिळण्यासाठी कदाचित तुम्हाला एक-दोन महिने थांबावं लागेल.

...हे बोलून ती सरळ आपल्या घरी निघूनही आली. आधीच त्रस्त झालेला तिचा पती इतक्या रात्री पत्नी गेली कुठे म्हणून पुरता बेचैन झाला होता. कुठे पैशांची व्यवस्था करायला तर गेली नाही ना? एक ना दोन प्रश्न त्याला भंडावून सोडत होते. पण ती लवकरच परत आल्यामुळे त्याच्या विचारांच्या घोड्यांना जास्त उधळण्याची संधी मिळाली नाही. मात्र, पत्नीच्या चेहऱ्यावरचे आश्वासक भाव पाहून तो चांगलाच गोंधळात पडला. त्याने काही विचारण्याच्या आधीच पत्नीनं सांगून टाकलं की, मी श्रीयुत बॅनर्जी यांना सांगून आले आहे की, माझ्या पतीला तुमच्या पैशांची व्यवस्था करता आलेली नाही. त्यामुळे पैसे परत मिळण्यासाठी कदाचित तुम्हाला एक-दोन महिने थांबावं लागेल. त्यामुळे आता तुम्ही निवांत झोपा. श्रीयुत बॅनर्जी जागे रहातील.

—तात्पर्य—

खरंतर मनुष्याने चिंता डोक्यात ठेवूच नये. पण कमीत कमी ही गोष्ट तरी त्याने समजून घ्यायलाच हवी की, जिथे त्याचा काहीच उपाय चालत नाहीये, त्या गोष्टीची चिंता तर त्याने कधीच करू नये. चिंता स्वतःला त्रस्त करण्यासाठी नाही, तर एखाद्या गोष्टीवर उपाय सापडेपर्यंतच करायला हवी.

■

हत्ती आणि उंदीर

आयुष्यात कधी तरी दोन प्रचंड विरोधाभासी गोष्टींचा असा काही संयोग होऊन जातो की, युगानुयुगे सगळे त्या गोष्टीबद्दल बोलत रहातात. आता उदाहरणच द्यायचं तर हत्ती आणि उंदीर ही गोष्टच बघा. आकारमानाचा विचार करायचा तर हत्ती आणि उंदीर यांच्यात पृथ्वीच्या दोन ध्रुवांइतकंच अंतर आहे. आश्चर्याची गोष्ट म्हणजे हे दोघे कधीच समोरासमोरही येत नाहीत. आता नाही येत तर नाही येत. पण कुणी तशी शपथ थोडीच घेतलेली आहे? आयुष्यातल्या कुठल्या ना कुठल्या वळणावर त्यांचा आमना-सामना होऊही शकतो. आणि तो झाला की लोकांसाठी तो चर्चेचा विषय ठरतो. तर योगायोगाने एके दिवशी हत्तीची नजर एका उंदरावर पडली. आता साधारणतः हत्तीची नजर सहसा उंदरावर पडत नाही, पण ती पडूच नये असाही काही नियम नाही. असो, तर त्या दिवशी हत्तीची नजर त्या उंदरावर पडली आणि धावपळ करणारा इतका छोटासा जीव पाहून हत्तीला तर धक्काच बसला. खूपच आश्चर्यभरल्या स्वरात तो उंदराला म्हणाला, मित्रा तू इतका, म्हणजे फारच छोटा कसा रे? हत्तीनं फक्त उंदराच्या छोट्या आकाराबद्दल मनापासून आश्चर्य व्यक्त केलं होतं.

आता खरंतर ही फारच छोटी गोष्ट होती. पण त्यामुळे उंदराच्या मनातला न्यूनगंड एकदम उफाळून बाहेर आला. आणि तो ताडकन म्हणाला की, काही दिवसांपासून माझी तब्येत नरम-गरम आहे. नाही तर मीसुद्धा एकदम तुझ्यासारखाच हट्टा-कट्टा होतो...

—तात्पर्य—

काळजीपूर्वक पाहिलं तर आपल्याही लक्षात येईल की, आपल्या मनातल्या न्यूनगंडांमुळे आपणही दिवसभरात अनेक जणांना त्या उंदराप्रमाणेच उत्तरं देतो. प्रश्न हा आहे की, आपण लहान-मोठे, उंच वा बुटके, बुद्धिवान वा मूर्ख, गरीब वा श्रीमंत, धडपड

करणारे किंवा जे काही असू, ते तसेच आहोत हे मान्य करायला हरकत काय आहे? आपण जसे पण आहोत, आहोत. महत्त्वाचं आहे ते आपलं अस्तित्व. ही इतकी छोटी गोष्ट आपण का समजू शकत नाही?

■

नवरत्नं अशी एकत्र येतात

एकदा अकबराच्या दरबारात आपल्याच एका शिपायाला अर्धा शेर चुना खाण्याची शिक्षा फर्मावण्यात आली. नक्कीच, त्याचा अपराध तितकाच मोठा असावा. कारण अर्धा शेर चुना खाल्यानंतर एखाद्या व्यक्तीचं जिवंत रहाणं तसं मुश्कीलच असतं. पण, शिक्षा सुनावण्यात आली होती आणि त्या शिपायाला दुसऱ्या दिवशी दरबारात अर्धा शेर चुना घेऊन उपस्थित व्हावं लागणारही होतं. हुकुमानुसार तो शिपाई स्वतःच पानाच्या दुकानावर अर्धा शेर चुना विकत घेण्यासाठी पोहोचला. त्याने अर्धा शेर चुना द्या म्हटल्यावर दुकानदारही चमकला. आता एक व्यक्ती आणि अर्धा शेर चुना म्हटल्यावर कुणालाही आश्चर्य तर वाटणारच ना? दुकानदाराला शंका आल्यामुळे त्याने इतका चुना एकदम का हवा आहे, असं त्या शिपायाला विचारलं. त्यावर चेहरा पाडून त्या शिपायानं उत्तर दिलं की, उद्या दरबारात मला अर्धा शेर चुना खायचा आहे. तशी शिक्षाच मला देण्यात आली आहे.

दुकानदार म्हणाला, काही हरकत नाही. एक काम कर. आधी अर्धा शेर तूप घेऊन माझ्याकडे ये. कदाचित मी तुला काही मदत करू शकेन.

दुकानदाराचे हे शब्द शिपायासाठी आशेचा एक किरणच ठरले. त्यामुळे तो पटकन गेला आणि झटकन अर्धा शेर तूप घेऊन त्या दुकानदाराकडे परतही आला. मग दुकानदाराने त्याला अर्धा शेर चुना दिला आणि सांगितलं की, उद्या दरबारात जाण्यापूर्वी तू हे अर्धा शेर तूप खाऊन घरातून निघ. मग तू झालेल्या शिक्षेनुसार अर्धा किलो चुनाही खा आणि तो खाऊन झाला की, तडक घरी जा. या उपायामुळे बहुधा तुझे प्राण वाचू शकतील. आता म्हणतात ना, बुडत्याला काडीचा आधार... त्यामुळे या उपायाबाबत आशावादी

होऊनच शिपाई घरी परतला. दुसऱ्या दिवशी त्यानं दुकानदारानं सांगितलं होतं, तसंच केलं. तो शिपाई घरातून निघताना अर्धा शेर तूप पिऊनच निघाला. मग दरबारात झालेल्या शिक्षेनुसार त्याने अर्धा किलो चुनाही सगळ्यांसमोर खाल्ला. चुना खाल्ल्यावर त्याला लगेचच घरी पाठवण्यात आलं, जेणेकरून आयुष्यातला अखेरचा काही काळ त्याला घरच्यांसोबत घालवता यावा. पण घरी पोहचताच त्याने उलटी केली त्यामुळे सगळा चुना तुपासोबत बाहेर पडला. तब्येत थोडी नरम-गरम झाली खरी, पण त्याचा जीव मात्र वाचला. दुसऱ्या दिवशी ठरल्या वेळेवर हा शिपाई ड्युटी करण्यासाठी हजर झाला. तिथे तर सगळ्यांनाच माहिती होतं की, या शिपायानं काल अर्धा शेर चुना खाल्ला आहे. सारे आश्चर्यचकित होते की, तरीही हा जीवित कसा? अर्धा शेर चुना खाऊनही जिवंत राहिलेल्या शिपायाची बातमी बघता-बघता सर्व राजमहालात पसरली. काही मिनिटांतच ही बातमी खुद्द अकबरापर्यंतही गेली. त्यालाही प्रचंड आश्चर्य वाटलं. त्यानं ताबडतोब त्या शिपायास दरबारात हजर करण्याचा हुकूम दिला. तो समोर हजर होताच अकबरानं तू जीवित रहाण्याचं रहस्य काय, असं त्याला विचारलं. त्या शिपायानंही प्रामाणिकपणे दुकानदारानं सांगितलेली अर्धा शेर तूप पिण्याची आणि नंतर उलटी करून खाल्लेला चुना शरीराबाहेर काढून टाकण्याची युक्ती अकबराला सांगून टाकली. हे ऐकून अकबर त्या दुकानदाराची बुद्धी आणि दूरदृष्टी या दोन्हींवर लट्टू झाला. त्यानं त्या चतुर दुकानदारास फक्त दरबारात बोलावलंच नाही तर, वजीर या पदावर त्याची नियुक्तीही करून टाकली. त्या दुकानदाराचं नाव महेशदास होतं. पण अकबरानं ते बदलून बिरबल (बलवान मेंदूचा माणूस) असं करून टाकलं. इतकंच नाही, तर पुढे एक दिवस अकबरानं बिरबलास राजा या उपाधीनंही सन्मानित केलं.

—तात्पर्य—

अकबराचा हा गुण आपणही शिकण्यासारखा आहे. मित्र, परिवार हे सगळं आपल्या जागी, पण प्रतिभेचा मुद्दा आला, तर कसलाच पक्षपात वा नातेसंबंध असायची गरज नाही. कुठलाही भेदभाव-पक्षपात न करता प्रतिभेचा सन्मान हा व्हायलाच हवा. अकबराप्रमाणेच प्रत्येक व्यक्ती आपल्या जगाचा राजा असतोच. प्रत्येक माणसाची खरंतर ही जबाबदारीच आहे की, जीवनात प्रगती करण्यासाठी त्यानं आपल्याभोवती कुठलाही पक्षपात न करता गुणवान जनांचा समूह जमा करावा. लक्षात ठेवा मित्र आणि परिवार तर सगळ्यांच्याच सोबत असतो. पण जीवनात प्रगती तोच करू शकतो ज्याच्या सभोवताली गुणी, प्रतिभावान व्यक्तींचा गोतावळा असतो. जीवनातलं हे सत्यही लक्षात ठेवा की, दुनियेत कुणीच पूर्ण वा परफेक्ट नसतो. त्यामुळे प्रगती साधण्यासाठी मनुष्याला प्रत्येक क्षेत्रातल्या प्रतिभावान व्यक्तींची गरज ही पडतेच पडते. आता प्रतिभावान व्यक्ती काही झाडावर

उगवत नाहीत किंवा त्यांना पैशांनी प्रभावितही करता येत नाही. ते तर प्रतिभावान व्यक्ती ओळखण्याची नजर आणि त्यांची कदर करणारं हृदय असेल, तरच त्याच्याकडेच प्रतिभावान व्यक्ती आकर्षित होऊ शकतात. त्यामुळे तुम्हालाही जीवनात जर प्रगती करायचीच असेल, तर तशी नजर आणि तसंच हृदय या दोन्ही गोष्टी विकसीत कराव्याच लागतील.

■

कहाणी
१३

मायावी घडा

एक श्रीमंत माणूस होता. त्याच्याकडे पैशाची काहीच कमतरता नव्हती. तरीही व्यवसाय करायचा आणि आणखी पैसा कमवायचा, हा त्याचा छंदच होता. त्याचा हसता-खेळता, सुखी परिवारही होता. पण सगळं काही असूनही तो सुखी मात्र नव्हता. हसणं-गाणं, मौज-मस्ती यापैकी कशाचाच त्याच्या आयुष्याशी दुरान्वयेही संबंध नव्हता. याच गोष्टीमुळे तो नेहमी त्रस्त असायचा. एकदा कुठून तरी एक संन्यासी त्याच्याकडे आला. त्या संन्याशाने तर नुसतं बघूनच ओळखलं की, सगळं काही असूनही हा श्रीमंत माणूस सुखी मात्र नाहीये. तर संधी मिळताच त्या श्रीमंत व्यक्तीनंही स्वतःचं रडगाणं त्या संन्याशाकडे गायलंच. दोन्ही हात जोडून त्या संन्याशाच्या अक्षरशः पायावर लोळण घेत तो श्रीमंत म्हणाला, माझ्याकडे सगळं काही आहे पण जीवनात प्रसन्नता मात्र नाही. काहीही करा महाराज, पण माझ्या जीवनात प्रसन्नता भरा.

त्यावर संन्यासी हसत-हसत म्हणाला की, ते तर माझ्यासाठी एका क्षणभराचं काम आहे. पण त्यासाठी तुला माझी एक अट पूर्ण करावी लागेल. पण बहुधा तुला ते जमणार नाही.

त्यावर तो श्रीमंत व्यक्ती म्हणाला, महाराज तुम्ही हे काय बोलताय? अहो, जीवनात प्रसन्नता प्राप्त करण्यासाठी मी काहीही करू शकेन.

हे ऐकल्यावर त्या संन्याशाने त्याच्या जवळचा एक घडा त्या श्रीमंत व्यक्तीच्या हाती दिला आणि सांगितल की, हा घडा सोन्याच्या मोहरा, हिरे-दागिन्यांनी भरून तू मला दे.

आता त्या श्रीमंत व्यक्तीकडे तर अपार धन होतं. आयुष्यात प्रसन्नता येण्यासाठी घडा भरून सोनं-नाणं दान करण्यामुळे त्याला काहीच फरक पडणार नव्हता. तो घडा घेऊन

धावत गेला आणि दोन्ही हातांनी खजिन्यातल्या सुवर्णमोहरा-दाग-दागिने घेऊन त्याने त्या घड्यात ओतल्या. पण तो घडा काही भरला नाही. काही हरकत नाही. कमी पडलं तर काय झालं, आपल्या खजिन्यात भरपूर संपत्ती आहे. आणखी काही भरूया घड्यात, असा विचार त्या श्रीमंताने केला. मग आणखी चार-पाच वेळा दोन्ही मुठी भरभरून दाग-दागिने, सुवर्णमोहरा त्याने घड्यात ओतल्या. तरीही घडा काही भरला नाही. बघता बघता सगळा खजिना रिता व्हायची वेळ आली, तरीही घडा काही भरेना. घड्याचा हा तमाशा पाहून त्या संन्याशाच्या चेहऱ्यावर मंद हास्य तरळू लागलं होतं, तर दुसरीकडे त्या श्रीमंताची अवस्था मात्र वाईट झाली. काय चाललं आहे, तेच त्याला समजेनासं झालं होतं. पण घडा भरून देण्याचं वचन तर दिलं होतं. ते पूर्ण करायलाच हवं, म्हणून तो आणखी दाग-दागिने, मोहरा त्या घड्यात टाकत राहिला. पण काही केल्या घडा भरायचं नावच घेत नव्हता. अखेर, त्या श्रीमंताकडचं सगळं धन-संपत्ती त्या घड्यात गेली, तरीही घडा रिकामा तो रिकामाच दिसत होता. हे पाहिल्यावर मात्र त्या श्रीमंतानं पुन्हा संन्याशाच्या पायावर लोळण घेतली आणि विचारलं, महाराज हा घडा नेमका बनलाय तरी कशानं? माझं सगळं धन यात भरलं तरीही तो रिकामा तो रिकामाच कसा राहिला?

त्यावर संन्यासी हसत हसत म्हणाला, हा घडा इच्छा आणि महत्त्वाकांक्षेच्या मातीनं बनलेला आहे. तू तुझ्याकडचंच काय, सगळ्या जगातलं धन आणि संपत्ती आणून टाकलीस तरीही हा घडा रिकामा तो रिकामाच रहाणार आहे. तुझी अवस्थाही या घड्यासारखीच झालेली आहे. तुझ्या मन आणि बुद्धीची महत्त्वाकांक्षा इतकी मजबूत झाली आहे की, कितीही पैसा कमावलास तरीही तुझं समाधान काही होत नाहीये. खरंतर जीवन जगण्यासाठी जितकं आवश्यक आहे, त्यापेक्षा किती तरी जास्त तू आधीच कमावलं आहेस. ज्या दिवशी तू या महत्त्वाकांक्षेच्या जाळ्यातून बाहेर पडशील, त्या दिवशी तुझी ही व्यर्थ धावपळही संपेल. तेव्हाच तू या धनाचा स्वतःसाठी आणि इतरांसाठीही सकारात्मक वापर करू शकशील. त्यातून तुला आनंद आणि संतोष या दोन्ही गोष्टी मिळतील.

हे ऐकून तो बिचारा श्रीमंत माणूस खजील होऊन म्हणाला, तुमचं म्हणणं तर मला समजलं पण आता पुढे काय? कारण माझं सगळं धन तर तुमच्या या घड्यानं खाऊन टाकलंय.

त्यावर संन्याशानं हसत हसतच तो घडा उलटा केला. त्याबरोबर त्या श्रीमंत माणसाकडील ज्या सगळ्या चीज-वस्तू त्या घड्यातून बाहेर पडल्या आणि श्रीमंतासमोर त्या वस्तूंचा ढीग लागला. गेलेलं धन परत मिळाल्यावर तो श्रीमंतही आनंदला आणि मग तर त्याचं जीवनच बदलून गेलं. सर्वप्रथम त्यानं आयुष्यातून व्यर्थ व्यावसायिक धावपळ काढून टाकली. मग तो स्वतःसह परिवारावरही मनापासून पैसे खर्च करू लागला. इतकंच

नव्हे, तर जिथे शक्य होईल तिथे मानवतेच्या दृष्टीकोणातून तो दानरुपानं मदतही करू लागला. मग काय? थोड्याच दिवसांत त्याच्या जीवनानं अशी काही कूस बदलली की, तो संतोष आणि आनंदाच्या शिखरावरच जाऊन बसला.

—तात्पर्य—

तुम्हाला समजलं की नाही? तुमच्याही महत्त्वाकांक्षा तुम्हाला अशाच रीतीनं पळवत तर नाहीयेत ना? आणखी धनसंपत्ती मिळवण्याच्या लोभात तुम्ही इतके आंधळे तर झालेला नाहीत ना की, तुमच्याकडे ना स्वतःसाठी वेळ आहे आणि ना कमावलेल्या धनाचा तुम्हाला काही उपयोग होतोय? असं होत असेल, तर आजच स्वतःला सांभाळा. धन ही जीवनातली सर्वाधिक गरजेची गोष्ट असेलही, पण ते तितकंच कमवायला हवं ज्याचा तुम्ही मृत्यूपूर्वी उपभोग घेऊ शकाल. मानवतेच्या दृष्टीकोणातून एखाद्याला मदत करण्याचीही वृत्ती असेल, तर धन कमावण्यात काहीच पाप नाही. अन्यथा फक्त पैसा कमावण्याची आंधळी धावपळ तुम्हाला पैसे मिळण्यासाठी अपार कष्टही उपसायला लावेल आणि सोबत हजारो व्यावसायिक संकटंही झेलायला लावेल. आणि इतके सारे कष्ट उपसून तुम्ही पैसा कमावलातही, तरी त्यातून कुणाला मदत करण्याची भावनाच नसेल तर तो पैसा तुम्हाला तीळमात्रही सुख देणार नाही. त्यामुळे एक क्षणभर थांबा आणि विचार करा, या धावपळीपेक्षा जास्त मूर्खपणाची कुठली अन्य गोष्ट या जगात असेल का?

■

कहाणी
१४

क्रोधाचा फेरा

ही गोष्ट एका मोठ्या कंपनीच्या मालकाची आहे. एक दिवस त्याचं पत्नीशी काही कारणावरून भांडण झालं. पण ऑफिसला जाण्याची घाई असल्यामुळे भांडण अर्धवट ठेवूनच तो घराबाहेर पडला. आता जागा म्हणजे घर जरी त्यानं सोडलं असलं तरी राग मात्र त्यानं सोडलेला नव्हता. पण आता समोर पत्नी नव्हती. मग राग काढायचा कुणावर? त्यामुळे नाईलाजानं तो राग दाबून ठेवत कसा-बसा ऑफिसला पोहोचला. आता तो जरी ऑफिसला पोहोचला, तरीही त्याचं कामात लक्ष लागण्याचा काही प्रश्नच नव्हता. त्याच्या आत कोंडलेला राग सारखा उफाळून येत होता. त्यामुळे संतप्त अवस्थेत तो केबिनमध्ये येरझारा घालत होता. तेवढ्यात साप्ताहिक अहवाल देण्यासाठी मॅनेजर त्याच्या केबिनमध्ये आला. मग काय, त्याला दाबून ठेवलेल्या रागाला वाट फोडण्यासाठी संधीच मिळाली. अहवाल घेऊन आलेल्या मॅनेजरच्या जबरदस्तीनं दोन-चार चुका काढून या व्यावसायिकानं त्याला चांगलंच झापलं. आता मॅनेजरला आपलं नेमकं चुकलं काय, ते काही केल्या समजत नव्हतं. पण मालकासमोर तो बिचारा बोलणार तरी काय? बोलणी खायला लागल्यामुळे आलेला राग कसा-बसा दाबून ठेवत तो केबिनबाहेर पडला.

आता मॅनेजरही रागावलेला तर होताच. मग आपल्या केबिनमध्ये पोहोचताच त्यानं अकाउटंटला बोलावणं पाठवलं. हिशेबाची पानं इकडे-तिकडे करून मॅनेजरनं त्याला चार गोष्टी सुनावल्या. ते ऐकून अकाउटंटलाही भयंकर राग आला. तो आपल्या जागेवर जाऊन बसला आणि त्यानं शिपायाला बोलावलं. आता शिपायाला चार गोष्टी ऐकवायला काही निमित्ताची काय गरज? त्या अकाउटंटनं शिपायाची निष्कारण चांगलीच खरडपट्टी काढली. शिपायानंही ऑफिसात तर अपमानाचा तो कडू डोस गिळला. पण घरी गेल्यावर तो राग आपल्या पत्नीवर काढला. त्यामुळे पत्नीचंही डोकंच फिरलं. तिनं घराबाहेर जाऊन

शांतपणे खेळणाऱ्या मुलांवर राग काढला. मुलांना काहीच समजेना. पण ओरडून आई निघून गेल्यावर त्यांनी आपसात हाणामारी सुरू केली आणि तिचं रुपांतर मग शेजारच्या गल्लीतल्या मुलांबरोबर मारामारीत झालं... म्हणजे, सकाळी कंपनीचा मालक आणि त्याची पत्नी यांच्यात अर्धवट राहिलेलं भांडण अशा रीतीनं मुलांच्या हाणामारीने संपलं.

—तात्पर्य—

आता जरा तुमच्याही आयुष्याकडे बघा. तुम्हीसुद्धा तुमचा राग तुमच्या प्रियजनांवर काढता किंवा मग तुमच्यापेक्षा कमकुवत असलेल्यांवर. आता राग हा दाबलेल्या अवस्थेत राहूच शकत नाही. प्रत्येकजण आपल्यापेक्षा ज्येष्ठ-श्रेष्ठ असलेल्यांमुळे आलेला राग कनिष्ठांवर काढतोच. किंवा मग प्रियजन, नातेवाईक त्या रागाचे शिकार ठरतात. त्यामुळे सायकॉलॉजिकली समजूतदारपणा तर यातच आहे की, उद्या तुमच्यावर कुणी अशा प्रकारे राग काढू लागला, तर तुम्ही वाईट वाटून घेऊ नका वा त्या व्यक्तीला वेडाही समजू नका. त्यापेक्षा तुम्ही त्याच्या जवळचे आहात म्हणून तो असं वागतोय असं समजा. बिचारी ती व्यक्ती संकटसमयी आपल्या प्रियजनांना त्रास देणार नाही तर काय परक्यांना त्रास देणार?

■

निरक्षर श्रीमंत

एक निरक्षर, अडाणी असा श्रीमंत होता आणि तो मुंबईत रहात होता. एके दिवशी त्याला व्यावसायिक बैठकीसाठी कोलकात्याला जायचं होतं. त्यानं प्रवासाची सारी तयारी एक दिवस अगोदरच करून ठेवली होती. पण झालं असं की, जाण्याच्या आदल्या रात्री या महाशयांच्या जुन्या आणि अत्यंत विश्वासू वॉचमनला एक स्वप्न पडलं. स्वप्नात त्यानं पाहिलं की, ही श्रीमंत व्यक्ती ज्या विमानानं कोलकात्याला जाणार होती, त्या विमानाला अपघात झाला. या स्वप्नामुळे चिंतीत झालेल्या या वॉचमननं ही गोष्ट जाऊन या श्रीमंत व्यक्तीच्या पत्नीला सांगितली आणि काहीही झालं तरी शेठजींना या विमानाने जाऊ देऊ नका, अशी विनवणीही केली. आता शेठजींना जाणं रद्द करण्याची अजिबात इच्छा नव्हती, पण पत्नीसमोर त्यांची तरी काय मात्रा चालणार होती?

असो. तिकडे खरोखरच त्या कोलकात्याला जाणाऱ्या विमानाला अपघात झाला आणि त्यातून प्रवास करणारे सगळेच्या सगळे प्रवासी मृत्युमुखी पडले. शेठजींच्या पत्नीनं मग त्या वॉचमनचे फक्त आभारच मानले नाहीत, तर त्याला भरघोस बक्षीसही दिलं. आता त्यानं कामच तसं केलं होतं ना? पण हा सगळा कौतुकसोहळा सुरू असताना शेठजींनी मात्र या वॉचमनला नोकरीवरून काढून टाकलं. त्याचं कारण काय, असं पत्नीनं विचारलं असता शेठजी म्हणाले की, त्यानं स्वप्न बघणं आणि ते सत्य होणं हा योगायोगाचा भाग झाला. पण मुख्य आणि सगळ्यात महत्त्वाचा मुद्दा म्हणजे, हा वॉचमनचं काम करताना झोपतोच कसा? उद्या आपल्या घरावर दरोडा पडला आणि हा झोपूनच राहिला तर त्याच्या असण्याचा आपल्याला काय उपयोग? आता शेठजींचं हे बोलणं एकदमच तर्कसंगत होतं. त्यामुळे वॉचमनबद्दल लाख सहानुभूती असली, तरीही शेठजींची पत्नी त्या वॉचमनसाठी काहीच करू शकली नाही.

—तात्पर्य—

जीवनात कितीही खाली-वर नेणाऱ्या घटना घडू दे, कितीही आनंदाची वा दुःखाची बातमी समजू दे... मनुष्यानं त्यात गुंतून आपली सारासार बुद्धी हरवण्याचं कारण नाही. परिस्थिती कशीही आली, झाली तरी मनुष्यानं बेसिक गोष्टींवरून नजर हटवता कामा नये. आता या गोष्टीतले शेठजी मृत्युच्या जबड्यात जाता-जाता राहिले, तरीही त्यांची सारासार बुद्धी मात्र जागेवरच होती. त्यामुळेच वॉचमनचं स्वाभाविक काम काय, हे त्यांच्या पक्कं लक्षात होतं. सर्वसामान्य माणसाची अवस्था मात्र अशी होऊन जाते की, यश-अपयशामुळे होणाऱ्या आनंद आणि दुःखात तो गुरफटून जातो. इतका की, बाकीच्या सर्व गोष्टींवरून त्याची नजर हटूनच जाते. आयुष्यात मनुष्य मोठ-मोठ्या संकटांमध्ये फसण्याचं हे एक महत्त्वाचं कारण असतं.

■

संन्याशाचं ज्ञान, प्राण्याचे गेले प्राण

एक अठ्ठेचाळीस पायांचा प्राणी होता. तो स्वतःच्याच तालात चालत असे आणि त्याची चालही होती खुशालचेंडू. जिकडे वाटेल तिकडे जाईल अशा प्रकारची. अनेकदा तो एखाद्या मदमस्त हत्तीप्रमाणे आपल्याच लयीत चालत असे, तर कधी गरजच पडली तर धावतही असे. अठ्ठेचाळीस पाय, खुशालचेंडू चालणं आणि गती या सगळ्या गोष्टींमुळे तो जंगलातल्या जनावरांमध्ये चांगलाच लोकप्रियही झाला होता. पण एक दिवस बसल्या-बसल्या त्याच्यावर एक संकट कोसळलं. म्हणजे झालं असं की, त्या दिवशी एक संन्यासी त्या जंगलातून जात होता आणि नेमका हा अठ्ठेचाळीस पायांचा प्राणीही तिथूनच जात होता. आता संन्यासी म्हणजे ज्ञानी असा पूर्वापार समज आहेच. कुठल्याही विषयावर किंवा कुणी विचारो वा न विचारो, ज्ञानाचं प्रदर्शन केलं नाही तर तो संन्यासी कसला? तुमच्यात दहा ठिकाणी खोट काढली नाही, तर तो संन्यासी कसला? आणि आता हा संन्यासीही त्याला अपवाद तर नक्कीच नव्हता.

आता काही काळ हा संन्यासी त्या अठ्ठेचाळीस पायांच्या प्राण्याकडे बघतच राहिला, कारण असा प्राणी त्याने आजवर कधी पाहिलाच नव्हता. हा प्राणी पाहून तो प्रभावितही झाला. पण मी म्हणालो ना, अगदी परफेक्टमध्ये परफेक्ट गोष्ट असेल, तरीही त्यात काही खोट काढलीच नाही, तर तो संन्यासी कसला? आणि संन्याशांचा रुबाबच तर या खोट काढण्यामुळे टिकून असतो. त्यांची दुकानदारीच या गृहितकावर चालते की, ते सांगतायत तेच सगळं बरोबर आणि बाकी सगळे चूक. त्यामुळे या सवयींचा गुलाम झालेल्या त्या संन्याशानं काही काळ या अठ्ठेचाळीस पायांच्या प्राण्याचं निरीक्षण केल्यावर हाक मारून

त्याला थांबवलं. सर्वसामान्य माणसाप्रमाणेच या प्राण्यानंही संन्याशाला पाहिल्यावर... तो नतमस्तक झाला. आशीर्वाद देताना संन्यासी त्याला म्हणाला, अरे तू तर धुंदीत किंवा बेशुद्धीत चालत असल्यासारखा चालतोस. प्रत्येक गोष्टीची शुद्ध असणं खूप गरजेचं असतं. तुला या गोष्टीकडे लक्ष द्यायला हवं की, तुझा कुठला पाय कधी वर जातो आणि कुठला पाय कधी जमिनीवर येतो. या क्रियेवर तू ताबा मिळवायला हवा. अन्यथा ही बेशुद्धी तुझा एक दिवस सर्वनाश करेल.

बिच्चारा तो प्राणी. त्याने लगेच स्वतःच्या पायांकडे पहायला सुरुवात केली. संन्यासी सांगतोय ते बरोबरच आहे, असं त्याला वाटलं. तो चालत तर होता, पण कधी कुठला पाय उचलला जातोय याची त्याला शुद्धच नव्हती. मग त्या क्षणापासून तो कधी कुठला पाय जमिनीवरून उचलला जातोय आणि कुठला टेकला जातोय याबाबत स्वतःलाच सूचना देऊ लागला. पण झालं असं की, त्याच्या सूचनांनुसार पाय जमिनीवरून उचलले आणि जमिनीवर टेकले जाऊ लागले खरे, पण कितीही प्रयत्न केले तरी तो चालू काही शकत नव्हता. एकाच जागी त्याची ही वळवळ चालली होती. तो तर जणू कामालाच लागला... तासनूतास प्रयत्न केले तरी त्याला पुढे काही सरकता येईना. संन्यासी मात्र या

सगळ्याची पुरेपूर मजा घेत होता... मग त्या प्राण्याची बुद्धी ठिकाणी आली. त्यानं विचार केला, खड्ड्यात गेली ती शुद्ध. जेव्हा सगळं काही आपोआप नीट चालतंय, तर मी कशाला प्रयत्न करू? पण, प्रयत्न तर प्रयत्नच असतात. काही तास हालचालींवर नियंत्रण मिळवण्याचे प्रयत्न करत राहिल्यामुळे हा प्राणी त्याची नैसर्गिक चालच विसरून गेला. म्हणजे पायांना हालचालींच्या सूचना देत त्याला चालता तर येत नव्हतंच आणि आता नैसर्गिक चालही विसरून गेल्याने तो जागच्या जागीच स्थिर झाला. आता काय करायचं, याची त्याला चिंता वाटू लागली. अखेर निरुपाय होऊन तो संन्याशाकडे वळला. त्याची मदत मागताना या प्राण्यानं, आता मी काय करू असं संन्याशाला विचारलं. पण आता यात संन्यासी काय करणार? त्याचं काम होतं ज्ञान देणं, ते काम त्यानं करून टाकलं होतं. आता फसलात, तर त्याचं कारण तुमचं पूर्वजन्माचं कर्म आडवं आलं. मग काय अठ्ठेचाळीस पायांच्या या प्राण्याला त्याच्या गतजन्माच्या कर्मांबद्दल दूषणं देत संन्यासी त्याच्या मार्गानं पुढे निघूनही गेला. हा प्राणी पुढे कित्येक वर्षं त्याच ठिकाणी तसाच राहिला. तो चालू शकला नाही तो नाहीच... अखेर त्याच जागी तो मृत्युमुखीही पडला.

—तात्पर्य—

आपल्या आयुष्यातही तमाम ज्ञान आणि प्रयत्नांची अवस्था ही अशीच होते आहे. हे तर बरं झालं की अद्याप एखाद्या तथाकथित ज्ञानी व्यक्तीनं मनुष्याला श्वास कसा घ्यायचा हे शिकवलं नाही किंवा हवेतून ऑक्सिजन गाळून बाजूला कसा करायचा याचं ज्ञान दिलेलं नाही. बरं झालं या विषयावर कुणी शास्त्रं लिहिली नाहीत. अन्यथा या शास्त्रांनुसार क्रिया करण्याच्या प्रयत्नांत हजारो मनुष्यांचं जीवनच संपून गेलं असतं आणि त्याचं खापर त्यांच्या गतजन्माच्या कर्मांवरच फोडलं गेलं असतं.

खरंतर समस्या ही आहे की, ज्ञानी असल्याचा दावा खूप जण करतात. पण त्यातल्या अनेकांना निसर्गाच्या ऑटोमेशनलाच समजून घेता आलेलं नसतं. आणि सत्य तर हेच आहे की, हे ऑटोमेशन हेच सगळ्यात पक्कं, मोठं आणि उपयुक्त ज्ञान आहे. क्रिया मनुष्याच्या असोत वा निसर्गाच्या, जनावरांच्या असो की झाड-फुलांच्या... या सगळ्या गोष्टी इतक्या ऑटोमेटिक आणि नैसर्गिक आहेत की, बाहेरून घेतलेलं ज्ञान त्यात बाधा आणतं. अनावश्यक ठिकाणी ज्ञान देण्या-घेण्याची ही जी स्पर्धा लागली आहे, त्यानं मनुष्याचं हसूच हिरावून घेतलंय. याच एका कारणामुळे मनुष्य सुख आणि यशापासून इतका दूर आहे. अन्यथा सुख आणि यश हा तर प्रत्येक मनुष्याचा जन्मसिद्ध अधिकारच आहे.

■

कहाणी

१७

टॉलस्टॉय, एक खरे शिक्षक

एके दिवशी एक व्यक्ती लिओ टॉलस्टॉय यांच्याकडे आली. येताच त्याने अगदी नाट्यमय पद्धतीनं टॉलस्टॉय यांना सांगितलं की, तुमचा एक अतिशय खास मित्र तुमच्याबाबत काही तरी सांगत होता. त्याला वाटलं की, टॉलस्टॉय लगेच विचारतील की, काय म्हणत होता ते सांग. पण असंच म्हणाले असते, तर ते टॉलस्टॉय कसे झाले असते? ती उंची कशी गाठू शकले असते? त्यामुळे त्यांनी अगदी शांतपणे त्या व्यक्तीला विचारलं, तुम्ही जे सांगू इच्छिताय ते माझ्या काही कामाचं असेल तर सांगा. ती गोष्ट मला एखादी नवीन वाट दाखवणारी असेल तर जरूर सांगा. त्या गोष्टीमुळे कुणाचं हित होणार असेल, तर मग ती गोष्ट अगदी सत्वर सांगा. पण या तिन्हीपैकी काहीच त्या गोष्टीमुळे शक्य होणार नसेल, तर ती गोष्ट एकून घेण्यात मला काहीच स्वारस्य नाही. टॉलस्टॉय यांनी जे काही म्हटलं, ते खरोखर खूपच योग्य होतं. कुठलीही गोष्ट जाणून घेण्यासाठी ही तीनच कारणं असू शकतात. पण तुम्ही नसती पंचायत ते जिज्ञासा अशा हजारो कारणांमुळे कुठलीही गोष्ट जाणून घेण्यासाठी उत्सुक असता. त्रिगुणी मायेच्या कक्षेबाहेर जाण्याच्या अशाच प्रयत्नांचा दंड तुम्हाला दररोज भरावा लागतो आहे.

—तात्पर्य—

तुम्ही कधी विचार केलात का? का एखादी व्यक्ती असं यश मिळवू शकते की ती आणि तिचं कार्य हजारो वर्षं सगळ्यांच्या लक्षात रहातं? बाकीच्यांना तर मृत्युनंतर त्यांचे चाहतेही काही दिवसांतच विसरून जातात. तर त्याचं सरळ कारण हे आहे की, मनुष्यजीवन वेळ आणि ऊर्जा यांचा खेळ आहे. प्रत्येकाकडे 80-100 वर्षांचा काळ तर असतोच. यशस्वी आणि ऐतिहासिक मानल्या जाणाऱ्या व्यक्ती वेळ आणि ऊर्जा यांचा अपव्यय करत

नाहीत. याउलट आपण मात्र कधीच वेळ आणि ऊर्जा यांचा सदुपयोग करत नाही. आपण आजीवन बिनकामाच्या गोष्टी आणि बिनकामाची कामंच करत रहातो. समजूतदार असाल, तर हा इशाराच पुरेसा आहे.

■

कहाणी
१८

सिंहाची भाषा शिकणं कधी सोडाल

– बुद्ध

मी बुद्ध. सुमारे 2500 वर्षांपूर्वी नेहमी एक गोष्ट सांगत असे. कारण जिथे कुठे मी जात होतो, तिथले लोक माझी इच्छा नसली, मी नको म्हटलं तरीही धर्म आणि ईश्वराबाबत विचारल्याशिवाय थांबतच नव्हते. आता ज्या ईश्वराबाबत ते मला विचारत, त्याच्या अस्तित्वालाच मी मानत नव्हतो. मग मी उत्तर तरी काय देणार? त्यामुळेच वारंवार धर्म आणि ईश्वराबाबत विचारलं गेलं की, मी एक गोष्ट सांगू लागलो. आज तीच गोष्ट मी तुम्हालाही सांगणार आहे.

एके दिवशी एक बुद्धिवान व्यक्ती कुठून तरी सिंहाची भाषा शिकून आली. आता जर भाषा शिकलीच आहे, तर मग सिंहाशी बोल-चालही करायलाच हवी. मग तो सरळ जंगलात गेला आणि दिसेल त्या प्रत्येक सिंहाला विचारू लागला, बंधो तुझा धर्म काय आहे? तू कुठल्या ईश्वराला मानतोस? आता हे सगळे शब्दच सिंहांसाठी नवीन होते. मग ते उत्तर तरी काय देणार? त्यामुळे ती व्यक्ती पुरती निराश झाली. तिनं इतकी वर्षं सिंहांची भाषा शिकून घेण्यासाठी कष्ट केले होते. ही भाषा शिकल्यामुळे त्या व्यक्तीला सिंहांचं जीवन आणि त्यांची मानसिकता याबाबत जाणून घेता येणार होतं. पण आतापर्यंत 25-30 सिंहांना प्रश्न विचारूनही त्याला काहीच समजलं नव्हतं. शेवटी धीर संपल्यामुळे त्यानं एका सिंहाला सरळ प्रश्न केला की, तुमच्यामध्ये कुणीच असा बुद्धिवान नाही जो मला धर्म आणि ईश्वराबाबत काही सांगू शकेल? त्यावर तो सिंह म्हणाला की, आमच्यातलं तर कुणी नाही सांगू शकणार. पण तू आमच्या राजाकडे जा. कदाचित राजा तुझ्या शंकांचं समाधान करू शकेल. कारण आमच्या मते आमच्या सगळ्यांत सर्वाधिक हुशार तर तेच आहेत.

हे ऐकून त्या व्यक्तीच्या मनात आशा निर्माण झाली. मग ती व्यक्ती सरळ सिंहांच्या राजापुढे गेली आणि धर्म तसंच ईश्वराबाबत अन्य सर्व सिंहांना विचारलेलेच प्रश्न राजालाही विचारून टाकले. त्याच वेळी बाकीचे सिंह काय कमालीचे आहेत, एकालाही आपला धर्म आणि ईश्वराबद्दल काहीच माहिती कशी नाही, असं आश्चर्यही व्यक्त केलं.

सिंहांचा राजा खरोखरच हुशार होता. तो त्या व्यक्तीचे प्रश्न आणि त्याचे हाव-भाव पाहून जोरजोरानं हसू लागला. मग हसत-हसतच म्हणाला, कुठलाच सिंह तुमच्या प्रश्नांची उत्तरं देऊ शकला नाही, कारण त्यांना एक गोष्ट समजावून देण्यात आली आहे. ती म्हणजे, बुद्धीचा वापर गरजेपेक्षा जास्त करणं टाळा. गरज पडेल तेव्हा तितक्याच बुद्धीचा वापर करा. सर्वसामान्य परिस्थितीत आम्हाला बुद्धीचा वापर करण्याची गरज पडतही नाही. निसर्गानं आम्हाला जे आणि जसं काही घडवलं आहे, त्यात आम्ही संतुष्ट आहोत. आम्ही आमचं जीवन जगतो आणि सुखातही रहातो. त्यामुळे ना आम्हाला धर्माची गरज लागते ना कधी ईश्वराची आवश्यकता भासते. मी तर असंही ऐकलं आहे की, एक मनुष्य सोडला तर बाकी सर्वच प्राणी निसर्गानं त्याला जसं घडवलं आहे, त्यात संतुष्टही आहेत. आमचे पूर्वज तर असंही सांगायचे की, मनुष्य त्याच्या अस्तित्वाबद्दल संतुष्ट नाही. त्यामुळेच त्यानं धर्म आणि ईश्वर अस्तित्वात आणले आहेत. बाकी कुठल्याच प्राण्यांना तर धर्म आणि ईश्वराबाबत जाणून घेण्याची गरजही वाटत नाही.

खरं सांगायचं तर, तुम्ही मनुष्यप्राणी बुद्धीचा जरा गरजेपेक्षा जास्तच उपयोग करता. त्यामुळेच सहजसोपं नसलेलं, जटील आणि कृत्रिम, बनावटी वाटावं असं आयुष्य तुम्हाला जगणं भाग पडतं. मग असं क्लिष्ट आयुष्य जगावं लागलं की, इकडे-तिकडे आधार शोधत फिरता. धर्म निर्माण करता, ईश्वराचा शोध घेता. त्यातूनच तुम्ही स्वतःलाच त्रास वाढवून घेता. तुम्हाला हे समजत का नाही की, निसर्गानं जसं जीवन दिलं आहे, ते सहजपणे घेत तुम्ही जगावं? अरे, ईश्वराचं सगळ्यात मोठं वरदान म्हणजे जीवनच तर आहे. जीवन हाच धर्म आहे. ज्याला जसं मिळालं, त्यानं ते तसं जगावं. निष्कारण बुद्धी चालवून धर्म आणि ईश्वराचा शोध घेत का फिरता? जीवन चांगल्या रीतीनं जगणं आणि आपली जी स्वाभाविकता आहे ती तशीच राखण्यातून धर्म आणि ईश्वर दोहोंची प्राप्ती होण्यासारखंच आहे. त्यामुळे हे बंधो, तू काहीही म्हण, आम्हा सिंहांना तुमचं काही समजतच नाही. आता हेच बघा ना, तुम्ही माणसं आम्हाला पिंजऱ्यात बंद करून प्राणीसंग्रहालयात ठेवता. आमची चाल, ऐट बघण्यासाठी जंगलातही येता. पण, कधी कुठला सिंह मनुष्याला बघण्यासाठी शहरात आला आहे का? का नाही आला? तर आम्हाला मनुष्यासारखा दुःखी प्राणी बघण्यात काहीच स्वारस्य नाही. इतकं की, आमच्या जिवावरच बेतत नाही, तोपर्यंत तर आम्हाला मनुष्याची शिकार करणंही पसंत नाही. कारण आम्हाला भीती वाटते. कदाचित

त्याची मृत झालेली बुद्धी आमच्याही डोक्यात धर्म आणि ईश्वराचं भूत तर घुसवून देणार नाही ना? मग आमचं सहजसोपं जीवन उगाचच क्लिष्ट होऊन जाईल... नको रे बाबा नको... आम्हाला माफच करा!

—तात्पर्य—

सिंहानं त्या बुद्धीवान व्यक्तीला जे सांगितलं, तेच मलाही तुम्हाला सांगायचं आहे. सगळ्या चर्चा करा पण धर्म आणि ईश्वराबाबत नका बोलू... तुमचा आणि माझा असा दोघांचाही वेळ बहुमूल्य आहे. आज आपण जिथे जगतोय तिथल्या हजारो गोष्टी अजून जाणून आणि समजून घ्यायच्या आहेत. आधी त्याकडे लक्ष देऊ, त्या शिकून घेऊ. हे समजून घ्या की, धर्म आणि ईश्वर ही त्यांचीच आवश्यकता असू शकेल, ज्यांनी जीवनातल्या सामान्य समस्यांवर मात केली आहे.

■

कहाणी

१९

हीनपणा खेळणं बनवते

एके दिवशी एका छोट्या मुलानं वडिलांना विचारलं की, बाबा... मी खेळायला जाऊ का?

त्यावर वडील म्हणाले, मी तर कधीच तुला खेळायला जाऊ नकोस असं म्हणत नाही. खेळणं मुलांच्या आरोग्यासाठी चांगलंच असतं. पण हो, कदाचित तुझ्या आईला तू खेळायला जाऊ नयेस असं वाटू शकेल.

हे ऐकून तो मुलगा दुःखी झाला. तो विचार करू लागला की, हा आई नावाचा अभेद्य दरवाजा कसा भेदता येईल? बाबांनाही हीच चिंता सतावू लागली. पण त्याच वेळी त्यांना आपल्या पत्नीतल्या एका न्यूनगंडाची आठवण झाली. मग चुटकी वाजवत त्यांनी मुलाला सांगितलं की, तुझं काम झालं. तू फक्त इतकंच कर की, आईला जाऊन सांग... मला खेळायला जायचं आहे आणि बाबा मला जाऊ देत नाहीयेत.

बाबा काय सांगतायत, ते मुलाला फारसं समजलं नाही. पण बाबा सांगतायत तर ते करून तर बघायलाच हवं ना? आणि खेळायला तर असंही जायला मिळतच नाहीये. मग बाबांनी सांगितलेली युक्ती करून बघायला काय हरकत आहे? त्यातून काय वाईट होणार आणि नुकसान तरी काय होणार, असा विचार करून तो मुलगा रडत-रडतच आईकडे गेला आणि बाबांनी जे बोलायला सांगितलं होतं, त्याचा पाढा त्यानं आईपुढे वाचला... त्याचं बोलणं ऐकून आईला एकदम राग आला. तावातावानं ती म्हणाली, जा. तू नक्कीच खेळायला जा. बघेतच मी, तुझे बाबा कसं थांबवतात तुला... बघितलंत, आईमध्ये दबलेली इन्फिरिअरिटी कशी सुपिरिअरिटी बनून बाहेर आली... बाबा आणि मुलानं एकत्र येऊन तिचं पार खेळणंच करून टाकलं.

—तात्पर्य—

हीनता किंवा न्यूनगंडाचा अर्थच हा की, मनुष्याला स्वतःमध्ये काही कमतरता असल्यासारखं वाटणं. त्यालाच इन्फिरिअरिटी कॉम्प्लेक्स असंही म्हणतात. हे पण समजून घ्या की, मनुष्याला त्याच्यामध्ये ज्या गोष्टीची कमतरता आहे असं वाटतं, त्याच्या बरोबर उलट तो बाहेर वागतो. हुशारी दाखवण्याचा प्रयत्न करतो वा तो न्यूनगंड दूर होण्यासाठी हात-पाय मारत राहातो. यालाच आपण सुपिरिअरिटी कॉम्प्लेक्स या नावानं ओळखतो. इथे दोन गोष्टी समजून घ्यायच्या आहेत. त्या म्हणजे, प्रत्येक सुपिरिअरिटी ही प्रत्यक्षात मनुष्यात लपलेल्या इन्फिरिअरिटीची माहिती देत असते. दुसरी गोष्ट म्हणजे इन्फिरिअरिटी वा सुपिरिअरिटी या दोन्हीपैकी कशाच्याही आधारे मनुष्याने आपली प्रतिमा भासवण्याचा प्रयत्न केला, तरी प्रत्यक्षात या दोन्ही गोष्टी त्याला दुसऱ्यांच्या हातातलं खेळणंच करून टाकतात.

■

कहाणी
२०

फकिरानं दिलेला बहुमोल धडा

चीनमधील महान सायकॉलॉजिस्ट लाओत्से यांच्या जीवनातला हा किस्सा आहे. मनुष्याच्या जीवनाशी संबंधित गोष्टींवर त्यांची जबरदस्त पकड होती. त्यामुळे लवकरच त्यांचं नाव चहूदिशांना पसरलं. लांबून-लांबून लोक त्यांच्याकडे ज्ञानप्राप्तीसाठी येऊ लागले. मात्र, ज्ञान देण्याची लाओत्से यांची जी पद्धत होती, ती काहीशी विचित्र होती. काही जणांना ती समजत असे, तर काही जणांना अजिबातच समजत नसे. पण या सगळ्यानंतरही त्यांची ख्याती मात्र वाढतच चालली होती... मग त्यांचं नाव एके दिवशी राजाच्याही कानावर पडलं. राजानं विचार केला, जर हे इतके महान फकीर आहेत आणि संपूर्ण राज्य त्यांचा लाभ घेतोय, तर मी मागे का राहू?

मग काय, एके दिवशी राजा त्याच्या सगळ्या लवाजम्यासह लाओत्से यांच्या दारी दाखल झाला. त्या वेळी लाओत्से त्यांच्या बागेत खड्डा खणत होते. राजाने ताबडतोब त्याच्या आगमनाची सूचना लाओत्से यांना देण्यासाठी शिपायांना पिटाळलं. राजाला वाटत होतं, आपण स्वतः आल्याची बातमी मिळताच लाओत्सेंना अत्यानंद होईल. पण तसं काहीच झालं नाही. राजा आल्याची बातमी लाओत्सेंना देऊन शिपाई परतले, तरीही लाओत्से शांतपणे खड्डाच खोदत होते. ते पाहून राजाला क्षणभर आश्चर्य आणि आपल्या नोकर-चाकरांसमोर अपमानित झाल्यासारखंही वाटलं. पण त्याने संयम ठेवला. तो बागेबाहेर जोरजोरात येरझरा घालू लागला. तिकडे लाओत्से त्यांचं काम शांतपणे करतच होते. आणखी काही वेळ गेला, तरी लाओत्से काही राजाकडे आले नाहीतच. आता मात्र राजाला संताप आला. हा फकीर आहे की वेडा? एखादं विशेष काम करत असता, प्रार्थना-उपासना करत असता तर मी समजू शकलो असतो. पण हा तर फक्त एक खड्डा खोदतोय आणि त्यासाठी यानं मला ताटकळत ठेवलंय... परत निघून जावं असा विचारही राजाच्या मनात

तरळून गेला. पण त्यानं पुन्हा विचार केला की, आता इतक्या दूरवर आलोच आहे तर भेटूनच जाऊ. या सगळ्या बेचैनीमुळे त्याच्या येरझऱ्यांचा वेग मात्र आणखी वाढला होता.

लाओत्सेही अगदी पक्के फकीरच. खड्डा खोदण्याचं त्यांचं काम त्याच तल्लीनपणे सुरू होतं. पण वेळ जाऊ लागला तसा राजाच्या संतापाचा पाराही चढू लागला. त्याला परत जायचंही होतं पण जिज्ञासेनं आता त्याच्यावर पकड मिळवली होती. लाओत्से असं का वागतायत, हे जाणून घेतल्याशिवाय त्याला परत जायचंच नव्हतं. राजा आला तर होता ज्ञान घेण्यासाठी, पण ज्ञान देणाराच त्याला वेडा वाटू लागला होता. त्यामुळे ज्ञानार्जनातली त्याची रुची कायम रहाण्याचा खरंतर प्रश्नच नव्हता. आता तर तो फक्त हे जाणून घेण्यासाठी बेचैन झाला होता की, हा फकीर हे सगळं का करतो आहे? राजा या सगळ्या विचारचक्रात गुरफटलेला असतानाच तिकडे लाओत्से मात्र आपलं काम पूर्ण करून राजाजवळ आले. येताच त्यांनी राजाचं दिलखुलास स्वागत केलं, प्रतीक्षा करायला लागल्याबद्दल दिलगिरी व्यक्त केली आणि आत चला, आरामात बसा असंही सांगितलं.

पण राजाला राग आला होता. त्याने लाओत्सेंच्या आग्रहाकडे सरळ दुर्लक्षच केलं. उलट तिथेच उभ्या-उभ्या त्यानं आपल्या क्रोधाचा मारा लाओत्से यांच्यावर सुरू

केला. तो म्हणाला, मी आलो तर होतो तुमच्याकडून ज्ञान मिळवायला. पण त्याची गरज वाटत नाही. मला फक्त एक सांगा, हे साधं काम करत असताना तुम्ही मला इतका वेळ वाट का बघायला लावलीत?

हा प्रश्न ऐकताच क्षणभरासाठी लाओत्से यांनी थेट राजाच्या डोळ्यांत निरखून पाहिलं. मग ते एकदम हसत-हसत म्हणाले, प्रश्न कार्य मामुली की विशेष असा असेल, तर कुठलंच कार्य हे कधीच मामुली नसतं. आणि प्रश्न ज्ञान ग्रहण करण्याचा असेल, तर ते ग्रहण करण्याची इच्छा तुम्हाला असो वा नसो, माझ्याकडून मात्र मी ते देऊनही टाकलंय.

देऊन टाकलंय? आता मात्र राजाला आश्चर्याचा धक्काच बसला. अरे, काही संभाषणही झालेलं नाही. मी काही विचारलेलंही नाही आणि हा फकीर खुशाल सांगतोय की, मी ज्ञान देऊनही टाकलंय? हा खरंच वेडा असावा... तरीही राजाची उत्सुकता एव्हाना जागी झालेली होती. राजा असाही विचार करू लागला होता की, हा फकीर वेडा आहे की तो वेडाचं सोंग घेतोय? कारण सगळं गाव या फकिराकडे जबरदस्त आदरभावानं बघत असेल, तर सगळं गाव काही वेडं असू शकत नाही. अर्थात असूही शकेल म्हणा, मनुष्याचा काय भरवसा? त्यामुळे आता याचा फैसला तर करावाच लागेल की, लाओत्से वेडा आहे की पूर्ण गावच वेडं आहे की, दोघेही वेडे आहेत की, या दोघांपैकी कुणीच वेडं नाही... त्यामुळे या सगळ्या विचारांच्या जाळ्यातून बाहेर पडण्यासाठी आता राजानं अत्यंत गंभीरपणे लाओत्सेंना विचारलं, सांगा पाहू तुम्ही मला काय ज्ञान दिलंत? मी आलो तेव्हापासून तुम्ही खड्डाच तर खोदताय.

त्यावर लाओत्से खूपच करुणापूर्ण आवाजात म्हणाले, महाराज, इथेच तर तुम्ही चुकलात ना. तुम्ही लक्षपूर्वक पाहिलंच नाहीत. खरंतर मी खड्डा खोदतच नव्हतो. त्यादरम्यान खड्डा खोदण्याची क्रिया झालो होतो. तुम्ही फक्त माझी खड्डा खोदण्यातली तल्लीनता पाहिली असती, तरी सगळं काही शिकला असता. कारण आयुष्यात अशी तल्लीनता आणि समरसता सोडली, तर शिकण्यासारखं बाकी काहीच नाही.

—तात्पर्य—

तुम्हाला जीवनात मोठं यश मिळवायचं असेल तर, कार्य आणि क्रिया यांचा परस्पर संबंध नीट समजून घ्या. कुठल्याही कार्यात दोन गोष्टी असतात. एक म्हणजे कार्य करणारा आणि दुसरी म्हणजे त्याच्याकडून होणारी क्रिया. याला निसर्गाच्या त्रिगुणी मायेच्या आधारे त्रिभाजित करायचं तर, बहुतेक वेळा कार्य करणारा तर असतो पण त्याचं क्रियेकडे अजिबात लक्ष नसतं. बहुतांश लोक या श्रेणीत येतात. त्यामुळे जीवनातल्या कुठल्याच कार्याचं फळ त्यांना मिळत नाही. दुसऱ्या श्रेणीतले लोक कार्य करणारा आणि क्रिया या

दोन्ही गोष्टी वेगवेगळ्या असल्याचं जाणतात. त्या हिशेबानंच ही लोकं कार्य करतात. मग अशा दहा हजार लोकांमध्ये एखादा यशस्वी ठरतो. पण लाखात एखादी अशीही व्यक्ती असते की, जी कार्य इतक्या समरसतेनं करते की, फक्त कार्य उरतं आणि कार्य करणारा जणू गायबच होतो. या श्रेणीतले लोकच ऐतिहासिक असं यश मिळवू शकतात. सांगायचा मुद्दा काय तर, नृत्य तर दिसतं पण नर्तकाकडे लक्षच जात नाही, लक्ष फक्त अप्रतिम नृत्याविष्काराकडे लागून रहातं, तेव्हाच चमत्कार होतो. तर तुम्हीही ही कला शिकून घ्या. मग आयुष्यात ऐतिहासिक यश मिळालं नाही तर सांगा...

■

हा कसला धडा?

एक अत्यंत शिस्तप्रिय आई होती. तिला एक नऊ वर्षांचा मुलगा होता. आईला आपल्या मुलाला खूप मोठा झालेला बघायचं होतं आणि हाच तिच्या आयुष्याचा उद्देश होता. त्यामुळे ती मुलावर खूपच करडी नजर ठेवत असे. मुलाची क्षुल्लक चूकही तिला सहन होत नसे. एके दिवशी मुलगा शाळेतून अर्धा तास उशिरा घरी आला. झालं, आईला तर मग संधीच मिळाली. तिनं मुलगा घरी येताच त्याला फक्त चार शब्द सुनावलेच नाहीत, तर चार फटकेही लगावले. मग अत्यंत कठोरपणे ती म्हणाली, यातून धडा घे. काहीही झालं तरी शाळेतून तुला वेळवरच घरी यायला हवं.

ठीक आहे. मुलानं धडा घेतलाही. पण काही दिवसांनंतर कपडे फाटलेल्या अवस्थेत तो घरी आला, चेहऱ्यावर जखमही दिसत होती. अर्थात या सगळ्यानंतरही तो घरी मात्र ठरलेल्या वेळेवरच आला होता. मुलाची ही अवस्था पाहून आईला रहावेना. काय झालं हे तिनं विचारताच मुलानं सांगितलं की, शाळेतल्या काही मुलांसोबत मारामारी झाली.

हे ऐकल्यावर आईनं पुन्हा त्या मुलाला चार फटके लगावले आणि सांगितलं की, यातून धडा घे. तू शाळेत शिकण्यासाठी जातोस मारामाऱ्या करायला जात नाहीस.

मुलाचं काय, पुन्हा मार पडताच त्याने आणखी एक धडा शिकून घेतला. अर्थात या मुलाचंही एक वैशिष्ट्य होतं, ज्या गोष्टीसाठी त्याला एकदा मार पडायचा, ती चूक तो पुन्हा करत नसे. मग काही दिवसांनी त्याच्या शाळेच्या तिमाही परीक्षेचा निकाल लागला. या परीक्षेत हा मुलगा दोन विषयांत चक्क नापास झाला होता. आता काय? जसं त्यानं प्रगती पुस्तक आईच्या हाती ठेवलं, तसं चार फटक्यांसह त्याला एक नवा धडाही मिळाला. आई त्याला अत्यंत कठोरपणे म्हणाली, अशा रीतीनं वर्गात मागे पडलास तर जीवनात अव्वल स्थान कसं मिळवू शकशील? लक्षात ठेव, तुला सगळ्यांच्या पुढेच राहायचं आहे.

ठीक आहे, तर मुलानं हा धडाही शिकून घेतला. त्यानं जीव तोडून अभ्यास केला. त्याच्या कष्टांचं चीजही झालं आणि पुढच्या परीक्षेत तो वर्गातून पहिला आला. आता हे सांगायची गरज नाही की, याच आनंदात धावत तो घरी पोहोचला. घरात पोहोचताच त्यानं आईच्या हातात प्रगती पुस्तक ठेवलं. पण आईपण कसली आई होती... तिनं प्रगती पुस्तक उघडूनही न घेता आधी त्या मुलाला चार फटके लगावले. मुलगा हैराण झाला, रडूही लागला... मग निषेध व्यक्त करण्यासाठी म्हणाला, हे काय आई? तुझं डोकं तर फिरलेलं नाहीये ना? मी वर्गातून पहिला आलोय. त्यासाठी मला बक्षीस मिळायला हवं, तर तू मला मारते आहेस.

हे ऐकल्यावर ती आई अगदी नाट्यमयरीत्या म्हणाली की, माझ्या लाडक्या, तू यातून हा धडा घे की, जगात कुठेच न्याय मिळत नाही.

—तात्पर्य—

तर झाला उद्धार. आज बहुतांश मुलांसोबत हेच होतं आहे. त्यांचे लाडके आणि त्यांच्यावर प्रेम करणाऱ्यांकडूनही त्यांना योग्य शिक्षण मिळत नाहीये. आता सगळं जग न्यायावर टिकलेलं आहे आणि मुलांना निसर्गाच्या या न्यायाविरोधातलं शिक्षण दिलं जातंय. मग मूल वय वाढल्यावर मोठं होईल तरी कसं? खरंतर जोपर्यंत तुम्ही सांगितलेल्या एखाद्या गोष्टीचा मुलावर सायकॉलॉजिकली काय परिणाम होतो, हे तुम्हाला समजत नाही, तोपर्यंत तुम्ही त्यांना काही शिकवण्याचा प्रयत्न केलाच नाहीत, तर जास्त बरं होईल. मी सांगतोय ते ऐका. निसर्गानंच बालकांना पाठवलेलं असतं आणि निसर्गच त्यांना सर्वोत्तम पद्धतीनं शिकवू आणि वाढवू शकतो.

■

कहाणी

२२

मी तर चुकलो, पण तुम्ही चुकू नका

मृत्युनंतर लगेचच जीवनाचा हिशेब करण्यासाठी वरच्या न्यायालयात मला उभं करण्यात आलं. फार गर्दी होती तिथे. कर्मांच्या हिशेबानुसार प्रत्येकास स्वर्ग आणि नरकात पाठवण्याची प्रक्रिया सुरू होती. त्यासाठी लांबच लांब रांगाही लागल्या होत्या. मीसुद्धा तिथे पोहोचताच एका रांगेत उभा राहिलो होतो. पण मला स्वर्ग मिळेल की नरक याची मात्र काहीच चिंता नव्हती. कारण मी स्वतःच पेशानं वकील होतो. त्यामुळे तिथल्या न्यायालयातल्या वादविवादानंतर मला स्वर्गात जागा मिळेलच, अशी ठाम अपेक्षा होती. सोबत माझ्या संप्रदायातल्या सर्व प्रथा आणि आस्थांचंही मी पालन केलेलं होतं. त्या सर्व कर्मांमुळेही मला स्वर्गप्राप्तीच होईल, असा मला विश्वासही होता. असो. सध्या तरी लांबच लांब रागेत उभा राहून मी याची वाट बघत होतो की, माझा नंबर कधी लागतो... तर माझा नंबर लागताच माझ्या चांगल्या आणि वाईट कृत्यांची यादी ऐकवण्यास सुरुवात झाली. अरे, पण हे काय? माझ्या नावापुढे चांगल्या कामांच्या यादीत फक्त एकच गोष्ट लिहिलेली होती आणि ती म्हणजे माझ्या एका मित्राच्या यशाबद्दल मनापासून प्रसन्न होणं. बाकी जीवनभर मी जे काही केलं होतं, ते सारंच्या सारं माझ्या वाईट कर्मांच्या यादीतच लिहिलेलं होतं.

आता मी तर पेशानं वकीलच होतो. मग मी ताबडतोब त्यावर आक्षेप घेतला. चर्चेची मागणी करत मी त्यांनी तयार केलेल्या माझ्या कर्मांच्या यादीलाच आव्हान देऊन टाकलं. रांगेत उभे असलेले हजारो लोकही माझ्या बाजूनं उभे राहिले. बहुधा त्यांची कर्मंही माझ्यासारखीच होती. किंवा शक्य आहे की, माझा आधार घेऊन त्यांना त्यांचीही नाव पैलतीरी न्यायची होती. त्यामुळे ते माझी साथ देत होते. असेलही. तर हा सगळा गदारोळ निर्माण झालेला पाहून मला चर्चा करण्याची आणि माझी बाजूही मांडण्याची संधी देण्यात आली.

मी चर्चेला सुरुवात करताना सरळ प्रश्न केला. मी जी रोज धर्मशास्त्रं वाचत होतो, दान-धर्म करत होतो आणि नियमितपणे धार्मिक स्थळांनाही जात होतो, त्याचं काय?

त्यावर न्यायाधीश म्हणाले, ती तुझी वाईट कामं होती. कारण त्यामुळे कुणाचंच भलं नाही झालं. पण त्याची शिक्षा तुला भूतलावरच तुझा बहुमूल्य वेळ, धन आणि ऊर्जा गमावण्याच्या स्वरुपात आधीच मिळाली आहे.

मग मी म्हणालो, मी तिथे इतक्या जणांना मदत केली आहे. त्याचं काय?

न्यायाधीश म्हणाले, हा तर तुझा गैरसमज आहे. हे काही तुमच्या भूतलावरचं न्यायालय नाही. हा खऱ्याखुऱ्या न्यायाचा दरबार आहे. इथे शारीरिक कर्मांकडे नव्हे तर भावनांकडे पाहिलं जातं. भावनांच्या आधारे बघितलं तर, तू केलेली सगळी मदत ही चांगलं दिसावं, अहंकार कुरवाळला जावा या आणि मदतीच्या बदल्यात काही ना काही मिळावं या अपेक्षेनंच केलेली आहेस. त्याचंही फळ तुला खाली लोकांनी दिलेल्या मानसन्मानाच्या रुपानं मिळालेलं आहेच. त्यामुळे तुला त्याचं इथे काही फळ मिळण्याचा प्रश्नच नाही, कारण पुन्हा सांगतो की, इथले हिशेब तर भाव-भावनांच्या आधारे केले जातात. तू भले प्रत्यक्षात मदत केली नसतीस पण, कुठल्याही स्वार्थ आणि अपेक्षेविना मदत करण्याचा मनापासून विचार जरी केला असतास, तरी ते तुझ्या चांगल्या कामांच्या यादीत लिहिलं गेलं असतं. रोज इतकी शास्त्रं वाचलीस, धार्मिक स्थळांच्या वाऱ्या केल्यास, त्याऐवजी फक्त एकदा मनातील सर्व अहंकार बाजूला ठेवून सगळ्यांच्या भल्यासाठी प्रार्थना केली असतीस, तर ते तुझ्या चांगल्या कामांच्या यादीत अद्‌भुत कार्य म्हणून लिहिलं गेलं असतं. पण तू तुझी कथित चांगली कामं ही फक्त शारीरिक पातळीवर करत राहिलास, ज्याची इथे काहीच किंमत नाही आणि ती करताना काही मजाही येत नाही. त्यामुळे ही लाखामोलाची गोष्ट समजून घे की, तुला मनुष्याचा जन्म मिळाला होता तो चांगल्या भाव-भावनांसह जगण्याची अनुभूती घेण्यासाठी. पण तू मात्र तथाकथित चांगली शारीरिक कार्यं करण्यातच गुरफटून गेलास.

हे ऐकून मी समजून चुकलो की, इथे आपली डाळ शिजणार नाहीये. हे असं न्यायालय नक्कीच नाहीये जिथे तर्क वा असत्याचा आधार घेऊन चुकीची गोष्टही बरोबर सिद्ध करता येईल. खरंच मी जीवन भावनांसह जगण्याऐवजी शरीराला वरवरच्या कर्मांना जोडून आयुष्य बरबादच केलं होतं. आता, मी तर ही चूक केली, पण तुमच्याकडे अजूनही वेळ आहे. जे काही कराल ते मनापासून करा आणि चांगल्या भावनांसह करा. अन्यथा खाली मरत-मरत जगाल आणि वर गेलात की पुन्हा मरण्यासाठीच सोडून दिले जाल.

■

कहाणी
२३

महान गुरूंचा गुणी शिष्य

एका गरीब परिवारात एक गुणी मुलगा होता. स्वतःच्या हुशारीवर त्यानं एका चांगल्या गुरूकुलात प्रवेश मिळवला. आता ही गोष्ट खूपच जुनी असल्यामुळे त्या गुरूकुलात हा मुलगा सोडून सगळे एक तर राजकुमार होते किंवा बड्या बापांचे बेटे. त्यांच्या बढाया ऐकून या मुलाच्याही मनात हळू-हळू पैसे कमावण्याची इच्छा जागृत होऊ लागली. गुरूकुलातले गुरूही चांगलेच सक्षम आणि चाणाक्षही होते. त्यांनी या नवयुवकाच्या मनात सत्वर धन मिळवण्याची इच्छा निर्माण झाल्याचं लगेचच ओळखलं होतं. त्यामुळे जसं त्या मुलाचं शिक्षण संपलं आणि त्याने गुरूंना गुरूदक्षिणेबाबत विचारलं, तसं गुरू म्हणाले, तू माझ्यासाठी खूपच श्रीमंत मनुष्य हो. बस, हीच तुझी गुरूदक्षिणा राहील. आजपासून तू जीवनात फक्त धन कमावणं इतकाच उद्देश ठेव. गुरू खरोखरच पोचलेले होते. त्यांनी असे बोलून शिष्याची मनात दबलेली इच्छा वर आणली. गुरूंचं म्हणणं योग्यच होतं. कारण दाबून ठेवलेल्या इच्छेपेक्षा मोठं पाप ते कुठलं?

आता हा तर गुरूंचा विचार झाला. शिष्याचा विचार करायचा तर, त्याला जे हवं होतं तेच मिळालं होतं. तो गुरूंचा आशीर्वाद घेऊन श्रीमंत होण्यासाठी बाहेर पडला. आता शिष्याचं भाग्यही बघा, त्याला एके दिवशी अशा एका राजाची माहिती मिळाली जो अत्यंत दिलदार होता. त्या राजाचा नियम असा होता की, सकाळी-सकाळी जी व्यक्ती त्याच्या राजमहालात सर्वप्रथम प्रवेश करेल, त्या व्यक्तीला मागेल ते दान राजा देत होता. या मुलाची तर जणू लॉटरीच लागली. मग तो दूरवरचा प्रवास करून त्या राजाच्या राज्यात दाखल झाला. पण दुर्दैवानं तेव्हा संध्याकाळ झालेली होती. त्यानं विचार केला, असू दे. सकाळ आता किती लांब राहिली? पण तसं पाहिलं, तर सकाळ खूपच दूरही होती. तुम्हालाही याचा अनुभव आलाच असेल की, तुमची एखादी इच्छा पूर्ण होणार असेल,

तेव्हा तासाभराचाही अवधी जाता जात नाही. मग या मुलाला तर संपूर्ण रात्र वाट बघायची होती. मग त्याने विचार केला की, आत्तापासूनच राजमहालाबाहेर जाऊन थांबायला काय हरकत आहे? असं नको व्हायला की सकाळी उशीर झाला आणि माझ्या आधी दुसरंच कुणी राजमहालात गेलं...

आता रात्रभर तिथेच मुक्काम ठोकल्यामुळे साहजिकच सकाळी महालात सर्वप्रथम प्रवेश करणारा तोच ठरला. नियमानुसार राजानं जेव्हा त्याला जे हवं ते मागायला सांगितलं, तेव्हा तो पुरता गोंधळला. तो इथपर्यंत आला होता तरीही त्याला या गोष्टीची खात्री वाटत नव्हती की, खरोखरच असा कुणी राजा असू शकेल. अंतरंगात त्याला अजूनही ही अफवा वाटत होती. तर, त्याला अशा गोंधळलेल्या मनस्थितीत उभा राहिलेला पाहून राजानं पुन्हा सांगितलं की, निःसंकोच होऊन काय हवं ते माग...

मुलगा पुन्हा विचारात पडला. गोंधळला. गरीब होताच. त्यामुळे मनात हाच विचार सुरू होता की, काय मागू आणि किती मागू? त्यानं विचार केला की, हजार सुवर्णमुद्रा मागूया. मग पुन्हा लोभानं डोकं वर काढलं. आता राजा देणारच आहे तर दहा हजार मुद्रा का मागू नयेत? मग क्षणार्धातच त्याच्या मनातला आकडा एक लाख सुवर्णमुद्रांपर्यंत गेला. पण आता तर त्याच्या लोभाची उड्डाणं सुरू झाली होती. मग त्यानं विचार केला, सगळं राज्यच मागून का घेऊ नये? हा विचार त्याला पटला आणि त्याने राजसिंहासनासह सगळं राज्यच मागून घेतलं. राजाही कमाल होता. या मुलाची मागणी ऐकून तो एकदम आनंदी झाला. आणि त्याच आनंदात म्हणाला की, व्वा. आत्ता मात्र मी सुटलो.

आता हा मुलगाही अखेर पोचलेल्या गुरूंचा शिष्य होता. त्यामुळे तो पटकन भानावर आला. सावध झाला. विचार करू लागला, राज्यशकट चालवण्यात असं काही तरी नक्कीच लपलेलं आहे, ज्यामुळे राजा असं म्हणतोय. मग मला तर त्याच्या अनुभवावर विश्वास ठेवायलाच हवा. त्याची सुटका होण्यासाठी मी माहिती नसलेल्या या भानगडीत स्वतःला कशाला अडकवून घेऊ? मग त्याने राजाची क्षमा मागितली आणि तिथून धावत सुटला. या एका अनुभवातूनच त्याच्या मनातून धन आणि सत्ताप्राप्तीची इच्छा अशी काही छू मंतर झाली की, काही विचारूच नका.

—तात्पर्य—

बस, मलाही हेच सांगायचं आहे. एखाद्या गोष्टीची इच्छा आहे, तर तिचा उपभोग नक्कीच घ्या. पण तुमचं ध्यान आणि तुमची बुद्धी अशी सज्ज ठेवा की, त्या इच्छेपासून लवकरात लवकर सुटकाही मिळायला हवी. आपल्या इच्छेपासून सुटका मिळवणं ही महानता आहे. पण एक लक्षात ठेवा की, इच्छा दाबून ठेवणं किंवा त्या इच्छापूर्तीचा ध्यास

घेतच जगणं हे दोन्हीही जीवनासाठी घातक आहे. खरंतर मानवाचं जीवन खूपच साधं आणि सरळ आहे. त्यात दुःखाला जागाच नाही. पण जीवन हे मनाकडून चालवलं जातं आणि मनाच्या व्यवहारांची कल्पना फार थोड्या लोकांना आहे. तसं पाहिलं तर माणसाचं मन हेसुद्धा फार जटील असं इन्स्ट्रुमेंट नक्कीच नाहीये. मन हे नियमांनुसारच चालतं, पण सर्वसामान्यांना त्या नियमांचं ज्ञानच नसल्यामुळे मन ही एक फार कॉम्प्लिकेटेड गोष्ट वाटते. आता मन ज्या नियमांनुसार चालतं, ते नियम समजून घ्या. मग साऱ्या कॉम्प्लिकेशन्स आपसूकच संपुष्टात येतील. या गोष्टीच्या संदर्भात मनाविषयी बोलायचं झालं तर, एक गोष्ट समजून घ्या की, मनानं एखाद्या गोष्टीची इच्छा केली, तर ती गोष्ट भोगल्याशिवाय किंवा भोगल्यावर त्यातला व्यर्थपणा जाणवल्याशिवाय त्या गोष्टीपासून सुटका होतच नाही. मग क्षणभरासाठी, मानसिक पातळीवरच हा भोग घेऊनही त्यातला फोलपणा लक्षात येऊ शकतो. पण इच्छा झालेल्या गोष्टीला त्या क्षणभरासाठी का होईना भोगल्याशिवाय मनाला चैन पडतच नाही. आता हे तर सरळ आणि साधं सत्य आहे. तरीही इथे मात्र प्रत्येक जण उपभोग न घेताच ती इच्छा सोडून देण्याच्या प्रयत्नात आहे. आणि उपभोग न घेताच इच्छा सोडून देण्याचा तो जितका प्रयत्न करतोय, तितकीच त्याची ती इच्छा तीव्र होत चालली आहे. हेच कारण आहे की, मनात जागी झालेली एखादी इच्छा, हजारो दुःखं झाल्यावरही मनुष्याला सोडता येत नाही. पण तुम्ही समंजस आहात, म्हणून तुम्हाला सांगतो की, उपभोग न घेताच इच्छेचा त्याग करायच्या फंदात पडूच नका. पण उपभोग घेतानाही शुद्धीवर राहा. मी खात्रीनं सांगतो की, जीवनातल्या तमाम व्यर्थ गोष्टींपासून यामुळे तुमची निश्चितच सुटका होईल. तेच एखाद्या इच्छेबाबत उपभोग घेत रहा, घेत रहा, घेत रहा... या भानगडीतही अडकू नका. अन्यथा तुमचं सारं जीवन त्या इच्छेबाबत आणखी थोडं, आणखी थोडं हा जप करत संपुष्टात येईल. या आणखी थोडं हवं अशा मनःस्थितीतच मग तुम्हाला मृत्यूही येईल. त्यामुळे इच्छा जागी झालीच असेल तर उपभोग निश्चित घ्या पण तेव्हाही लक्ष त्या इच्छेतून सुटका करून घेण्यावरच ठेवा. परत कुठल्या इच्छेची बासरी वाजू नये, यासाठी वेळूच नाहीसा करण्यावर भर द्या. हीच मनुष्याच्या जीवनाची अंतिम शिडी आहे.

■

कहाणी
२४

शरीरावर मनाचा प्रभाव

एकदा एका आईच्या उजव्या हाताला अचानक लकवा आला. डॉक्टरांनी खूप इलाज केले, पण त्याचा काही उपयोग झाला नाही. मग त्या माऊलीला एका सायकॅट्रिस्टकडे नेण्यात आलं. त्यानं सरळ या महिलेला संमोहित अवस्थेत नेलं. मग त्यानं लकवा मारलेल्या हाताने तुम्ही काय काय महत्त्वाची कामं केलीत, याबाबतची चौकशी या महिलेकडे सुरू केली. रडत-रडतच त्या माऊलीनं सांगितलं की, एकदा याच हातानं मी माझ्या मुलाला चोरी केल्याबद्दल बेदम मारलं होतं. पण मला अजूनही त्याचा खूपच पश्चाताप वाटतो. राग अनावर झाल्यामुळे मी माझ्या निष्पाप मुलाला एखाद्या जनावराला मारावं, त्यापेक्षा वाईट पद्धतीनं मारलं होतं. त्यामुळे माझा हा हात कापलाच जायला हवा.

आता तर स्पष्टच झालं होतं. मनातल्या अपराधी भावनेमुळे त्या माऊलीच्या हाताला लकवा आला होता. मग त्या सायकॅट्रिस्टनं तिला त्या संमोहित अवस्थेतच समजावलं की, त्या दिवशी तू त्याला तसं मारलं नसतं, तर कदाचित मोठा होऊन तो खरंच चोर होऊ शकला असता. त्यामुळे तेव्हा तू जे काही केलंस, ते योग्यच होतं. उलट त्याला मारणाऱ्या या हातानं तू त्याचं जीवन वाचवलंच आहेस. मग काय, त्या महिलेच्या मनातला अपराधीपणाचा भाव हळूहळू कमी होत गेला आणि तिच्या हाताला आलेला लकवाही बरा होत गेला.

—तात्पर्य—

बहुतांश शारीरिक व्याधींमध्ये स्वतःची मानसिक अवस्था आणि आपल्या मनानं घेतलेल्या अनुभवांचा काही ना काही प्रमाणात हात असतोच. सचेतन मनुष्य तर त्यालाच

म्हणायचं, जो येणाऱ्या प्रत्येक व्याधीमागील सक्रिय मानसिक ताकदीलाही समजून घेऊ शकतो. त्याचप्रमाणे आपल्या वर्तमानातील मानसिकतेच्या आधारे संभाव्य आजारपणांचा अंदाजही करू शकतो. म्हणूनच तर असं म्हणतात की, चांगलं जीवन जगण्यासाठी जग जाणण्यापेक्षा जास्त महत्त्वाचं आहे, ते तुम्ही स्वतःला जाणून घेणं.

■

कहाणी
२५

विष्णू आणि नारदांची गोष्ट

आता जर तुम्हीच तुमच्या विश्वाचे ईश्वर आहात, तर मग दुसऱ्या कुणा ईश्वराला तुमच्या विश्वात थोडीशीही ढवळाढवळ करण्याचा अधिकार असूच कसा शकतो? इथला अगदी सरळ नियम हा आहे की, तुम्हाला तुमच्या मानसिक कर्मांचा हिशेब चुकवावा लागतो. पण हे सरळ-साधं सत्यही समजू शकत नसल्यामुळे माणसाची अवस्था फारच हास्यास्पद झाली आहे. तो जे काही करू शकतो, ते तो करत नाही आणि ईश्वर म्हणून तो ज्यांची पूजा करतो, ज्यांना ईश्वर मानतो, त्यांच्याकडे मनुष्याच्या जीवनात काही करण्याचा अधिकारच नाही.

तर आता ही गोष्ट मी तुम्हाला हिंदू धर्मातल्या एका सुप्रसिद्ध पुराणातल्या छान गोष्टीद्वारे समजावून सांगण्याचा प्रयत्न करतो. या गोष्टीत विष्णूंना ईश्वर दाखवण्यात आलं आहे आणि त्यांचा एक भक्त आहे नारद. नारद संधी असो वा नसो, गरज असो वा नसो... निष्कारण नारायण-नारायण असं म्हणून ईश्वराचं नाव घेत असतात. या जपामुळे नारदांच्या मनात हळूहळू असा गैरसमज मूळ धरतो की, या जगात त्यांच्याशिवाय मोठा असा कुणी देवभक्त असूच शकत नाही. आपल्या मनातल्या या गोष्टीला ईश्वराकडून अनुमोदन मिळवण्यासाठी नारद विष्णूंजवळ जातात. विष्णूंच्या पाया पडल्यानंतर थोडंसं रुबाबातच ते विष्णूंना विचारतात, हे प्रभू, माझ्यापेक्षा मोठा असा तुमचा कुणी भक्त आहे का?

हा प्रश्न ऐकताच विष्णू हसू लागतात आणि म्हणतात, हजारो आहेत.

हे ऐकून नारदांची जणू खाडकन धुंदीच उतरते. पण मग ते स्वतःलाच दिलासा देतात, विष्णू बहुधा आपली गंमत करत असावेत. हा विचार करून स्वतःला सावरल्यावर ते विचारतात, हे प्रभू, तुम्ही माझी अशी गंमत का करताय?

विषयाला वेगळंच वळण लागतंय हे पाहून विष्णूही मग अत्यंत गंभीर होतात. त्याच गंभीरपणे ते म्हणतात की, मी अजिबात गंमत करत नाहीये. खरोखरच तुमच्यापेक्षा मोठ्या अशा हजारो-लाखो भक्तांचा या जगतात अक्षरशः खच पडलाय.

हे ऐकून नारदांना आश्चर्याचा चांगलाच धक्का बसतो. त्यांच्या अहंकारालाही चांगलीच खोलवर जखम होते. त्यामुळे विष्णूंसमोर ते बेधडक बोलतात, प्रभू मला माफ करा, पण त्या भक्तांपैकी एखाद्याचं दर्शन तुम्ही मलाही घडवा.

त्यावर जशी तुमची इच्छा, इतकंच विष्णू म्हणतात. मग ते नारदांसह एका शेतासमोर येऊन उभे राहातात. त्या शेतात एक शेतकरी काम करत असतो. सूर्य डोक्यावर चढू लागलेला होता. मग हे दोघं एक छानशी जागा पाहून शेतकऱ्यावर नजर ठेवतात. दुपार होईपर्यंत त्या शेतकऱ्याचं शेतातलं काम सुरूच असतं. नारद यासाठी खूश होतात की, या सगळ्या कालावधीत त्या शेतकऱ्यानं एकदाही ईश्वराचं नाव घेतलेलं नसतं. त्यामुळे मनातल्या मनात विष्णू आपली गंमत करताहेत हा त्यांचा समज आणखी दृढ होऊ लागतो. पण गप्प राहून हा तमाशा आणखी काही काळ बघत रहावं, असा विचार करून ते मूकच रहातात.

दुपारी शेतकऱ्याची पत्नी त्याच्यासाठी जेवण घेऊन येते. हात-पाय धुऊन मग तो शेतकरी पत्नीसह भोजन करतो. काही काळ वामकुक्षी करतो. पत्नी घरी परत गेल्यावर तो पुन्हा शेतात काम सुरू करतो. मग संध्याकाळपर्यंत त्याचं काम सुरूच रहातं. मग तो घरी जातो, आंघोळ करून जेवतो. मुलांच्या काही शंकांचं निरसन करतो आणि शांतपणे झोपी जातो.

सकाळीच उठून तो पुन्हा शेतात जातो आणि. त्याचा हा नित्यक्रम मग पुढे तीन दिवस असाच सुरू रहातो. हे वेगळं सांगायला नकोच की या साऱ्या दिनचर्येत त्यानं कुठेच देवाचं नावही घेतलं नसतं. आता मात्र नारदांच्या संयमाचा बांध तुटून पडतो. ते विष्णूंना म्हणतात की, तुम्ही काय माझी गंमत करायला आणि वेळ घालवायला इथे आला आहात का? या शेतकऱ्याने तर तीन दिवसांत एकदाही तुमची आठवणसुद्धा काढली नाही.

त्यावर विष्णू म्हणतात की, तू तीन दिवसांची गोष्ट करतोयस? अरे याने तर जन्मल्यापासून एकदाही माझी आठवण काढलेली नाही. मी याच्यावर चांगलंच लक्ष ठेवून आहे. याला काही त्रास झाला ना, तरीही तो माझी आठवण काढत नाही. काही त्रास झालाच, तर आपलं कुठे चुकलं, हे तो शोधू लागतो. याला पाहून मीसुद्धा हैराण झालो आहे. हा कधी रस्ता चुकतच नाही. सदैव आपलं विश्व तयार करण्यातच मश्गुल असतो... काही समजलं का तुम्हाला नारद? हाच माझा सच्चा भक्त आहे. त्याला या गोष्टीची कल्पना आहे की, त्याला स्वतःचं विश्व स्वतःच निर्माण करायचं आहे. याच कार्यात तो दिवस-रात्र

स्वतःला झोकून देतो आहे. तो उगाच मलाही तसदी देत नाही की माझ्याकडून निष्कारण अपेक्षाही ठेवत नाही. हा तुमच्यासारखा काहीच जबाबदारी न घेता फक्त नारायण-नारायण करत फिरतही नाही.

—तात्पर्य—

निसर्गाची रचनाच अशी आहे की, इथे कर्म आणि कर्तव्य हीच खरी पूजा आहे. जो आपल्या कर्म आणि कर्तव्यांमध्ये रमलेला आहे, जो त्यांचा आनंदही घेतो आहे त्याचं जीवन शंभर टक्के धार्मिकच आहे. अशा व्यक्तीच्या आयुष्यात आणखी वेगळ्या कुठल्या पूजेसाठी ना जागा आहे ना आवश्यकता. कारण अशा व्यक्तीचं प्रत्येक कार्य हे पूजाच होत जातं. सायकॉलॉजीची सर्वाधिक खोली समजून घेतली तर, मनुष्य धार्मिक असतो, त्याचं जीवनही धार्मिक असतं, धर्माचं शिक्षणही असतं. पण वेगळा असा धर्म कुठेच नसतो. फक्त हे वाक्य वारंवार वाचा आणि निसर्गाच्या अंतिम सत्याला समजून घ्या.

■

मेलेली गाय आणि भोळं बालक

महान संत कबीर हे खरोखर काळानं केलेली जादू होते. भारतीयांच्या तर ते हृदयाच्या ठोक्यांमध्ये वसलेले आहेत. त्यांनी सांगितलेला एक-एक दोहा हजारो धर्मशास्त्रांपेक्षाही श्रेष्ठ आहे. कविता आणि फिलॉसॉफी या दोन्ही क्षेत्रांमध्ये जगातला सगळ्यात मोठा चमत्कार जर कुठला असेल, तर तो निःसंशय कबीरच आहेत.

आज मी तुम्हाला त्यांच्या लहानपणीचा एक किस्सा सांगणार आहे. वाराणशीच्या गल्ल्यांमध्ये फिरतानाही छोट्या कबिरांची दृष्टी मात्र मोठी तीक्ष्णच होती. कुठल्याही वस्तूकडे बघण्याचा त्यांचा एक स्वतंत्र असा दृष्टीकोण असायचा. विलक्षण तीक्ष्ण बुद्धिमत्ता आणि उत्कृष्ठ दृष्टीकोण यामुळेच त्यांना आचार्य रामानंद स्वामींसारख्या महान संतांकडे अगदी लहानपणीच शिक्षण घेण्याची संधी प्राप्त झाली होती. पण, समस्या ही होती की, कबीर अन्य मुलांसारखे नव्हतेच. ते प्रत्येक गोष्टीबाबत फक्त शंकाच उपस्थित करत नव्हते, तर प्रत्येक गोष्टीबाबत ते भरपूर प्रश्नही विचारत होते.

एक दिवस झालं असं की, त्यांच्या गुरूंच्या वडिलांचं श्राद्ध होतं. श्राद्ध ही एक अशी परंपरा आहे की, त्या दिवशी ब्राह्मणांना बोलावून भरपेट भोजन खायला घातलं जातं. जेणेकरून ज्याचा श्राद्धविधी सुरू आहे, त्या व्यक्तीपर्यंत या ब्राह्मणांमार्फत ते भोजन पोहोचावं. त्यामुळे आपल्या मृत पित्यापर्यंत भोजन पोहोचावं यासाठी कबिरांच्या गुरूंनी खूप ब्राह्मणांना त्या दिवशी भोजनासाठी आमंत्रित केलं होतं. मग सगळ्या शिष्यांना त्यांनी या भोजनाच्या तयारीसाठी कामाला लावून टाकलं. कामाच्या नियोजनानुसार कबिरांकडे आलेलं काम होतं, ते दूध घेऊन येण्याचं.

आता गुरूंची आज्ञा होती, त्यामुळे कबीर एक बादली घेऊन दूध आणण्यासाठी निघाले. पण काय झालं कुणास ठाऊक, सकाळीच दूध आणण्यासाठी म्हणून घराबाहेर

पडलेले कबीर दुपार झाली तरीही दूध घेऊन काही आले नव्हते. आता नाहीच आले, तर काय करणार? गुरूंना नाईलाजानं ब्राह्मणांचं भोजन हे दुधाशिवायच आटोपतं घ्यावं लागलं. काही हरकत नाही. पण यानंतर मात्र गुरूंना चिंता पडली की, कबीर गेलेत कुठे? मग ते दोन-चार शिष्यांना घेऊन वाराणशीच्या गल्ली-बोळांमध्ये कबिरांना शोधण्यासाठी निघाले. थोड्याच वेळात त्यांना एका मेलेल्या गाईजवळ बादली हातात घेऊन गाईच्या कलेवराचं निरीक्षण करणारे कबीर दिसले. गुरूंना कमालीचं आश्चर्य वाटलं. त्यांना काही केल्या हे समजेना की, या मेलेल्या गाईजवळ कबीर करतायत काय? त्यामुळे त्यांनी ताबडतोब कबिरांना विचारलं की, तू इथे काय करतो आहेस?

त्यावर कबीर अगदी भोळेपणानं म्हणाले की, मी तर गाय दूध कधी देईल याची वाट बघतो आहे.

त्यावर कबिरांचा गालगुच्चा घेत अगदी प्रेमानं गुरू त्यांना म्हणाले, अरे माझ्या भोळ्या बालका, मेलेली गाय कधी दूध देते का रे?

हा प्रश्न ऐकल्यावर कबीर एकदम खोडकरपणे म्हणाले, जर तुमचे मृत पिताश्री भोजन करू शकतात, तर मेलेली गायही दूध देऊ शकते.

हे ऐकल्यावर बिचाऱ्या रामानंद यांची जणू सारी धुंदीच उतरली. त्यांनी कबिरांना एकदम हृदयाशी धरलं आणि म्हणाले, आज तू माझे डोळेच उघडलेस. तू आजच परमज्ञानाच्या दिशेनं एक पाऊल उचललंही आहेस.

—तात्पर्य—

कबिरांनी तर एक पाऊल उचललं, पण तुम्ही कधी उचलणार आहात? तुम्हाला खरोखरच ज्ञानाच्या दिशेनं पावलं टाकायची असतील, तर जुनाट गोष्टींचं अंधानुकरण करणं अगोदर बंद करा. प्रत्येक गोष्टीला तुमच्या अंतरंगातल्या इंटेलिजन्सच्या तराजूवर तोलून बघा. कारण ज्ञान मिळवणं आणि ज्ञानी होणं, हा तुमचा जन्मसिद्ध अधिकार आहे.

■

शोधायचं कुठे?

राबिया नावाच्या एक सुप्रसिद्ध सुफी संत होत्या. त्या फक्त महान संतच नव्हत्या तर जागृतही होत्या. त्यांची शिकवण्याची पद्धत एकदम सरळ तरीही इतरांपेक्षा वेगळीच होती. त्यामुळेच त्या सगळ्यांच्या प्रेमादरास पात्र ठरल्या होत्या. एके दिवशी संध्याकाळी सगळ्यांनी पाहिलं की, राबिया आपल्या आश्रमाच्या बाहेर असलेल्या व्हरांड्यात काही तरी शोधताहेत. बराच वेळ सगळे जण त्यांचं हे शोधकार्य बघत राहिले, पण थोड्या वेळाने एका व्यक्तीला रहावलंच नाही आणि तिनं राबियांना विचारलं की, त्या काय शोधताहेत.

त्यावर राबिया म्हणाल्या की, माझी सुई हरवली आहे आणि मी ती शोधते आहे.

राबियांनी हे सांगायचाच अवकाश होता की, त्या सुई शोधताहेत. मग सगळेच जण राबियांसोबत ती सुई शोधू लागले. पण बराच काळ शोधाशोध केल्यानंतरही ती सुई काही केल्या सापडायला तयारच नव्हती. खूप वेळ निघून गेल्यावर एकाने पुन्हा राबियांना विचारलं की, ती सुई हरवली तरी कुठे आहे?

त्यावर राबिया म्हणाल्या की, ती सुई माझ्या झोपायच्या खोलीत हरवली आहे. हे ऐकल्यावर सगळेच विचारात पडले. काही जण तर राबियांच्या बुद्धीवर हसलेही. मग त्यातल्याच एक राबियांना म्हणाला की, कमाल आहे तुमचीही. आता जर सुई तुमच्या झोपायच्या खोलीत हरवली असेल, तर ती इथे व्हरांड्यात कशी सापडू शकेल?

त्यावर राबिया म्हणाल्या, ती सापडेल आणि नक्की सापडेल. फक्त आपण नीट शोधायला हवी. आतल्या खोलीत अंधार झाल्यामुळे ती तिथे मिळत नाहीये. त्यामुळे मी ती उजेडात शोधतेय. तुम्ही उगाच इकडच्या-तिकडच्या गोष्टी करू नका, गुपचूप सुई शोधायला मला मदत करा. बघा, सुई नक्की सापडणार आहे.

आता राबियांवर अंधविश्वास असलेले काही जणही तिथे होते. त्यांनी खरोखरच पुन्हा एकदा शोधकार्य सुरू केलं. पण ज्यांना या गोष्टीत काही अर्थच वाटत नव्हता, ते

थोडं दूरवर जाऊन हा तमाशा पाहू लागले. पण राबिया मात्र अत्यंत गंभीरपणे सुईचा शोध घेतच होत्या. आणखी काही वेळ झाल्यावर राबियांसोबत जे सुई शोधत होते, तेही दूरवर जाऊन काय चाललंय ते पाहू लागले. त्यामुळे उरल्या होत्या त्या फक्त राबिया. पण त्यामुळे राबियांना काहीच फरक पडत नव्हता. त्या पूर्ण विश्वास आणि तल्लीनतेनं सुईचा शोध घेतच होत्या. पण बराच वेळ गेल्यावर बघ्यांना राबिया यांची दया आली. त्यांनी राबियांना समजवायचा प्रयत्न केला की, सुई इथे मिळणारच नाही. ती झोपायच्या खोलीत हरवली आहे, तर आपण तिथे जाऊन सुई शोधूया.

राबिया पुन्हा म्हणाल्या, पण तिथे अंधार आहे. इकडे अजूनही उजेड आहे. त्यामुळे ती सुई इथेच शोधलेली बरं राहील.

हे ऐकल्यावर एकाला राहावेना. तो म्हणाला, राबियाजी तुम्हाला वेड तर नाही ना लागलं? अहो इथे अंधार-उजेडाचा काहीच संबंध नाही. वस्तू तर तिथेच मिळू शकेल ना जिथे ती हरवली आहे?

त्यावर राबिया हसत-हसत म्हणाल्या, मीसुद्धा आधी तसंच मानत होते. पण नंतर तुम्हा सर्वांना पाहून मीसुद्धा भ्रमित झाले आहे. कारण जो परमात्मा मनाच्या गडद अंधारात हरवून गेला आहे, त्याला तुम्ही शतकानुशतके दर्गा आणि मशिदींच्या चकचकाटामुळे जो उजेड पडलेला दिसतो, त्यात शोधताय ना? मग मी विचार केला की, आपणही तसाच एक प्रयत्न करून बघूया. पण मला परमात्म्याबाबत असा प्रयोग करायची, अशी जोखीम घ्यायची नव्हती. म्हणून मी सुईवर प्रयोग करत होते. आता सुई जर व्हरांड्यात सापडली, तर मी निश्चितच परमात्म्यास दर्गा आणि मशिदींतून शोधण्याचीही जोखीम घेईन... अन्यथा मी परमात्म्यास चुपचाप माझ्या मनाच्या खोलीतच शोधत राहीन.

हे ऐकून सगळेच स्तब्ध झाले. सगळेच्या सगळेच मग राबियांच्या चरणी लोळण घेऊ लागले. सगळ्यांना हे समजलं होतं की, ते कुठे आणि काय चूक करत होते.

—तात्पर्य—

आता आपल्याकडे साक्षात राबिया तर नाहीत. पण त्यांनी आपल्याला समजावून देण्याचा प्रयत्न करताना सांगितलेली एक सुंदर गोष्ट तर नक्कीच आपल्याकडे आहे. त्यामुळे या गोष्टीचाच आधार घेऊन आजपासूनच आपण ईश्वराला मंदिर, मशीद वा चर्चमध्ये शोधण्याऐवजी आपल्या मनाच्या गाभ्यात शोधण्याची सुरुवात केली तर? आपणही मानवच आहोत. अखेर कधीपर्यंत आपण ज्ञानी, फकीर आणि खुद्द ईश्वरानंही केलेल्या इशाऱ्यांकडे दुर्लक्षच करत राहाणार आहोत?

■

गरीब लाकूडतोड्या आणि मृत्युदेवता

एका गावात एक गरीब लाकूडतोड्या रहात होता. हा लाकूडतोड्या साधारण सत्तर वर्षांचा होता. त्याचा परिवार असं कुणीच नव्हतं. तो अगदी एकटाच रहात होता. आयुष्याची कमाई म्हणूनही त्याच्याकडे काहीच नव्हतं. वयोमानानुसार त्याची तब्येतही तशी यथा-तथाच होती. मात्र, त्यानंतरही त्याला रोजच लाकडं तोडून आणण्यासाठी जंगलात जावं लागत होतं. इतकंच नव्हे तर, दिवसभर कष्ट करून तोडलेली लाकडं विकण्यासाठीही त्याला संध्याकाळी स्वतःच बाजारात उभं रहावं लागत होतं. आता हे वेगळं सांगायला नकोच की, ही लाकडं विकली गेल्यानंतरच रात्री त्याच्या मुखी दोन घास अन्न पडत होतं. खरोखरच त्याचं जीवन खूपच कष्टप्रद होतं. हे तर ठीक, पण त्याच्यावर खरं संकट कोसळायचं ते पावसाळ्यामध्ये. पावसाळ्यापूर्वी त्यानं तोडून ठेवलेली लाकडं अनेकदा भिजून जायची आणि विकण्यालायकही रहायची नाहीत. त्यामुळे अनेकदा पावसाचा जोर जर कायम राहिला, तर दोन-दोन दिवस त्याला उपासमारीतच काढावे लागायचे. आता सत्तर वय आणि इतकं कष्ट... तो खरोखरच खूप थकला होता. अनेकदा तर तो दुःखी होऊन प्रार्थनाही करायचा की, हे मृत्युच्या देवते, तू मला इथून उचलत का नाहीस? तू माझ्यावर नाराज का आहेस? तू माझ्यापेक्षा वयानं लहान असलेल्या किती तरी जणांना उचलून नेलं आहेस. मग तुझं माझ्याशी काही वैर आहे का? ...खरोखरच, त्याचं सगळं दुःख त्याच्या या प्रार्थनेतून जाणवायचं.

पण एक दिवस मात्र कमाल झाली. अशाच हताश मनोदशेत तो पुन्हा एकदा एका झाडाखाली बसून मृत्युच्या देवतेला आळवत होता. जोर-जोरानं हाका मारत होता. जीवनातून मुक्त कर म्हणून प्रार्थना करत होता. त्याचं दुखणं एकच होतं... हे मृत्युच्या देवते, तू मला कधी उचलणार आहेस? मुक्त करणार आहेस? त्याची ही प्रार्थना सुरू असतानाच

अचानक कुणी तरी त्याच्या खांद्यावर हात ठेवला. म्हातारा लाकूडतोड्या एकदम दचकला. त्यानं मागे वळून पाहिलं, तर त्याला एक विशालकाय मनुष्य उभा राहिलेला दिसला. आश्चर्यानं त्याच्याकडे बघतानाच त्याला तुम्ही कोण आहात, असा प्रश्न केला. त्यावर तो मनुष्य म्हणाला की, मी मृत्यूची देवता आहे. मी इथून जात होतो तेवढ्यात मला तुझी आर्त विनवणी कानी पडली. तशी तर तुझी इहलोक सोडण्याची वेळ अजून आलेली नाही, पण तुझं दुःख पाहून मला तुझी खूपच दया आली आहे... तर चल, मी तुला घेऊन जातो.

त्याचे हे बोल ऐकताच म्हातारा लाकूडतोड्या एकदम भानावर आला. त्याच्यासोबत त्याचा सत्तर वर्षांचा अनुभवही होता. तो हे समजून गेला की, काही तरी गडबड झाली आहे. त्यानं ताबडतोब रंग बदलले आणि मृत्युदेवतेस म्हणाला, दोन-तीन दिवस मी काहीच खाल्लेलं नाही, त्यामुळे माझ्या तोंडून ते शब्द निघून गेले असतील. बाकी, मी आयुष्यात तसा आनंदी आहे. आणि हे समजून घ्या की, इतक्यात तरी माझा मरायचा काही विचारच नाहीये. ते तर माझ्या तोंडून रागाच्या भरात निघून गेलं. त्यामुळे आज भलेही तुम्ही मला दर्शन दिलं असेल, पण भविष्यात कधीच तुम्ही मला दर्शन देऊ नका. असं तर, मी स्वतः तुम्हाला बोलावण्याचा काही प्रश्नच नाही. पण कधी चुकून हाक मारलीच, तरीही तुम्ही मात्र अजिबातच माझ्याजवळ येऊ नका.

त्यावर मृत्यूची देवता म्हणाली की, जशी तुमची इच्छा. हे बोलून मृत्युदेवता तिथून निघूनही गेली. ती विशालकाय व्यक्ती दिसेनाशी झाल्यावर म्हाताऱ्या लाकूडतोड्याचा जणू कायापालटच झाला. त्याची चालही बदलली. आश्चर्याची गोष्ट तर ही की, त्यानंतर त्याला आयुष्य कधीही कष्टप्रदही वाटलं नाही. त्याचं जीवन आणि विचार हे दोन्ही बदललं होतं. बाहेरच्या जगातलं सगळंच्या सगळं तर होतं तसंच होतं पण त्याच्या अंतरंगातलं सारंच बदलून गेलं होतं. असं का? तर साक्षात मृत्यू समोर पाहिल्यावर त्याला याची जाणीव झाली होती की, बाकी काहीच त्याच्याकडे नसलं, तरीही जीवन मात्र त्याच्याकडे होतं. आणि जर जीवन आहे, तर आणखी काय पाहिजे?

—तात्पर्य—

मनुष्यासाठी त्याच्या जीवनापेक्षा मोठं असं काहीच नाही. पण मजेची गोष्ट मात्र ही की, जीवनाचं महत्त्वही त्याला तेव्हाच कळतं, जेव्हा जीवनही त्याला हातातून सुटेल असं लक्षात येतं. आता ज्याला साक्षात स्वतःच्या आयुष्याचीच कदर नाही, त्याच्या आसपासच्या व्यक्ती आणि वस्तूंची कदर असण्याचा प्रश्नच कुठे येतो? पण हा मनुष्याच्या आयुष्यातला वेडेपणाच नाही तर दुसरं काय म्हणायचं? हातात असणाऱ्या गोष्टी त्याला मातीसमान वाटतात आणि त्याच हरवल्या, तर त्याच गोष्टी त्याला सोन्यासमान वाटू लागतात. पण सत्य तर हेच आहे की, तो फक्त त्याच गोष्टींसह जगू शकतो ज्या त्याच्या जवळ असतात.

■

मूर्ख कोण?

मुल्ला नसरुद्दीन यांचं नाव कुणी नाही ऐकलं? साधारण आठेकशे वर्षांपूर्वी तुर्कस्तान, इराण आणि बगदादच्या वाळवंटात फिरणारे मुल्ला नसरुद्दीन हे परमज्ञानी होते. पण ज्ञान देण्याची त्यांची पद्धत मात्र अनोखी असायची. ते कधीच लेक्चर द्यायचे नाहीत, पण हास्यास्पद वाटाव्या अशा पद्धती वापरून ते गोष्टी समजावून सांगण्याचा प्रयत्न करायचे. ते असं मानायचे की, हास्यास्पद पद्धतीनं सांगितलेली गोष्टच मानवी मनाच्या तळापर्यंत जाते. अर्थात त्यांची ही धारणा नक्कीच खरी होती. मनुष्यजातीच्या आजवरच्या इतिहासात ते असे एकमेव ज्ञानी आहेत, ज्यांना ज्ञान आणि हास्य या दोघांचं मिश्रण करण्यात यश मिळालं. आज मी त्यांच्याच आयुष्यातला एक सुंदर असा दृष्टान्त तुम्हाला सांगणार आहे.

एके दिवशी मुल्ला बगदादच्या गल्ल्यांमधून फिरत होते. नेहमीच ते गाढवावर आणि तेही उलटं बसून प्रवास करायचे. आता हे वेगळं सांगायची गरजच नाही की, प्रवासाची त्यांची ही उफराटी पद्धत बघणाऱ्या सगळ्यांना हसवण्यासाठी पुरेशी असायची. असो. तर त्या दिवशी ते बाजारातून जाताना गाढवावरून उतरले आणि त्यांनी काही खजूर विकत घेतले. मग दुकानदाराला त्याचे पैसे देण्याची वेळ आली तेव्हा त्यांनी आधी त्यांच्या पायजम्याच्या खिशात हात घातला, पण तिथे त्यांना पैसे काही सापडले नाहीत. मग त्यांनी आपले बूट काढले आणि ते सरळ जमिनीवर बसले... बुटांना उचलून उचलून बुटांच्या आत-बाहेर शोधायला सुरुवात केली. पण पैसे त्या बुटांमध्येही नव्हते. आता हे सर्व सुरू असताना तिथे लोकांची बरीच गर्दी जमली. एक तर आधीच गाढवावर उलटं बसून फिरण्याच्या त्यांच्या पद्धतीमुळे मुल्ला जातील तिथे गर्दी जमा होतच असे. त्यातच आता

त्यांचे चाळे लोकांच्या आकर्षणाचं केंद्र ठरू लागले होते. त्यामुळे बघता-बघता मुल्ला पैसे शोधत बसले होते, तिथे पन्नासेक जणांचा घोळका त्यांच्याभोवती जमला.

थोडक्यात काय, तर सारं काही जमून आलं होतं. एकीकडे पैसे शोधत असताना मुल्ला दुकानातून विकत घेतलेले खजूरही खात होते. त्यामुळे नाही म्हटलं तरीही दुकानदार थोडासा टेन्शनमध्ये आलाच होता. एक तर ही व्यक्ती भलत्याच जागी पैसे शोधते आहे आणि दुसरीकडे पैसे न देताच निवांत खजूरही खाते आहे. आता पैसेच मिळाले नाहीत, तर मी काय या वल्लीच्या पोटातून खजूर काढून घेणार आहे का, असा प्रश्न त्या दुकानदारास पडला. दुकानदार हा विचार करतो न करतो, तोच मुल्लांनी डोक्यावरून टोपी काढली आणि त्यांनी त्यात पैसे शोधायला सुरुवात केली. मग मात्र दुकानदारास रहावेनाच. तो सरळ मुल्लांना म्हणाला, तुम्ही पैसे इकडे-तिकडे का शोधत बसलाय? सरळ तुमच्या कुडत्याच्या खिशात हात घालून तिथे पैसे आहेत का, हे का बघत नाही?

त्यावर मुल्ला म्हणाले, व्वा. आता हे तुम्ही मला आधीच का नाही सुचवलं? हे बोलता बोलताच मुल्लांनी कुडत्याच्या खिशात हात घातला आणि पैसे काढून दुकानदाराच्या हाती ठेवले. पैसे देताना मुल्ला म्हणाले की, कुडत्याच्या खिशात पैसे आहेत हे मला माहिती होतंच. दुसरीकडे कुठे मिळतायत का, हा चान्स मी घेऊन बघत होतो.

हे ऐकल्यावर जमलेली सगळी गर्दीही जोर-जोराने हसू लागली. त्या गर्दीत उभा असलेला एक बुजूर्ग म्हणाला, मला तर वाटतं हा कुणी तरी वेडा असावा. कुडत्याच्या खिशात पैसे आहेत, हे माहिती होतं तर मग इकडे-तिकडे पैसे का शोधत होता?

आता, त्याला उत्तर देण्याची मुल्लांची वेळ आली होती. जी गोष्ट सांगण्यासाठी त्यांनी हे सगळं नाटक केलं होतं, ती गोष्ट सांगण्याची घटिका आली होती. मग त्यांनी जमलेल्या सगळ्यांशी अत्यंत गंभीरपणे बोलायला सुरुवात केली... वा रे दुनियावाल्यांनो. मी वेडा यासाठी मानला जातोय, कारण पैसे ज्या ठिकाणी ठेवले आहेत ती जागा सोडून ते मी अन्यत्र शोधत होतो. पण कृपा करून जरा एकदा तुमच्या अंतरंगातही डोकावून बघा. हे माहिती आहे की, ईश्वर-अल्ला तुमच्या हृदयात वसतो. तरीही तुम्ही त्याला शोधण्यासाठी मंदिर-मशिदी पालथ्या घालत आहात. मग मी जर वेडा असेन तर तुम्ही तर ठार वेडे आहात. कारण मी एका साधारण गोष्टीबाबत हा मूर्खपणा करत होतो आणि तुम्ही तर या जगातल्या सगळ्यात मोठ्या सत्याबाबत असा मूर्खपणा करत आला आहात.

—तात्पर्य—

मुल्ला नसरुद्दीन यांची ही तक्रार आजही पूर्ण मानवतेसाठी एक शिकवण आणि सूचनाच आहे. मुल्ला तर दोन-चार लोकांसमोर स्वतःचं हसू करून घेणारं पात्र रंगवत होते.

पण हजारो वर्षांपासून प्रत्येक धर्मातले लोक जन्म-जन्मांतरापासून कडेवर बसणारं मूल तिथे न शोधता गावो-गाव दवंडी पिटून त्या मुलाचा शोध घेत आले आहेत. हे जास्त हास्यास्पद नाही का?

■

कहाणी
30

साप, उंदीर आणि शेतकरी

एक शेतकरी होता. त्याच्या शेतात साप आणि उंदीर हे दोघेही रहात होते. मात्र, त्या शेतकऱ्यास या गोष्टीची कल्पनाच नव्हती. कारण असंही शेतकरी शेतात काम करण्यासाठी दिवसा-उजेडी जात असे. दिवसा तर हे दोघेही बाहेर पडतच नसत. पण एके दिवशी त्याला काही कारणामुळे उशीर झाला. मग त्याला रात्री शेताकडे जावं लागलं आणि त्याच दिवशी त्याला साप चावला. पण गंमत अशी झाली की, काय चावलं हे बघायला त्याने नजर खाली वळवली आणि त्याला धावणारा उंदीर दिसला. आता उंदीर चावला तर चावला. त्याने असा काय फरक पडणार, असा त्यानं विचार केला. आणि त्या चावण्याला फार काही महत्त्वही दिलं नाही. सुदैवानं तो सापही बिनविषारी होता. त्यामुळे त्यानं चावा घेऊनही त्या शेतकऱ्यावर फार काही परिणाम झालाच नाही.

असो. तर ही गोष्ट तशी विस्मृतीतही गेली. पण काही महिन्यांनी त्या शेतकऱ्यास पुन्हा एकदा रात्री शेतात जावं लागलं. या वेळी मात्र त्याला उंदीरच चावला. पण झालं असं की, काय चावलं हे पाहण्यासाठी नजर खाली केल्यावर त्याला साप सरपटत जाताना दिसला. मग काय, तो शेतकरी चक्कर येऊन जागीच पडला. पुढचे अनेक महिने त्याच्यावर उपचार सुरू होते. तरीही तो काही बरा होतच नव्हता. आता होणार तरी कसा... कारण इलाज तर सुरू होते साप चावला म्हणून आणि त्याला साप तर चावलाच नव्हता. आपल्याला साप चावला, हा त्या शेतकऱ्याचा भ्रम होता. त्यामुळे तो शेतकरी तेव्हाच बरा होणार होता, जेव्हा त्याचा हा भ्रम दूर होणार होता.

—तात्पर्य—

तुम्ही थोडसं आपल्या जीवनात आणि थोडंसं मनात डोकावून बघा. तुमच्या हे लवकरच लक्षात येईल की, तुमची शारीरिक आणि मानसिक दुखणीच नव्हे तर, तुमच्या

जीवनातल्या अधिकांश चिंता आणि दुःखंही तुमच्या या भ्रमाचाच परिणाम आहेत आणि त्यातील बहुतांश गोष्टी या वास्तवात अस्तित्वातच नाहीत. अर्थात तुम्ही त्याच गोष्टींवर इलाज करत रहाता, ज्या गोष्टी प्रत्यक्षात अस्तित्वातच नाहीत. मग प्रश्न हा आहे की, ज्या गोष्टी अस्तित्वातच नाहीत, त्यांच्यावर इलाज करणं कसं शक्य आहे? तर होऊच शकत नाही. बस, याच कारणामुळे तुमच्या आयुष्यात दुःखं, शारीरिक वा मानसिक आजारपणं एकदा का मागे लागली की मागे लागतातच. तुम्ही इलाज करत रहाता आणि तुम्ही केलेल्या प्रत्येक इलाजामुळे त्या सर्व गोष्टी अधिकाधिक मजबूत होत जातात. त्यामुळे तुम्हाला खरोखरच जीवनातल्या संकट आणि संघर्षातून बाहेर पडायचं असेल, तर सारे इलाज आधी बंद करून हे समजून घ्या की, तुम्ही खरोखर संकटात आहात की नाहीत. संकटात आहात असं वाटणं हा तुमचा भ्रम तर नाही? बहुतांश संकटांचं अवलोकन केल्यानंतर तुमच्या हे लक्षात येईल की, ती संकटं म्हणजे खरंतर तुमचा भ्रमच आहेत. मग काय, संकट असल्याचा हा भ्रम मोडून टाका. एका क्षणातच जीवनातल्या बहुतांश संकट आणि संघर्षांतून तुम्हाला मुक्ती मिळून जाईल.

■

कहाणी

३१

जसा पुजारी, तशी पूजा

ही गोष्ट आहे भारतातले महान संत रामकृष्ण परमहंस यांच्या जीवनातली. त्या काळी ते खूपच गरीबीत जीवन जगत होते. हे पाहून त्यांच्या काही चाहत्यांनी राजाश्रय असलेल्या एका मंदिरात त्यांची पुजारी म्हणून नियुक्ती करवून घेतली. राजाश्रय लाभलेलं हे मंदिर सुप्रसिद्ध झालेलं होतं. त्यामुळे त्या मंदिरातली सर्व व्यवस्था नियमित आणि काटेकोर अशा स्वरुपाची होती. अनेक वर्षांपासून त्या मंदिरात दररोज सकाळी आणि संध्याकाळीही ठीक 7 वाजता पूजा करण्याचा प्रघात होता. पूजेनंतर आरतीही होत असे. या पूजा-आरतीसाठी हजारो भाविकांची तिथे गर्दी लोटत असे. रामकृष्ण परमहंसांचं काम हेच होतं की, या दोन्ही वेळी उपस्थित भाविकांच्या साक्षीनं मंदिरातल्या देवांची पूजा करायची.

पण रामकृष्ण म्हणजे रामकृष्ण होते. त्यांनी कर्मात बेईमानी करणं कधीच शक्य नव्हतं. त्यांच्यासाठी तर त्यांच्या हृदयाची सच्चाई हाच हुकूम होता, तीच पूजा होती आणि तेच त्यांचं कर्तव्यही होतं. मग होऊ असं लागलं की, नेहमीप्रमाणे सकाळ-संध्याकाळ ठीक सात वाजता मंदिरात भाविकांची गर्दी तर जमू लागली. पण रामकृष्ण काही तिथे पूजेसाठी उपस्थित नसायचे. ते मंदिरात पुजारी होऊन तीन-चार दिवसच झाले असतील, तेव्हा त्यांनी भर दुपारीच पूजेला सुरुवात केली. त्या वेळी मंदिरात मुश्किलीने दहा-वीस भक्तच उपस्थित होते. आणखी काही दिवसांनी तर कमालच केली रामकृष्णांनी... रात्री दोन वाजता जेव्हा मंदिरात कुणीही नव्हतं, तेव्हा त्यांनी अगदी मनोभावे पूजा केली.

आता राजाश्रय लाभलेल्या, अत्यंत शिस्तीत चालणाऱ्या मंदिरात सुरू झालेले हे प्रकार पाहून भक्त निराश झाले. त्यामुळे हळू-हळू मंदिरात येणाऱ्या भाविकांची संख्या चांगलीच रोडावली. जर वेळेवर पूजाच होत नसेल, तर मंदिरात जाण्याचा काय फायदा, असा विचार भाविक करू लागले. याच दरम्यान, एके दिवशी संध्याकाळी खुद्द महाराणीच सायंकाळच्या पूजेसाठी मंदिरात आल्या... पण रामकृष्णांना त्यांच्याशी तरी काय देणं-घेणं

असणार? त्या दिवशीही साडेसात वाजून गेले, तरीही पूजेचा काही पत्ताच नव्हता. या दरम्यान महाराणींच्या हेसुद्धा लक्षात आलं की, मंदिरात येणाऱ्या भाविकांची संख्या लक्षणीयरित्या कमी झाली आहे. असं का याची चौकशी त्यांच्याकडून करण्यात आल्यावर त्यांना सांगण्यात आलं की, जेव्हापासून हा वेडसर नवा पुजारी मंदिरात नियुक्त करण्यात आला आहे, तेव्हापासून हे असंच चाललेलं आहे. हा पुजारी कधीही ठरलेल्या वेळी पूजा करतच नाही. कधी-कधी तर मध्यरात्री एकदम जोर-जोरात पूजा करायला सुरुवात करतो. पूजेच्या वेळांमधला हा अनियमितपणा पाहून अनेकांची निराशा झाल्यामुळे भाविकांनी मंदिरात येणंच बंद केलं आहे.

साहजिकच, हे सगळं ऐकून महाराणींना धक्काच बसला. रामकृष्णांकडे त्यांनी अशा प्रकारच्या वागण्याबद्दल सगळ्यांसमोरच स्पष्टीकरण मागितलं. त्यावर रामकृष्ण हसत हसत म्हणाले, आता पूजा तर पूजाच. ती यायची तेव्हाच येणार. ती येण्याची वेळ तुम्ही निश्चित करूच शकत नाही. कधी कधी ती एका दिवसात चार वेळा येते तर कधी कधी ती सात दिवसही येत नाही. आणि असंही पूजा करणारा असा मी आहे तरी कोण? मी तर फक्त पूजाविधी करणारं माध्यम आहे. जेव्हा कधी जितक्या प्रमाणात पूजा येते, तेव्हा तितक्या प्रमाणात मी पूजा करण्याचं कार्य करण्यासाठी निमित्तमात्र ठरतो.

रामकृष्णांचं हे उत्तर ऐकून महाराणीही विचारांमध्ये गढून केल्या. त्यांनी रामकृष्णांच्या डोळ्यांत रोखून पाहिलं. त्यांच्या डोळ्यांतील सच्चाई पाहून त्या चकित झाल्या. खरोखरची पूजा म्हणजे काय, याचा अर्थ त्यांना समजायला मग अजिबात वेळ लागला नाही. त्यामुळे महाराणींनी तत्काळ, त्याच क्षणी रामकृष्णांची नियुक्ती त्या मंदिराचे तहहयात पुजारी म्हणून करून टाकली. त्याचप्रमाणे महाराणींनी पूजेच्या वेळेबाबत जे काही निर्बंध होते, ते सारे निर्बंधही हटवण्याचे आदेश दिले. आता, रामकृष्णांसारख्या सच्च्या भक्ताकडून पूजा होणार म्हटल्यावर देवासमोरचा पडदा उघडण्याचीही काय गरज? त्यामुळे किती तरी वेळा असंही होऊ लागलं की, मंदिराच्या गाभाऱ्याचे पडदे बंदच आहेत आणि आत रामकृष्णांची यथासांग पूजा भक्तीभावे सुरू आहे. आता ज्याच्या अंतरंगातच संपूर्णपणे इमानदारीच आहे, त्याची पूजा तर सफल होणारच ना? मग पुढे जाऊन ते संत रामकृष्ण म्हणून ओळखलं जाणंही स्वाभाविकच ना? त्याचप्रमाणे निव्वळ त्यांच्या सान्निध्यात राहून नरेंद्रांचं महान स्वामी विवेकानंद असं रुपांतर होणं, यातही आश्चर्य ते कुठलं.

—तात्पर्य—

कर्म काहीही असो. ते करावं लागत असेल, तर त्याचा अर्थ सुस्पष्ट आहे... त्या कामात तुमचं मन पूर्णतः लागलेलं नाहीये. आणि मनुष्य जे कार्य मन न लावता करतो,

त्याचं काहीच फळ त्याला कधीच मिळू शकत नाही. त्याचप्रमाणे दुसरी गोष्टही समजून घ्या की, मनुष्य कुठलंही कर्म स्वतःच्या मर्जीने, एका ठराविक वेळी समरसतेनं नाही करू शकत. हे आपलं एक फार मोठं सायकॉलॉजिकल अज्ञान आहे, जे दिवसरात्र आपण सगळ्यांना वाटत फिरतो. कामात मन लावा. ही गोष्टच चुकीची आहे. कुठलंही कर्म करताना त्यात मन लावलं जाऊच शकत नाही. आता हेसुद्धा एक खूप मोठं गणित आहे. खरंतर कर्मात मन आपल्या वेळेनुसार आणि आपल्या आवडीच्या क्षेत्रातच लागू शकतं. त्यामुळेच ज्याचं संगीतात मन लागतं, त्याचं मन त्याच प्रकारे अभ्यासामध्ये किंवा मग व्यवसायामध्येही लागेल, असं काहीच गरजेचं नाही. विशेष लक्ष देण्याची गोष्ट ही की, हे गणित खूपच बिनचूक असलं, तरीही ते समजणं आणि समजावणं मात्र शक्य नाही... या गणिताचा तर फक्त मनाच्या सखोल गाभ्यात अनुभव करता येऊ शकतो. आता जी व्यक्ती अंतरंगात या गणिताचा जितका जास्त अनुभव घेते, तितक्याच प्रमाणात ती व्यक्ती जागृत झालेली असते. स्वाभाविकच आहे की, जी व्यक्ती जितक्या जास्त प्रमाणात जागृत आहे तितक्या प्रमाणात तिला सुखी आणि सफळ होण्याचाही अधिकार आहे.

■

कहाणी

३२

स्वप्नं पाहून ती पूर्णही करणाऱ्या बादशहाची गोष्ट

जगभरातल्या लहान मुलांच्या हृदयावर राज्य करणाऱ्या वॉल्ट डिज्नी यांची ही गोष्ट आहे. त्यांचा जन्म 5 डिसेंबर 1901 या दिवशी झाला होता. त्यांचे वडील इलियास हे कर्मठ होते, पण त्यांचा व्यवसायात काही जम बसत नव्हता. त्यामुळे वॉल्ट यांचं बालपण तसं खडतरच गेलं. हव्या असलेल्या किती तरी गोष्टी त्यांना मिळाल्याच नाहीत. ना कधी खेळणी मिळाली, ना कधी चांगले कपडे मिळाले. अशा वेळी, वयाच्या सातव्या वर्षी त्यांचं आयुष्य एका नव्या वळणावर येऊन ठेपलं. त्यांची काकू मार्गरेट यांनी एक रंगीत कागदांचं स्केच पॅड आणि काही रंगीत पेन्सिली त्यांना भेट दिल्या. आता ज्या मुलानं कधी खेळणीही पाहिली नसतील, त्याच्यासाठी तर हे जणू सारी स्वप्नंच पूर्ण झाल्यासारखं होतं. आणि इथूनच त्यांना स्केचिंग करण्याचा छंदही लागला.

थोडं मोठं झाल्यावर वॉल्ट यांचं नाव शाळेत घालण्यात आलं. पण घरातली परिस्थिती तेव्हा अशी होती की, शाळेत जाण्यापूर्वी वॉल्ट यांना सकाळीच वृत्तपत्रं आणि अंडी विकायला जावं लागत असे. हा धावपळीचा दिनक्रम वॉल्ट यांची दिवसभर पार थकवणूक करून टाकत होता. पण हे कष्टप्रद दिवस त्यांना फार काळ काढावे लागले नाहीत. कारण घरातल्या परिस्थितीमुळे लवकरच त्यांची शाळाच बंद झाली. शाळा बंद होताच ते पूर्णपणे वडिलांच्या व्यवसायात त्यांना मदत करू लागले. पण घरोघर जाऊन अंडी आणि वृत्तपत्रं विकण्यातून त्यांना अनेक कटू अनुभव आले. रस्त्यात आणि ते विक्री करण्यासाठी जात, त्या घरांमधूनही त्यांची सलामी मित्रांशी होऊ लागली. असे प्रसंग खरंतर लाजिरवाणेच वाटावे, पण वॉल्ट मात्र हसत-हसत या सगळ्या गोष्टी सहन करत होते. एखादा मुलगा खेळण्याशी खेळताना दिसला, तर क्षणभरासाठी का होईना त्यांचंही मन खट्टू

व्हायचं, पण पुढच्याच क्षणी ते आयुष्यातल्या वास्तवाचा स्वीकार करून पुढे जात. पण परिस्थिती खरोखरच कठीण होती. कारण खेळणी नव्हती तर नव्हती, पण ज्याच्यासोबत खेळता येईल, असा कुणी मित्रही त्यांना नव्हता. मग मन रमवण्यासाठी जेव्हा कधी संधी मिळेल तेव्हा, घराजवळून जाणाऱ्या ट्रेनचं चित्र ते काढत बसायचे. आणि चित्र काढण्याचा हा छंद आणि ट्रेन हीच त्यांची स्वप्नंही झाली.

पण जीवनातल्या कठीण परिस्थितीने त्यांच्याकडून या दोन्ही गोष्टीही हिरावून घेतल्या. कारण त्यांना वडिलांसोबत खूप कामं करायला लागत होती. थोडं आणखी वय झाल्यावर त्यांना खूप ठिकाणी नोकऱ्याही कराव्या लागल्या. सतराव्या वर्षी ते रेड क्रॉस या संस्थेत भरती झाले आणि तेथील डॉक्टरांसह एक वर्षासाठी फ्रान्सला गेले. तिथे त्यांना पुन्हा एकदा स्केचिंग करण्याची संधी मिळाली. कामातून सवड मिळताच ते आपल्या सहकाऱ्यांचं पोर्ट्रेट काढत. पण तेवढ्यातून वॉल्ट यांचा चित्रं काढण्याचा छंद पूर्ण कसा होणार होता? त्यामुळे फ्रान्सहून परत येताच त्यांनी आपला हा छंदच आपल्या आयुष्याचा आधार बनवून टाकण्याचा निर्धार केला. मग एका वृत्तपत्रात व्यंगचित्रकार म्हणून नोकरी केली आणि ॲनिमेशनही शिकून घेतलं. ॲनिमेशनचे स्वतःचे बरेच स्टुडिओही सुरू केले, पण या ना त्या कारणाने ते बंद पडले. तरीही वॉल्ट हताश झाले नाहीत. त्यांना आपला छंद आणि प्रतिभा या दोघांवरही विश्वास होता... साधारण 23 वर्षांचं वय असताना वॉल्ट यांनी थेट हॉलिवूडमध्येच नशीब आजमवायचं, असा निर्णय घेऊन टाकला. आता, हॉलिवूडमध्ये काहीच सोपं नव्हतं... खिशात पैसे नाहीत, तिथे नाव सांगण्यापुरतं ओळखीचंही कुणी नाही, ही परिस्थिती लक्षात घेता तर हॉलिवूडचं स्वप्न फार फार कठीण गोष्ट होती. पण शेवटी वॉल्ट यांचा छंद आणि प्रतिभा यासमोर हॉलिवूडलाही झुकावंच लागलं. मग पुढे जो इतिहास रचला गेला, तो तर कुणापासूनच लपलेला नाही.

तर, हे सगळं तर ठीक. पण खरी गोष्ट तर इथूनच सुरू होते. आता वॉल्ट यांच्याकडे पैशांची काहीच कमतरता नव्हती आणि ॲनिमेशन किंग म्हणून ओळखले जाणारे वॉल्ट त्यांच्या चित्रकलेच्या आवडीच्या सर्वोच्च शिखरावर होते... बस, जीवनाच्या या सुंदर वळणावर त्यांना स्वप्न आठवलं. हो, तेच ते ट्रेनचं स्वप्न. मग त्यांनी एक खूप मोठी जागा विकत घेऊन तिथे चौदाशे फूट लांबीचा रेल्वेमार्ग तयार केला. मग जगातल्या तमाम अत्याधुनिक सुविधा असलेली एक ट्रेनही त्यांनी त्या रेल्वेमार्गावरून चालवण्यासाठी घेतली. बऱ्याचदा रात्रीचं जेवण त्यांनी तयार केलेल्या रेल्वेमार्गावर धावणाऱ्या या गाडीच्या डब्यातच ते घेत असत. त्यांची ही गाडी अवघ्या हॉलिवूडमध्ये प्रसिद्ध झाली. मग त्यांच्यासोबत या गाडीत जेवण घेणं ही हॉलिवूडच्या बड्या तारे, निर्माते यांच्यासह अन्य दिग्गजांसाठीही विशेष सन्मानाची गोष्ट ठरू लागली. पण वॉल्ट तेवढ्यावरही थांबले नाहीत.

त्यांचं स्वतःचं स्वप्न तर साकार झालं होतं, पण जगाचं काय? त्यांना तर लहानपणी खेळण्यातलं सुख मिळूच शकलं नव्हतं, पण जगातल्या अन्य मुलांनी तर खेळायला हवंच ना? मग त्यांनी आणखी 160 एकर जागेवर अतिभव्य अशा डिज्नीलँडची निर्मिती केली. आता हे डिज्नीलँड जगभरातल्या मुलांच्या मेंदू आणि हृदयातही किती महत्त्वाचं स्थान पटकावून आहे, हे तर सांगायचीही काहीच गरज नाही...

—तात्पर्य—

याला म्हणतात स्वप्नं बघणं, ती पूर्ण करणं आणि इतरांसोबत वाटूनही घेणं. आता ही पूर्ण गोष्ट वाचल्यावर तुम्हीच सांगा की, मी वॉल्ट डिज्नी यांना स्वप्नं पाहाणं आणि ती पूर्णही करण्याचा बादशहा का म्हणू नये? शक्य तितक्या, जास्तीत जास्त प्रतिकूल परिस्थितीतून जावं लागल्यानंतरही वॉल्ट यांनी आपला छंद आणि स्वप्नं या दोहोंचंही शिखर गाठलं. वॉल्ट यांची जीवनगाथा त्यांचा कर्मठपणा आणि कुठल्याही परिस्थितीत दृढ राहण्याची क्षमता यांचा प्रत्यय तर घडवतेच. पण त्यासोबतच त्यांच्या एकाग्रतेच्या क्षमतेकडेही आपलं लक्ष वेधते. खरोखरच जीवनात जर एकच छंद बाळगला आणि एकच स्वप्न पाहिलं आणि मग पूर्ण ताकदीनं ती प्रत्यक्षात आणण्याचं ठरवलं, तर या जगात कोण वॉल्ट डिज्नी होऊ शकणार नाही? बाकी, शेकडो छंदांमागे धावणाऱ्या आणि हजारो स्वप्नं बघणाऱ्या आपल्यासारख्यांची अवस्था काय होते, ते कुणापासूनच लपलेलं नाही...

■

पहिल्या रोबोचं रहस्य

रोबोची कहाणी आजपासून सुमारे पाच हजार वर्षांपूर्वी इजिप्तमध्ये सुरू झाली. झालं असं की, त्यावेळी इजिप्तचे जे धर्मगुरू होते, त्यांना जनतेकडून खूप काही गोष्टी समजावून देत त्या गोष्टी करवूनही घ्यायच्या होत्या. त्यामुळे त्यांनी कापूस, कपडे आणि उपलब्ध असलेल्या अन्य गोष्टींचा वापर करून एक विशालकाय आकृती तयार केली. या आकृतीचं बाकी सगळं शरीर हे माणसासारखं दिसतं असलं, तरी त्याचं तोंड मात्र लांडग्याचं होतं.

मग त्यांनी त्यांच्या या विशाल रोबोला वस्तीत मध्यवर्ती ठिकाणी आणून ठेवलं आणि सकाळी सगळ्यांची गर्दी त्याभोवती जमा केली. आधीच ठरलेल्या योजनेनुसार त्या रोबोच्या मागे आणखी एक धर्मगुरू आधीच लपून बसला होता. सर्व धर्मगुरूंना जनतेकडून ज्या गोष्टी करवून घ्यायच्या होत्या, त्याच गोष्टी या रोबोमागे लपलेल्या धर्मगुरूनं बोलण्यास सुरुवात केली. बिचारी भोळी जनता याला ईश्वरी आदेशच मानून रोबोकडून सांगितलं जातंय, ते करण्यास बाध्य झाली.

—तात्पर्य—

तर ही झाली रोबोच्या निर्मितीची कहाणी. पण ही छोटीशी गोष्ट दोन अतिशय गहिऱ्या पैलूंवरही प्रकाशझोत टाकते. सर्वप्रथम ही गोष्ट पाच हजार वर्षांपूर्वी माणसाचा आयक्यू किती होता, हे स्पष्ट करते. तेव्हाचा माणूस किती सहज रोबोच्या कहाणीला फसला होता... त्यावरून हेसुद्धा सिद्धच होतं की, मानवाच्या मनाचा विकासही टप्प्याटप्प्याने, क्रमशःच झाला आहे. रोबोच्या या गोष्टीचा दुसरा महत्त्वाचा पैलू म्हणजे, ही गोष्ट हे सिद्ध करते की, लोकांचा आपल्या फायद्यासाठी वापर करून घेण्याची धर्मगुरूंची मानसिकताही

खूप जुनीच आहे आणि ती आजही कायमच आहे. जस-जसा मनुष्याच्या मनाचा विकास झाला, तसा-तसा धर्मगुरूंनीही नव्या-नव्या, आधुनिक रोबोंचा शोध लावला. मग तो शोध त्यांनी नव्याच देवाच्या रुपानं समोर आणला किंवा काही नवीन नियम-कायदे तयार करण्याच्या स्वरुपात.

त्यांच्या या सगळ्या पाखंडांमागील हेतू तर एकच असतो, तो म्हणजे तुम्ही कष्टानं जे काही कमावलेलं आहे, ते सगळं त्यांना देऊन टाकावं. तुम्ही असं करावं कारण, या धर्मगुरूंच्या म्हणण्यानुसार त्यांचा हे जग चालवणाऱ्याशी थेट संपर्क आहे. तुम्ही ईश्वराला म्हणून जे काही अर्पण कराल, त्याचा उपभोग धर्मगुरू ईश्वरी आदेशानुसार घेतात आणि त्या बदल्यात तुमचा उद्धार करण्याची शिफारस ते देवाकडे करतात. आजही लोकं त्यांच्या या जाळ्यात फसताहेत. आजच्या जगातली शिकली-सवरलेली जनताही त्यांच्या 'तुमचे कष्ट, आमचा उद्धार'छाप योजनांना बळी पडते. याचा सरळ अर्थ तर हाच की, काही जागृत मंडळींचा अपवाद नक्कीच असला, तरीही सामान्य माणूस मात्र तब्बल पाच हजार वर्षांच्या मानसिक विकासानंतर, इतक्या वैज्ञानिक प्रगतीनंतरही धर्मगुरू तयार करतील, त्या नव-नवीन आणि आकर्षक रोबोंनी सांगितल्यानुसार वागण्यास तरणोपायच नाही, असं समजून चालतोय.

आता, हे तर स्पष्टच आहे की, धर्मगुरूंनी तयार केलेल्या रोबोंपासून जोपर्यंत सर्वसामान्य माणसाचा पिच्छा सुटत नाही, तोपर्यंत अवघ्या मानवजातीच्या सुखी आणि सुफळ आयुष्याचं स्वप्न बघण्यात काही अर्थच नाही. बाकी तुम्ही तर तसे समंजस आहात. त्यामुळे सकल मानवांच्या उद्धारासाठी कुणाची आणि कोणती दुकानं बंद करणं गरजेचं आहे, हे तर तुम्हाला समजलं असेलच.

■

स्टीव्ह जॉब्स आणि चर्चचा पाद्री

स्टीव्ह जॉब्स हे लहानपणापासूनच खूप मस्तीखोर, जिज्ञासू आणि मजबूत इरादा असलेले होते. आणि ते खोडकर तर इतके होते की, मी–मी म्हणणाऱ्या मस्तीखोर मुलांची मानही त्यांच्यापुढे शरमेनं खाली जावी. पण त्याचसोबत त्यांची समज उत्तम होती. त्यांच्या जीवनातला हा जो प्रसंग मी तुम्हाला सांगणार आहे, तो ते वयानं 13 वर्षांचे असतानाचा आहे. झालं असं की, एक दिवस त्यांच्या हातात टाइम या मासिकाचा अंक पडला. या अंकाच्या मुखपृष्ठावर अत्यंत दारूण परिस्थितीत जगणाऱ्या दोन आफ्रिकन मुलांचा फोटो होता. तो फोटो पाहून किशोरवयातल्या स्टीव्हच्या हृदयास पाझर फुटला. त्यांना ही गोष्ट अजिबातच पटली नाही की, ईश्वर असतानाही इतक्या छोट्या मुलांना जगण्यासाठी इतके अपार कष्ट करावे लागत आहेत. मग त्यांनी टाइम मासिकाचा तो अंक घेतला आणि सरळ एका चर्चची वाट धरली. चर्चमध्ये पोहोचताच ते थेट पाद्रींसमोर जाऊन उभे राहिले आणि त्यांना सरळ प्रश्न केला, खरोखरच का देवाला सगळं काही माहिती असतं?

त्यावर पाद्री म्हणाले, हो बेटा.

मग त्या पाद्रींच्या हाती टाइम मासिकाचा तो अंक ठेवून स्टीव्ह यांनी विचारलं, मग देवाला या मुलांच्या कष्टमय परिस्थितीबाबतही माहिती असेल का?

त्यावर पाद्री म्हणाले, नक्कीच असेल.

...संतप्त होत स्टीव्ह यांनी त्या पाद्रींना प्रश्न केला, तर मग देव या लहान मुलांच्या कष्टांना पूर्णविराम का देत नाही?

आता यावर पाद्री तरी काय उत्तर देणार? त्यांनी गोल–गोल उत्तरं देत वेळ मारून नेण्याचा प्रयत्न केला. पण जात्याच हुशार असलेल्या स्टीव्ह यांचं त्यामुळे समाधान कसं

होणार होतं? पण एक झालं, त्या दिवसापासून स्टीव्ह यांनी चर्चला जाणंच बंद करून टाकलं. कारण त्यांना पडलेल्या प्रश्नाचं उत्तर मिळालेलं होतं...

—तात्पर्य—

मनुष्याला त्याचं नशीब स्वतःची मेहनत आणि अक्कलहुशारी यांच्या साह्यानं स्वतःच घडवायचं आहे. स्टीव्ह जॉब्स यांनी 'ॲपल' ही कंपनी स्थापन करून त्यांची ही फिलॉसॉफी सिद्धच करून दाखवली. मी स्वतः अशा बुद्धिवान स्टीव्ह जॉब्स यांना प्रणाम करतो आणि जीवन पुढे नेण्यासाठी अशीच हुशारी जागृत करा, अशी विनंतीही तुम्हाला करतो. कारण वारंवार एकाच अनुभवातून धोका झाला, तरीही मनुष्य त्याच त्याच गोष्टींची उजळणी करत बसतो, याच कारणामुळे सुख आणि यश हे माणसापासून इतक्या लांब-लांब पळतं आहे.

■

कुत्रा, हाड आणि लाळ

कंडिशनिंग हा एक मानसशास्त्रीय शब्द आहे. या शब्दाचा अर्थ समजावून सांगण्यासाठी एक सुरेख प्रयोग अनेकदा करून दाखवण्यात आला. एका कुत्र्याला रोज संध्याकाळी नियमितपणे एका चर्चजवळ नेण्यात आलं. मग संध्याकाळी ठीक सात वाजता एकीकडे चर्चची घंटा वाजू लागली रे लागली की, त्या कुत्र्यापुढे खाण्यासाठी काही हाडं टाकण्यात येऊ लागली. आता हाडं पाहून लाळ टपकणं, ही कुत्र्यासाठी एक अगदीच स्वाभाविक क्रिया आहे. त्यामुळे त्यात काही विशेष गोष्ट नाही. पण मुख्य गोष्ट तर ही की, पंधरा-वीस दिवस हा दिनक्रम तस्साच्या तस्साच चालवण्यामुळे त्या कुत्र्याचं कंडिशनिंग झालं. मग ठीक सात वाजता घंटा तर वाजवण्यात आली पण कुत्र्याला हाडं काही देण्यात आली नाही. त्यानंतरही घंटेचा आवाज ऐकू येऊ लागताच कुत्र्याच्या तोंडून लाळ मात्र टपकू लागली... म्हणजेच सुरुवातीला कुत्र्याच्या तोंडून हाडं पाहून लाळ गळू लागत होती. त्याचं कनेक्शन ठराविक वेळी घंटा वाजवून त्या घंटेच्या आवाजाशी जोडून देण्यात आलं होतं.

—तात्पर्य—

तर त्या कुत्र्याप्रमाणेच मानवी मेंदूचंही धर्म आणि समाजाकडून कंडिशनिंग करून टाकण्यात आलं आहे. आनंद, शांती, मस्ती, ज्ञान या सगळ्या नैसर्गिक आणि स्वाभाविक देणग्या मानवाला निसर्गतः मिळालेल्या असतात. पण सारखं हॅमरिंग करून करून माणसाचं कनेक्शन भलत्या-भलत्या गोष्टींनाच जोडण्यात आलं. आता धर्म, समाज आणि शिक्षणाच्या

घंटांमधून कसाही आवाज आला, तरीही माणूस धाव घेऊ लागला आहे. तो या गोष्टीकडे बघतच नाहीये की, यापैकी कुणाकडून त्याच्यासाठी हाडं टाकली जात नाहीयेत. पण या कंडिशनिंगचे अडथळे मोडीत काढून ज्यांनी निष्कारण धावपळ बंद केली आहे, ज्यांची लाळ खरोखर हाडं दिसल्यावरच टपकू लागते आहे, ते आजही सुख आणि यशाचं शिखरच गाठत आहेत.

■

डास आणि हत्ती

साधारण पाचेक हजार डासांचा एक समूह आपल्या राजाच्या नेतृत्वाखाली एका झाडाच्या फांदीवर रहात होता. ते सगळे डास इतके नियमबद्ध होते की, सकाळीच रक्त पिण्यासाठी जे घर सोडायचे, ते थेट संध्याकाळीच घरी यायचे. घरी आल्यावर मात्र ते आपापले परिवार आणि सहकारी यांच्यासोबत मेजवानी करायचे. मग एक-दुसऱ्यांना आपापले दिवसभरातले अनुभव सांगायचे. थोडक्यात सांगायचं तर या डासांच्या जीवनाचा स्तर अन्य डासांच्या तुलनेत खूपच चांगला होता. आणि त्याचं संपूर्ण श्रेय त्यांच्या राजाला जात होतं, ज्यानं सगळ्यांना फक्त एकत्रच केलं नव्हतं, तर सगळ्यांना एकत्र रहाण्याचे फायदे समजावून सांगितले होते आणि जीवन कसं जगायचं, याचेही धडे दिले होते. पण लवकरच डासांची संख्या दुप्पट झाली. मग झाडाच्या फांदीवरील ज्या छिद्रात डासांचा हा समूह रहात होता, त्याला ती जागा अपुरी पडू लागली. त्यामुळेच राजानं दूरदृष्टी दाखवत समूहाच्या रहिवासासाठी नवीन जागा शोधण्याचं ठरवलं. साहजिकच नवीन जागा शोधण्याची जबाबदारीही राजानं स्वतःकडेच घेतली. मग काय, दिवस-रात्र त्यानं जागेचा शोधच सुरू केला. लवकरच त्याची दृष्टी एका हत्तीवर पडली आणि त्या हत्तीच्या कानाकडे तो आकर्षित झाला. कारण झाडाच्या फांदीवरील ज्या छिद्रात डासांचा समूह रहात होता, त्यापेक्षा हत्तीचा कान किती तरी मोठा होता. दुसरी गोष्ट म्हणजे फांदीवरील छिद्रात रहाताना कुठल्याही प्रकारची हालचालच होत नव्हती. पण हत्तीचा कान हा भला-मोठा आणि चालता-फिरता राजमहाल ठरू शकणार होता. राजाला हे समजायला अजिबात वेळ लागला नाही की, तिथे रहाण्याची मजाच काही वेगळी असेल. कारण हत्ती जिथे-जिथे फिरायला जाईल, तिथे-तिथे डासांनाही फिरायला मिळणार होतं. त्यामुळे एकूण विचार

करता हे मान्यच करावं लागणार होतं की, राजानं आपल्या प्रजेला रहाण्यासाठी खूपच सुंदर जागेची निवड केली होती.

...आता राजानं तर मनातल्या मनात ठरवून टाकलं होतं. पण आपल्या प्रजेसह नव्या जागी स्थलांतिरत होण्यापूर्वी हत्तीचं मत काय, हे त्याला जाणून घ्यायचं होतं. कारण हा राजा फक्त समजूतदारच नव्हता, तर त्याला शिष्टाचारांचीही पूर्ण जाण होती. त्यामुळेच त्याला परवानगीशिवाय हत्तीच्या कानात आपल्या समूहाचं बिऱ्हाड थाटायचं नव्हतं. त्यामुळे तो तत्काळ हत्तीच्या कानाजवळ पोहोचला आणि त्याच्या कानात जोरानं ओरडला, ऐक रे हत्ती. मी डासांचा राजा बोलतो आहे. तुला हे ऐकून खूपच आनंद होईल की, मला तुझा कान खूपच आवडला आहे आणि तिथे माझा राजमहाल बनवायची माझी इच्छा आहे. आता मला हेसुद्धा माहिती आहे की, ही तुझ्यासाठी गौरवाचीच बाब असेल. तरीही परवानगी घेतल्याशिवाय तुझ्या कानात राजमहाल बनवण्याची माझी इच्छा नाही.

पण त्यावर हत्तीनं काहीच उत्तर दिलं नाही. डासांच्या राजानं त्याला आणखी दोन-तीन वेळा विचारलं, तरीही काहीच उत्तर मिळालं नाही. मग हत्ती काहीच बोलत नाही, तर मौन ही त्याची संमती असं डासांच्या राजानं गृहित धरलं. त्यानं असाही विचार केला की, बहुधा आपल्या प्रस्तावामुळे त्याला इतका अत्यानंद झाला असावा की, त्याच्या तोंडातून शब्दच बाहेर पडत नसावेत. आणि असंही 'मौनं स्वीकृति लक्षणम्' अशी आपली जुनीच परंपराही आहे. मग काय, डासांच्या राजानं त्याच्या समस्त समूहासह हत्तीच्या कानात रहायला सुरुवात केली. पण लवकरच डासांची संख्या चौपट झाली. मग हत्तीचा कान त्यांच्यासाठी अपुरा पडू लागला. त्यामुळे पुन्हा एकदा नव्या जागेचा शोध सुरू झाला आणि लवकरच ती जागा सापडलीही. मग हत्तीच्या कानातून मुक्काम हलवण्याची वेळ येऊन ठेपली. सगळे डास तिथून निघूनही गेले. तरीही राजा मात्र मागे रेंगाळला होता. त्याचं कारण म्हणजे हत्तीचे आभार मानल्याशिवाय त्याला तिथून जायचं नव्हतं. म्हणून मग तो पुन्हा एकदा हत्तीच्या कानात जोरानं ओरडू लागला की, अरे हत्ती ऐक. मला माहिती आहे की, आम्ही इथून निघून जातोय याचं तुला फारच वाईट वाटतं आहे. पण काय करणार? तूसुद्धा आमचा नाईलाज समजून घेऊ शकतोस ना. जागाच अपुरी पडते आहे. नाही तर आम्ही तुझा कान सोडून कधीच गेलो नसतो.

आश्चर्याची गोष्ट म्हणजे, या वेळीही हत्तीनं डासांच्या राजाच्या बोलण्यावर काहीच उत्तर दिलं नाही. डासांचा राजा आणखी दोन-तीन वेळा ओरडला, जोरजोरानं ओरडला, पण त्याचा काहीच उपयोग झाला नाही. हत्तीवर त्याचा जणू काही परिणामच होत नव्हता. हत्तीनं काहीच उत्तर दिलं नाही. हत्तीच्या या वागण्यामुळे डासांच्या राजाला फारच आश्चर्य वाटलं. पण शेवटचा प्रयत्न म्हणून पूर्ण जोर लावून तो पुन्हा हत्तीच्या कानात

ओरडला की, ऐक रे हत्ती. आम्ही खूप दिवसांपासून तुझ्या कानात रहात होतो. पण आता आम्हाला इथून दुसरीकडे जाणं भाग पडतं आहे. मला हे समजलेलं आहे की, त्यामुळे तुला खूपच दुःख झालंय. पण आम्ही तरी काय करणार? आमचाही नाईलाजच आहे...

आता मात्र हत्तीनं त्याला उत्तर दिलं. तो म्हणाला की, अच्छा. तर तुम्ही खूप दिवसांपासून माझ्या कानात रहात होता व आता चालला आहात. जा बाबा जा. मला तर तुम्ही रहात होता, हेसुद्धा कधी समजलंच नव्हतं. हे ऐकल्यावर मात्र डासांच्या राजाची सगळी धुंदी खाडकन उतरली. कारण त्याच्या कुठल्या कार्याची तर सोडाच, त्याच्या कानात रहाण्याची वा खरंतर अस्तित्वाचीच जाणीव त्या हत्तीला अजिबात झालेली नव्हती.

—तात्पर्य—

हेच आपल्यासोबतही होत आहे. परमात्मा इतका विशाल आहे की, तिथपर्यंत फक्त शुद्ध भावनेचा आवाजच पोहोचू शकतो. पण आपल्याला ते फारच कठीण जातं. त्यामुळे आपण कधी त्याची पूजा करतो, कधी मंदिर-मशीद वा चर्चमध्ये जाऊन येतो. कधी उपवास करतो तर कधी परमात्म्यासाठी नैवेद्य अर्पण करतो. वर्षानुवर्षे आपण हेच करत आलो आहोत. मग जेव्हा मन किंवा जीवनावरही त्याचा काहीच सकारात्मक परिणाम दिसून येत नाही, तेव्हा आपणही ओरडायला सुरुवात करतो की, ... हे प्रभो, मी इतके सोमवार उपास केले, इतके शुक्रवार नियमितपणे मशिदीत आलो, पण तू माझी विनवणी अजिबात ऐकत नाहीयेस. माझ्या जीवनातून तू दुःख दूर करतच नाहीयेस. तरीही परमात्म्याकडून काहीच उत्तर येत नाही. एखादे वेळीच फारच जोर-जोरात आरडा-ओरड केली तर तिकडून उत्तर येतं. तेव्हा परमात्मा म्हणतो की, अच्छा. तू इतक्या वर्षांपासून जे चर्चमध्ये जातोय सांगतोस त्याची मला तर काहीच माहितीही नाही. त्याचं काय आहे की, माझ्यापर्यंत फक्त शुद्ध भावनांतून येणारे आवाजच पोहोचू शकतात... तर, अजूनही वेळ गेलेली नाही. स्वतःला सांभाळलेलंच बरं राहील. हे अगदी नीट समजून घ्या की, शुद्ध भावाशिवाय अन्य कुठल्याही वस्तू वा साधनाद्वारे कधीही परमात्म्याशी संपर्क प्रस्थापित करता येणारच नाही.

■

कहाणी
३७

दयाळू शेठजींची जहाजं

एक दयाळू शेठजी होते. त्यांच्याकडे जितकं अपार धन होतं, तितकंच त्यांचं मनही मोठं होतं. त्यांचा प्रमुख व्यवसाय होता, समुद्रातून सामान एका ठिकाणाहून दुसऱ्या ठिकाणी पोहोचवणं. त्यामुळे त्यांची अनेक जहाजं नेहमीच समुद्रातून इकडून तिकडे जा-ये करत असायची. एके दिवशी त्यांच्या हे लक्षात आलं की, समुद्रातली जहाजांची वर्दळ आता खूपच वाढली आहे. त्यामुळे इकडून तिकडे जा-ये करणाऱ्या या जहाजांना बऱ्याच प्रकारच्या समस्याही भेडसावत आहेत. उदाहरणार्थ कधी जहाजातलं इंधन संपुष्टात येतं तर कधी भोजनाचा साठा संपतो, कधी औषधांची गरज निर्माण होते तर कधी कपडे आणि पांघरूणांची कमतरता भासते आहे. आता आधीच सांगितल्यानुसार शेठजी दयाळू होतेच. त्यामुळेच या सगळ्या जहाजांना मदत करण्याच्या हेतूनं त्यांनी आपल्या चार जहाजांवर सर्व आवश्यक आणि अत्यावश्यक गोष्टींचा साठा केला आणि ती जहाजं समुद्रात रवाना केली. या चारही जहाजांवर एक शांतीची खूण असलेली पताकाही लावण्यात आलेली होती. जेणेकरून ही जहाजं दूरवरूनही ओळखू यावीत. या जहाजांचा एकच उद्देश होता. जर एखाद्या जहाजाला एखाद्या गोष्टीची गरज भासली, तर ती गोष्ट कुठलाही भेदभाव, पक्षपात न करता विनामूल्य उपलब्ध करून देणं. आता ही जहाजं भर समुद्रात हाकारलीच होती इतक्या उदात्त हेतूनं की, लवकरच ही चारही जहाजं चहूदिशांना सुप्रसिद्ध झाली. चारही दिशांना या शेठजींचा या जहाजांमुळे जयजयकार होऊ लागला.

पण चांगल्यात चांगल्या कामावरही दुष्टांची नजर कधी ना कधी पडतेच. तशीच एके दिवशी चार सागरी चाच्यांची नजर या जहाजांवर पडली. नजर पडताच त्यांनी काहीही झालं, तरी जहाजं लुटायचीच, असा निश्चयच करून टाकला... आणि तो निश्चय अल्पावधीत प्रत्यक्षातही उतरवला. जहाजं लुटताच त्या चौघांनीही जहाजं आणि त्यातील

चीज-वस्तू यांचं आपापसात वाटप करून टाकलं. वाटप होताच चौघांनीही आपापले साथीदार आपापल्या वाट्याला आलेल्या जहाजांवर रवानाही केले. तेवढ्यात एका चाच्याची नजर जहाजावर लावलेल्या शांतीचा संदेश देणाऱ्या पताकेवर पडली. त्यानं विचारलं, या पताकेचं काय करायचं? त्यावर दुसरा लुटारू चाचा म्हणाला की, पताका हीच तर जहाजाची ओळख असते. त्यामुळे आपण फक्त आपल्या ओळखीसाठी जहाजावर एक छोटंसं निशाण लावूया. तर मग, हेसुद्धा ठरलं. मग काय, सगळं काही ठरताच आणि लुटीची वाटणी होताच प्रत्येक जण आपापल्या वाटेनं निघून गेला. लवकरच सगळ्यांनी आपापलं छोटंसं निशाण पताकेवर लावूनही घेतलं. पण इथपर्यंत आल्यावर मात्र सगळाच मामला जरा जास्तच गंभीर झाला. कारण, चाच्यांची दिवाळी झाली आणि अन्य जहाजांचं दिवाळं निघायची वेळ आली. जहाजावरची शांतीची पताका पाहून जे कुठलं जहाज या जहाजांजवळ येऊ लागलं, त्याची जहाजाचा ताबा घेतलेल्या चाच्यांकडून लूट होऊ लागली आणि समुद्रात एकच हाहाःकार माजला.

—तात्पर्य—

अगदी असाच हाहाःकार जगभरातही माजलेला आहे. इथेही ख्रिस्त, बुद्ध, कृष्ण आणि मोहम्मद यांच्या करुणा, प्रेम, ज्ञान आणि भावनांच्या जहाजांची अशीच लूट करण्यात आली आहे. जहाजांवर पताका आजही या महान मंडळींच्याच आहेत पण जहाजांचा ताबा घेतलाय तो लुटारूंनी. आपण ज्ञान आणि करुणेच्या आशेनं हात पुढे करतो आणि हे लुटारू तर आपला हातच कापून घेतात. अजूनही वेळ आहे, त्यामुळे स्वतःला सांभाळलंत, तर बरं होईल. नाही तर एक दिवस असा येईल की, हे लुटारू तुमच्या आयुष्यातलं सगळं काही लुटून नेतील आणि तुमच्या आयुष्यात चिंता आणि दुःख याशिवाय काहीच शिल्लक रहाणार नाही. एक गोष्ट नीट समजून घ्या. या महान लोकांशी आपलं दोनच प्रकारचं नातं असू शकतं. एक तर आपण त्यांना आपल्या हृदयात वसवू शकतो. मग आपल्याला मंदिर-मशीद-चर्चमध्ये जाण्याची काहीच गरच रहाणार नाही. दुसरं नातं म्हणजे, त्यांनी ज्ञान देणारे जे संदेश दिलेले आहेत, त्यांद्वारे आपल्या मनात परिवर्तन आणून त्यांच्याप्रमाणेच मानसिक उंची गाठण्याच्या वाटेवर मार्गक्रमण सुरू करू शकतो... या दोन्ही गोष्टी सोडून त्यांच्या नावावर आपण दुसरं जे काही करतोय ना, त्यातून तर फक्त आपलं शोषणच होतंय.

■

सुफी फकीर आणि अडेलतट्टू शिष्य

एक हट्टी तरुण ज्ञानाच्या शोधात निघाला आणि चालता चालता एका फकिरापाशी जाऊन पोहोचला. पहिला दिवस तर ठीक गेला, पण दुसऱ्या दिवशी शिक्षण सुरू होताच त्या फकिरानं या तरुणाला एकच गोष्ट सांगितली की, तू या झाडाखाली एकांतात जाऊन बस. मग तुझ्या मनात जे काही विचार येत आहेत, ते येऊ देत. झाडाखाली बसून बसून थकलास, तर उठ, भूक लागली तर खा, झोपावसं वाटलं तर झोप, फिरावसं वाटलं तर फिरून ये आणि हे सगळं करताना मनात काहीही प्रश्न आला, तर माझ्याकडे ये.

गुरू काय सांगतायत, हे त्या शिष्याला खरं तर फारसं समजलं नव्हतं. पण त्याने गुरूंनी सांगितल्यानुसार मानसशास्त्रीय प्रवाहानुसार प्रवाहित होण्यास सुरुवात केली. दोनेक दिवस तर तो हे सगळं करत राहिला. पण तिसऱ्या दिवशी जिज्ञासा, कुतुहल जागं झाल्यावर तो गुरूंकडे गेला. त्यानं गुरू म्हणजे फकिरास विचारलं की, तुम्ही सांगताय ते सगळं मी करतोय. पण हे कधीपर्यंत असंच सुरू ठेवायचं आहे? कारण मी तर इथे ज्ञानप्राप्तीसाठी आलो आहे.

त्यावर फकीर म्हणाला, तू म्हणतोयस ते बरोबरच आहे. पण मला यापेक्षा जास्त काही येतच नाही. पण त्याचसोबत आणखी एक गोष्टही सांगतो... आपल्या मानसशास्त्रानुसार प्रवाहित होत राहण्यापेक्षा वेगळं, मोठं ज्ञान कुठलंच नाही. असो. तू एक सांग, या दोन दिवसांत तुला काही त्रास तर नाही ना झाला?

त्यावर शिष्य म्हणाला की, नाही. मला त्रास तर काहीच झाला नाही.

त्यावर फकिरानं त्याला विचारलं की, या दोन दिवसांत तुझ्यात काही नवी ऊर्जा भरली गेली का?

त्यावर शिष्य क्षणभर विचारात पडला. मग मागील दोन दिवसांबाबत विचार केल्यावर त्याच्या लक्षात आलं की, त्याच्यातली स्फूर्ती मागील दोन दिवसांत आधीपेक्षा कैक पटींनी वाढली होती. ताबडतोब त्याने फकिराचे पाय धरले आणि म्हणाला, खरोखरच मला या दोन दिवसांत काहीच त्रास झाला नाही आणि माझ्यातली ऊर्जा मात्र कैक पटींनी वाढली आहे.

त्यावर फकीर म्हणाला, मग आता तुला आणखी ज्ञान कशाला पाहिजे? ज्ञानाचा उद्देशच कष्टांतून सुटका होणं हा असतो. माणसाला ऊर्जा देण्यानंच ज्ञानाचं महत्त्वही वाढतं. या दोन्ही गोष्टी एकदम साध्य करणं आपल्या मानसशास्त्रीय प्रवाहानुसार प्रवाहित होण्यामुळेच शक्य होतं. थोडा विचार कर, जर तुला ज्ञान मिळवण्याची खरी-खुरी इच्छा नसती, तर या दोन दिवसांत तू काय होऊ शकला असतास? तू राजाही झाला असतास. कारण या दोन दिवसांत जे काही चाललं होतं, ते फक्त तुझ्या मनासारखं, मनाला हवं तसंच चाललं होतं. अर्थात ज्ञान मिळवणं ही एकमेव इच्छाही नसती, तर तू आनंदाच्या शिखरावर पोहोचला असतास.

—तात्पर्य—

इकडे-तिकडे सगळीकडे लक्ष देण्याऐवजी किंवा मोठ-मोठे शोध आणि ज्ञान यांच्यामागे धावून जीवन व्यर्थ दवडण्यापेक्षा मनुष्य आपलं मन आणि शरीराच्या सामान्य क्रियांच्या सामान्य इच्छा पूर्ण करायला शिकला, तरीही तो जास्त सुखी आणि यशस्वी होऊ शकेल. आपल्या सामान्य इच्छा आणि क्रियांचं बलिदान देऊन मनुष्यानं ना कधी काही मिळवलंय, ना कधी काही मिळवू शकणार आहे.

■

कहाणी
३९

संन्यासी आणि विंचू

गोष्ट आहे वाराणशीतल्या गंगेच्या घाटावरची. एके दिवशी एक संन्यासी त्याच्या काही शिष्यांसह गंगेच्या किनारी ध्यान करायला बसला होता. अचानक कुठून तरी एक विंचू आला आणि तो पटकन संन्याशाला चावला. त्या संन्याशाने विंचू चावला, याकडे विशेष लक्ष दिलं नाही. उलट एका कापडात उचलून तो संन्यासी त्या विंचवाला पुन्हा पाण्यात सोडून आला. ते झाल्यावर संन्यासी पुन्हा ध्यान करायला बसला. काही काळानंतर तो विंचू पुन्हा एकदा पाण्यातून बाहेर आला आणि त्याच्या त्याच पायाला पुन्हा चावला. संन्यासी पुन्हा एकदा त्याला पाण्यात सोडून आला. एव्हाना त्या संन्याशाचा पाय दुखूही लागला होता. पण त्यानंतरही संन्याशानं विंचवाला पाण्यात नेऊन सोडणं आणि विंचवानं पाण्याबाहेर येऊन त्याला पुन्हा चावणं या प्रकाराची तीन-चार वेळा पुनरावृत्ती झाली. त्या संन्याशाचा पाय काळा-निळा पडला होता. कारण, विंचू त्याला सारखा-सारखा एकाच जागी चावत होता. हे सगळं पाहून संन्याशाचे शिष्य मात्र काळजीत पडले. संन्याशाचं वागणं पाहून ते हैराणही झाले होते. त्यांच्यापैकी अनेकांना तर रागही आला होता. अखेर त्यांच्यातला एक जण बोललाही... हा विंचू जर आता पुन्हा आला ना, तर त्याला मारूनच टाकू.

त्यावर संन्यासी लगेच त्याला शांत रहायला सांगत म्हणाले की, तू मला एका विंचवाकडून पराभूत व्हायला लावणार आहेस का? जर तो विंचू त्याची दंश करण्याची सायकॉलॉजी सोडून देत नाहीये, तर मी त्याला वाचवण्याची माझी सायकॉलॉजी कशी सोडून देऊ?

—तात्पर्य—

हीच गोष्ट सगळ्यांना समजून घ्यायची आहे. जो मनुष्य दुसऱ्याला पाहून किंवा कुठल्याही बाह्य कारणामुळे स्वतःची प्रवृत्ती बदलून टाकतो, तो कधीही निसर्गात स्थिर होऊ शकत नाही. आणि ज्याच्याकडे अशा प्रकारची स्थिरताच नसते, तो स्वतःबाबत कधीच काही दावा करू शकत नाही. तरीही प्रत्येक जण चोवीस तास फक्त हजारो सल्ले देत फिरतोय आणि स्वतःबाबत मी सरळ-साधा, धार्मिक आहे असे दावेही करतोय. पण त्यांना थोडंसं जरी छेडलं, तरी सज्जनपणा आणि धार्मिकतेचे सगळे दावे एका क्षणात उद्ध्वस्त होऊन जातात. कुणी जास्तच अहंकारी आणि हुशार असेल आणि तो प्रदर्शन करत नसेलही, तरी कुणी थोडंसं छेडलं की त्याच्यातला राक्षस बाहेर प्रकट होतोच. मग अशा अस्थिर प्रकृतीचा मानव काहीही आणि कसलाही दावा जरी करत असेल, तरीही तो सुखी आणि यशस्वी मात्र होऊच शकत नाही.

■

कहाणी
४०

मला फसवू नका, स्वतःच फसाल– ख्रिस्त

मी ख्रिस्त, एकदा एका गावातून चाललो होतो. माझ्या वाटेत शेजारीच एक शेत होतं. त्या शेतात मी एका शेतकऱ्याला बैल हाकताना पाहिलं. आश्चर्याची गोष्ट म्हणजे तो बैलांना हाकलत होता आणि त्याच वेळी त्यांना शिव्याही घालत होता. त्यानं मुक्या प्राण्यांना अशा पद्धतीनं शिव्या घालणं मला आवडलं नाही. त्यामुळे मी त्याच्याजवळ जाऊन प्रेमानं त्याला त्याच्या चुकीची जाणीव करून दिली. तो शेतकरी अगदीच साधा होता, त्यानं ताबडतोब... तो ज्या पद्धतीनं वागत होता त्याबाबत दिलगिरी व्यक्त केली. इतकंच नव्हे तर, यापुढे आपल्या बैलांना कधीच शिव्या देणार नाही, असं वचनही त्यानं मला दिलं.

त्या दिवशी त्या शेतकऱ्यास समजावून सांगितल्यावर मी पुढे निघूनही गेलो. पण साधारण सहा महिन्यांनी माझं पुन्हा एकदा त्या गावातून जाणं झालं. या वेळी तर मी त्या शेतकऱ्यास लांबूनच शेतात आपले बैल हाकताना पाहिलं. आश्चर्याची गोष्ट मात्र ही होती की, अजूनही तो बैलांना जोर-जोरानं शिव्या घालूनच हाकत होता. हे पाहून मी खूपच दुःखी झालो. मग मी सरळ त्या शेतकऱ्याकडेच गेलो. जसा मी त्या शेतकऱ्याच्या जवळ पोहोचलो, तसं त्यानं मला पटकन ओळखलंही. मला पाहून थोडासा घाबरलाही, पण पटकन सावरून घेत तो पुढे बोलू लागला की, माझ्या प्रिय बैलांनो, मी आत्ता तुम्हाला शिव्या दिल्या. अशाच शिव्या मी ख्रिस्तांशी भेट होण्यापूर्वी तुम्हाला देत असे. आज तर मी तुम्हाला फक्त त्या शिव्यांची आठवण करून दिली. त्यामुळे हे माझ्या पोरांनो, तुम्हाला तर शिव्या ऐकणं बंद केल्याबद्दल ख्रिस्ताचे आभारच मानायला हवे.

निश्चितच तो हे जे काही बोलत होता, ते मला ऐकवण्यासाठीच होतं. मी त्याला इतकंच म्हणालो की, हे सगळं नाटक करून तू ना ही मला फसवतो आहेस आणि ना ही

या बैलांना फसवतो आहेस; अखेर धोका स्वतःलाच देतो आहेस. आज तीच गोष्ट मी तुम्हालाही सांगू इच्छितोय. हे चर्चमध्ये जाऊन, बायबल वाचून, ख्रिसमस साजरा करून माझी आठवण काढणं हा तुमचा मला भ्रमित करण्याचा प्रयत्न असेलही, पण त्यामुळे मी जरासाही भ्रमित झालेलो नाही. पण या सगळ्या प्रयत्नांत तुम्ही मात्र माझ्याबाबत नक्कीच भ्रमित झाला आहात. त्यामुळेच तुमच्या जीवनासाठी तर हेच चांगलं होईल की, तुम्ही मला भ्रमित करण्याचा प्रयत्न करण्याऐवजी मी सांगितलेल्या गोष्टी आणि माझ्या जीवन-दर्शनाचा अवलंब करण्याचा प्रयत्न करा... त्यातून तुमचा नक्कीच उद्धार होईल.

—तात्पर्य—

खरंतर प्रत्येकाच्याच अंतरंगात आत्मा त्याचा कॉन्शस आणि त्याचा द्रष्टा बनून वसलेला असतोच. खोटं बोलताना किंवा असत्यात जगत असताना एखादे वेळीस तुम्ही दुसऱ्यांना भ्रमित करू शकालही पण तुम्हाला स्वतःला मात्र तुमचं खोटं बोलणं आणि असत्य वागणं, हे समजत असतंच. तुमचं उत्तरदायित्व हे अखेर तुमच्या आत्म्याप्रतिच आहे. मग जर त्याच्यापासून काहीच लपून राहू शकत नाही, जर त्याला धोका देता येतच नाही, तर निष्कारण बाहेरच्या लोकांपासून काही लपवण्यात वा त्यांना धोका देण्यातून तुम्हाला कसला आनंद मिळणार आहे?

■

हा कसला इलाज?

एकदा एक हसता-खेळता तरुण अचानक एकदम उदास राहू लागला. काही दिवस गेले, तरी त्याचं हे उदास रहाणं तसंच राहिल्यानंतर मात्र त्याच्या घरच्यांना काळजी वाटू लागली. पण नाना प्रकारे विचारलं, चौकशी केली तरी तो तरुण मात्र काही केल्या काय झालंय, याबद्दल काही बोलायला तयारच नव्हता. अखेर आई-वडिलांचा नाईलाज झाला आणि त्यांनी एका धर्मगुरूंचा आसरा घेतला. ते या तरुणास घेऊन त्या धर्मगुरूंकडे गेले. धर्मगुरूंनी त्याला एकांतात नेलं आणि तुझ्या उदास रहाण्याचं कारण काय, असं विचारलं. त्यावर तो तरुण म्हणाला की, आज-काल माझ्या मनात तरुणींशी मैत्री करावी असे विचार येत आहेत. आता, हे ऐकल्या ऐकल्या त्या धर्मगुरूंचं जणू टाळकंच सटकलं. त्यांनी त्या तरुणाला चार गोष्टी सुनावल्या आणि त्याहीपुढे जाऊन चार धार्मिक विधी करून घे, असंही सांगून टाकलं.

पण त्यातून निष्पन्न काय होणार होतं? तो तरुण आणखीच आत्मग्लानीने भारला गेला. त्याच्या उदासीतही चांगलीच वाढ झाली. धार्मिक विधींमुळे मनात मुलींचे येणारे विचार असेही थांबणारच कसे होते? त्यामुळे त्याच्या मनात ते विचार येतच होते आणि त्याच वेळी धर्मगुरूंनी मात्र त्याला असे विचार मनात येणं ही खूपच वाईट गोष्ट असल्याचंही दटावलं होतं. त्यामुळे हे विचार आपल्या मनात येताहेत ही गोष्ट त्याला आतल्या-आत अत्यंत वाईटरीत्या खाऊ लागली. अखेर, त्याची ढासळणारी मनःस्थिती लक्षात घेत आई-वडील त्याला एका सायकॅट्रिस्टकडे घेऊन गेले. तो सायकॅट्रिस्ट तर त्याची समस्या काय आहे, हे ऐकल्यावर हसूच लागला. मग तो हसत-हसतच पुढे म्हणाला की, ही तर खूपच स्वाभाविक इच्छा आहे. आता या वयात जर या तरुणाच्या मनात मुलींचे विचार

येत नसते, तर मी नक्कीच या मुलावर उपचार केले असते. सायकॅट्रिस्टच्या मुखातून बाहेर पडलेले हे शब्द ऐकताच हा तरुण मग पुन्हा पूर्वीसारखाच हसू खेळू लागला.

—तात्पर्य—

इलाज करण्यापूर्वी म्हणजेच खरंतर स्वतःला मनोविकारानं त्रस्त असल्याचं मानण्यापूर्वी, एकदा स्वतःच हे समजून घेणं खूप गरजेचं आहे की, तुम्ही ज्याला मानसिक विकृती समजून चालला आहात, ती खरोखरच मानसिक विकृती आहे की नाही... कारण बऱ्याचदा मनुष्य स्वतःचं अवलोकन दुसऱ्याच्या नजरेतून करतो आणि इतरांची तुमच्याबद्दलची मतं ही निरनिराळीच असतात. पण जीवनातल्या स्वाभाविक प्रक्रिया आणि आनंद यांच्यामध्ये तर काहीही वाईट होण्याची वा असण्याची सुतराम शक्यताच नाही. मग, हे पण लक्षात घ्यायला हवं की, प्रत्येक माणसासाठी स्वाभाविक आनंद हा वेगवेगळा असू शकतो. त्यामुळे थोडक्यात सांगायचं, तर मनात निष्कारण अपराधी भावना बाळगू नका. कारण ही अपराधी भावना जस-जशी जुनी होत जाते, तस-तशी अनेक शारीरिक आणि मानसिक व्याधींनाही जन्म देते.

■

कहाणी

४२

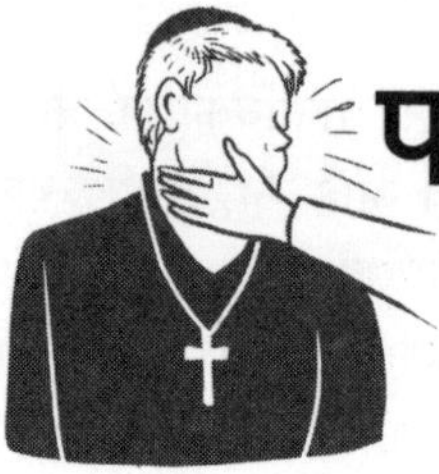

पाद्री आणि पाखंड

जीझस ख्रिस्तांचं हे सुप्रसिद्ध वचन तुम्हाला नक्कीच आठवत असेल. ते म्हणाले होते की, कुणी तुमच्या एका गालावर थप्पड मारली, तर लगेचच दुसरा गाल पुढे करा. आता याचा अर्थ काय आहे आणि असं म्हणण्यामागे जीझस यांची नेमकी काय भावना आहे, हे तर कुणालाच समजावून देण्याची आवश्यकता नाही.

पण ही गोष्ट पाद्री मंडळींना कोण समजावून देणार? तर एके दिवशी जीझस यांच्या त्या शब्दांनी खूपच गमतीशीर प्रसंगाची निर्मिती केली. झालं असं की, त्या दिवशी एक पाद्री चर्चमध्ये नेमका जीझस यांच्या याच वचनाबाबत प्रवचन देणार होता. या ठरलेल्या प्रवचन कार्यक्रमाची माहिती सगळ्यांना होण्यासाठी चांगलाच प्रचार आणि प्रसारही करण्यात आला होता. हे तर ठीक झालं, पण एका उपद्रवी व्यक्तीला काही केल्या ही गोष्ट लक्षात येत नव्हती... कुणी एका गालावर थप्पड मारली तर मी दुसरा गाल पुढे कसा करायचा? त्याला काही केल्या हे समजेना. मग त्यानं विचार केला... चला स्वतः जाऊनच बघूया की. त्यामुळे तोसुद्धा या प्रवचनाच्या वेळी चर्चमध्ये उपस्थित झाला.

चर्चमध्ये ठरलेल्या वेळी त्या पाद्री महाशयांनी प्रवचन सुरू केलं. या प्रवचनात त्यांनी अत्यंत मार्मिक उपदेश केला. जीझस यांच्या या वचनाची तर त्यांनी अशी काही भलामण केली की, जणू काही ते शब्द जीझस नव्हे, तर स्वतः त्यांचेच असावेत. त्यांचं हे प्रवचन ऐकून ती उपद्रवी व्यक्तीही क्षणभरासाठी अचंबित झाली. पण, तो माणूस तसा पक्का होता. त्यामुळे त्यानं पुन्हा विचार केला की, पाद्री म्हणताहेत तर ते ठीकच असावं. पण मी इथे आलोच आहे, तर खात्री करून घ्यायला काय हरकत आहे?

त्यामुळे प्रवचन संपल्यानंतर लगेचच तो पाद्री महाशयांजवळ पोहोचला आणि कुणाला काही समजायच्या आत त्यानं पाद्र्याच्या गालावर एक जोरदार थप्पड लगावली.

पाद्री तर त्यामुळे अंर्तःबाह्य संतापला. चर्चमध्ये प्रवचनाला आलेली बाकी सर्व मंडळीही एकदम स्तब्ध, निःशब्द झाली... पण पाद्रीही हुशार होता आणि त्याच्या हे लक्षातही होतं की, त्यानं काही क्षणांपूर्वी काय प्रवचन दिलं आहे. त्यामुळे आत्ता काहीही गडबड करण्यात काहीच अर्थ नाही, हे लक्षात घेत त्यानं चेहऱ्यावर हसू आणलं आणि आपला दुसरा गालही या उपद्रवी व्यक्तीच्या समोर केला.

पाद्री महाशयांनी दुसरा गाल पुढे केलेला पाहून क्षणभरासाठी ही उपद्रवी व्यक्तीही भांबावून गेली. परंतु तिनं पटकन स्वतःला सावरूनही घेतलं. आधीच सांगितल्याप्रमाणं ही व्यक्तीही चांगलीच पक्की होती. मग या उपद्रवी व्यक्तीनं पुन्हा एकदा पटकन विचार केला की, जर खात्रीच पटवून घ्यायची आहे, तर पूर्ण खात्री पटवून घ्यायला काय हरकत आहे? आणि असंही कुठलंही काम अर्धवट केलेलं चांगलं नसतंच... मग त्यानं पाद्री महाशयांच्या दुसऱ्या गालावरही तशीच एक जोरदार थप्पड खण्णकन लगावून दिली... मग मात्र पाद्री महाशयांच्या संतापाचा स्फोट झाला. पाद्र्यानं त्या उपद्रवी व्यक्तीला पकडलं आणि चांगलंच बुकलून काढायला सुरुवात केली. तो उपद्रवी माणूस मार खाताना पाद्र्याला विचारत होता, अरे तू आत्ताच जीझसची सूत्रं सांगत होतास आणि लगेचच तू इतकी हिंसा कशी करतो आहेस? पण एक ना दोन... पाद्र्यानं त्याची मनसोक्त धुलाई सुरूच ठेवली.

मग त्याला मारता-मारताच पाद्री म्हणाला की, जीझसनी जे काही सांगितलं आहे, त्याचं मी पालन केलं आहे. तू एका गालावर मारल्यावर मी दुसरा गालही पुढे केला. पण त्यानंतर पुढे काय करायचं, याबाबत मात्र जीझसनी कुठेच, काहीही सांगितलेलं नाही. त्याबाबत चर्चाही केलेली नाही.

—तात्पर्य—

खरंतर मनुष्याचं जीवन म्हणजे मनाशिवाय दुसरं काहीच नाही. आणि मनाचं गणित तर एकदम स्वच्छ आहे, तिथे कुठलीही गोष्ट मानण्यामध्ये वा न मानण्यामध्ये काहीच वाईट नसतं. पण जे आहे त्यापेक्षा उलटं, विपरीत बघण्याचा प्रयत्न हाच मनातल्या समस्त विकृतींचं मूळ आहे. त्याचं हे विपरीत दिसणं किंवा मग आहे त्याच्यापेक्षा चांगलं दिसण्यासाठी सुरू असलेल्या धडपडीचा हिस्सा होणं हे सगळं मानवाच्या बुद्धीमुळे होत असतं. जर तुम्हाला मानसिकदृष्ट्या निरोगी रहाण्याची इच्छा असेल, तर मनाला त्याची उड्डाणं स्वतंत्रीत्या घेऊ द्या, त्यात बुद्धीनं केलेला प्रत्येक हस्तक्षेप तुम्हाला खूपच महागात पडणारा ठरेल. आज जर मनुष्य इतका विकृत झाला आहे, तर त्यात या प्रक्रियेचा खूप मोठा वाटा आहे. पण ही प्रोसेस-प्रक्रिया जर थांबवायची असेल, तर त्यासाठी सर्वप्रथम तुम्हाला मन आणि बुद्धी यांच्यातला फरक समजून घेणं अत्यंत आवश्यक आहे. आणि

हेसुद्धा समजूनच घ्या की, हा फरक समजून घेतला नाही, तर कुठलाही मनुष्य सुखी आणि यशस्वी होऊच शकणार नाही. परंतु आतासाठी मी एक सहजसोपा फरक सांगतो. तो फरक असा की, कुठलीही गोष्ट मनानं मानली, समजून घेतली आणि आचरणातही आणली तर ती खूपच सखोलतेनं असेल. पण बुद्धीला अशा सखोलपणाशी काहीच घेणं-देणं नसतं. कारण बुद्धी तर सगळ्या गोष्टी वरचेवर करण्यातच पटाईत असते.

■

कहाणी
४३

यालाच ज्ञान म्हणतात

एके दिवशी बुद्ध प्रवचन देत असताना एक व्यक्ती जी खूपच जाडी होती आणि भोजनामुळे अतित्रस्त होती, तिनं बुद्धांकडे दीक्षा देण्याची विनंती केली. त्यावर बुद्धांनी त्याला सांगितलं की, दीक्षा वगैरेचं नंतर बघू, आधी तू सात दिवसांचा उपवास कर. मग तू माझ्याकडे येऊन दीक्षा घे.

तर ती व्यक्ती बुद्धांनी जे काही सांगितलं ते ऐकून तिथून निघून गेली. पण झालं असं की, त्याच दिवशी दुसरी एक व्यक्ती जी नुसती हाडांच्या सापळ्यासारखी झालेली होती; बुद्धांकडे आली आणि तिनंही बुद्धांकडे दीक्षा देण्यासाठीच विनवणी केली. बुद्धांनी त्या व्यक्तीकडे आपादमस्तक पाहिलं आणि मग ते त्याला हसत-हसत म्हणाले, अरे तुझी योग्य वेळ आली की, मी तुला दीक्षा नक्कीच देईन. पण त्याआधी तू दिवसातून चार वेळा भरपेट जेव... हे ऐकल्यावर ती व्यक्तीही जशी तुमची आज्ञा असं म्हणून निघून गेली; पण तिथेच शेजारी बसलेला बुद्धांचा आनंद नावाचा शिष्य मात्र आश्चर्यचकित झाला. त्याला रहावेचना. म्हणून त्यानं बुद्धांना विचारलं की, प्रभू हे काय रहस्य आहे? दीक्षा देण्यासाठी तुम्ही एका व्यक्तीला सांगताय की, तू उपवास कर आणि तीच दीक्षा देण्यासाठी दुसऱ्या व्यक्तीला मात्र सांगताय की, तू दिवसातून चार वेळा जेवून घे... मग ज्ञानप्राप्तीचा परिपूर्ण आणि उचित असा मार्ग नेमका आहे तरी कुठला?

हा प्रश्न ऐकल्यावर अत्यंत गंभीर मुद्रेनं बुद्ध बोलू लागले की, आनंद, यातली एकतरी गोष्ट मी तुला सांगितलेली आहे का? नाही ना? मग तू हे स्पष्टपणे समजून घे की, यापैकी कुठल्याच गोष्टीशी तुझं काहीच देणं-घेणं नाही. मी त्या दोघांनाही जे काही सांगितलेलं आहे, ते त्यांच्या तात्कालिक गरजा लक्षात घेऊन सांगितलेलं आहे. त्यामुळे तू जे काही करतो आहेस, तू तेच करत रहा.

—तात्पर्य—

ही गोष्ट अत्यंत स्पष्टपणे समजून घ्या की, धर्माचा उद्देश तर मनुष्याचं जीवन आनंद, शांती आणि मस्तीने भरून टाकणं हाच आहे. आणि त्याचसाठी जी ज्ञानी मंडळी आहेत, ती सरळ-सरळ दोन प्रकारच्या गोष्टी करतात. एक तर 'तत्कालिक सत्य' जे कुठल्याही एका व्यक्तीला सांगितलेलं असतं किंवा मग कुठल्याही एका विशिष्ट वेळेपुरतं सांगण्यात आलेलं असतं. हे सत्य कायम किंवा स्थायी स्वरुपाचं नसतंच. अशासाठी की, वेळ आणि व्यक्ती बदलली की, जे काही सांगितलेलं आहे ते निरर्थक होऊन जातं. वरच्या गोष्टीत बुद्ध जे काही सांगत आहेत, ते फक्त त्या-त्या व्यक्तीपुरतं म्हणजेच व्यक्तीविशेष या स्वरुपाचं आहे. मग दुसरी गोष्ट आहे ती म्हणजे 'चिरंतन सत्य'. हे सत्य प्रत्येक वेळी प्रत्येक व्यक्तीसाठी लाभदायकच असतं. उदाहरणार्थ, बुद्धांचं ते सुप्रसिद्ध वाक्य, 'स्वतःचा दीपक स्वतःच बना'. या वाक्याचा सोपा अर्थ म्हणजे मनुष्य आहात तर, आसरे आणि आश्वासनांच्या नादी न लागता स्वतःची मेहनत आणि अक्कलहुशारी यांच्या जोरावर ध्येयाची प्राप्ती करून घ्या. पण दुर्दैवानं ज्ञानी मंडळींनी सांगितलेल्या चिरंतन सत्यांकडे कुणीच फारसं लक्ष देत नाही आणि तत्कालिक सत्यांचा मात्र सगळेच जण मोठा उदो-उदो करताना दिसतात. खरं सांगायचं तर, हेच मनुष्याच्या अधोगतीचं सगळ्यात मोठं कारण आहे. असो. तुम्ही समजूतदार आहात, त्यामुळे मी आशा करतो की, तुम्ही ज्ञानी मंडळींनी सांगितलेलं तत्कालिक सत्य आणि चिरंतन सत्य यातला भेद जाणून घ्याल आणि तुमच्या जीवनासही योग्य दिशा द्याल.

■

वेळेवर प्रत्येक गोष्ट अमूल्यच

एका व्यक्तीनं घरातल्या मंडळींचा आग्रह, समजूत काढणं आणि वाढत चाललेलं वय यांच्या दबावाखाली येत त्याच्यापेक्षा दीडपट जाड असलेल्या मुलीशी लग्न केलं. इथपर्यंत तर ठीक होतं, पण झालं असं की, लग्नानंतर पुढच्या दोनच वर्षांत या मुलीचं वजन आणखी तब्बल 40 किलो वाढलं. साहजिकच या दोघांचीही जोडी मग अगदीच विचित्र दिसू लागली. मग काय, याच गोष्टीवरून पती आपल्या पत्नीचा राग-राग करू लागला आणि टोमणे मारण्याची तर एकही संधी सोडेनासा झाला. या दोघांच्या वैवाहिक जीवनाची गाडी असेच धक्के खात होती. पतीची इच्छा होती की, पत्नीनं आपलं वजन कमी करावं, तर पत्नी मात्र लाख प्रयत्न करूनही वजन कमी करण्यात काही केल्या यशस्वी होत नव्हती. त्यामुळे हळू-हळू पतीला त्याची पत्नी अगदीच बिनकामाची वाटू लागली होती...

तर या दोघांमध्ये अशा रीतीनं दुरावा वाढतच चालला होता. पण एके दिवशी झालं असं की, रात्री त्यांच्या घरात चोर शिरले. घरात शिरताच त्यांनी सरळ कपाटावर डल्ला मारला आणि त्यातले सगळे दागिने आणि रोख पैसे त्यांनी काढले. पण काही आवाज झाल्यामुळे या पती-पत्नी दोघांचीही झोपमोड झाली. त्यांनी खोलीतला दिवा लावला, तर त्यांना दागिने आणि पैसे एका पिशवीत भरत असणारे चोर दिसले. पत्नी बिछान्यातून उठली आणि तिनं मागचा-पुढचा काहीही विचार न करता सरळ चोरांवर चाल केली. तिने धावत जाऊन त्या चोरांना जोरदार धडक दिली. तिची धडक इतकी जबरदस्त होती की, त्यांच्या हातातून दागिने-पैसे भरलेली पिशवी तर जमिनीवर पडलीच, पण ते चोरही या जबरदस्त धडकेमुळे धाडकन जमिनीवर पडले. त्या दोघांनाही जमिनीवर पडलेलं पाहून मग तिनं पुन्हा एकदा काहीच विचार न करता सरळ त्या दोघांवर बसकण मारली. आणि पतीला जवळच असलेल्या पोलिस ठाण्यात धाव घेत तिथून पोलिसांना घेऊन येण्यास सांगितलं. पोलिस

ठाण्यात जाण्यासाठी निघालेला पती या सगळ्या प्रकारानं भांबावलेला होता. तो त्याची चप्पल इकडे-तिकडे शोधू लागला. हे पाहून पत्नी जोरात ओरडली, अरे तू पटकन जात का नाहीयेस?

त्यावर पती म्हणाला की, मी जातोच आहे. पण मला चप्पल सापडत नाहीये.

पतीचं हे बोलणं ऐकून त्या पत्नीच्या अंगाखाली चिरडलेला एक चोर कसा-बसा गयावया करत म्हणाला की, अरे बाबा लवकर जा. अनवाणीच जा, पण लवकर जा आणि पोलिसांना घेऊन ये. असं व्हायला नको की, तुला जाऊन परत येण्यास इतका वेळ लागला की, तू पोलिसांना घेऊन येईपर्यंत तुझ्या पत्नीच्या वजनामुळे आमचा जीवच गेला...

—तात्पर्य—

मनुष्य कुणीही असो आणि कसाही असो. वेळ येते, तेव्हा प्रत्येक जण महत्त्वाचाच असतो. त्यामुळे एखाद्या व्यक्तीमध्ये निष्कारण दोष काढत रहाणं किंवा एखाद्या व्यक्तीचा वारंवार अपमान करत रहाणं योग्य नाही. कुठल्याही व्यक्तीला हीन लेखण्यापूर्वी एक गोष्ट तर नक्कीच समजून घ्यायला हवी की, मनुष्य जसा असेल तसा असेल, पण तो निसर्गाचा सगळ्यात अमूल्य असा ठेवाच आहे. आता हे या गोष्टीच्याच संदर्भात समजून घ्यायचं झालं, तर बघा... संकटसमयी पत्नीचा तो स्थूलपणाच उपयुक्त ठरला, जो पतीला इतका नकोसा झाला होता की, त्याला त्याचं ओझं वाटत होतं.

■

राग दाबून ठेवता येतो?

एका एकत्र कुटुंबात दोन भाऊ रहात होते. या दोन्ही भावांच्या वयात जवळपास 15 वर्षांचं अंतर होतं. मोठा भाऊ नोकरी करू लागला होता आणि तो संध्याकाळी दमून-भागून घरी येत होता. तर छोटा भाऊ, जो अजूनही खूपच लहान होता त्याला मात्र दादा घरी आलेला दिसला रे दिसला की, त्याच्या खोड्या काढण्याची सुरसुरी येत होती. त्याच्या या खोड्यांचा मोठ्या भावाला खूपच जास्त राग येत होता. पण घरातले वडीलधारे काय म्हणतील, असा विचार करून तो त्याचा राग गिळत होता. छोट्या भावाला तो कधीच रागावत नव्हता.

पण एके दिवशी मात्र झालं असं की, मोठा भाऊ ऑफिसमधून परतला तेव्हा घरी छोट्या भावाशिवाय दुसरं कुणीच नव्हतं. आता घरी दुसरं कुणीच नाही आणि दादा ऑफिसातून दमून-भागून परत आलाय हे पाहून छोट्या भावानं त्याला दादा, तुला पाणी देऊ का असं आस्थेनं विचारलं. पण मोठ्या भावाला अनेक दिवस दाबून ठेवलेला राग बाहेर काढण्यासाठी यापेक्षा चांगली सुसंधी कुठली मिळणार होती? पाणी हवं का, हे विचारलं म्हणून मोठ्या भावानं छोट्याची चांगलीच धुलाई केली. आता त्यानं असं का केलं? तर अनेक वर्षांपासून दाबून ठेवलेला राग बाहेर काढण्याची त्याला संधी मिळाली होती. बास. त्यापलीकडे काहीच नाही.

—तात्पर्य—

जीवनात हेच होत असतं. ज्या व्यक्तीबद्दल आलेला संताप तुम्ही गिळण्याचा प्रयत्न करत असता, तो संताप उफाळून येतो तोही त्याच व्यक्तीवर. पण संतापाचा हा स्फोट

होतो चुकीच्या वेळेस आणि निष्कारण... म्हणजेच विकृती वाटावी अशा स्वरुपात. मग तुम्ही राग दाबून ठेवण्याचा फायदा तरी काय झाला? अशा प्रकारे चुकीच्या वेळी राग बाहेर काढून-काढूनच तर लोकांच्या नातेसंबंधांमध्ये कटुता आली आहे.

तुम्ही हे समजून का घेत नाही की, निसर्गाचे सर्व नियम मनुष्यांवर लागू आहेत तर ते लागू आहेतच. निसर्गाचा हा नियमच आहे की, इथे एकही कण निर्माण करण्याची वा नष्ट करण्याची सत्ता कुणाकडे नाही आणि हीच गोष्ट मनुष्याच्या रागालाही तितक्याच नेमकेपणानं लागू आहे. तरीही मनुष्य चुकीच्या शिक्षणातून आलेल्या गोष्टींमुळे योग्य वेळ असो वा नसो, गरज असो वा नसो आपल्या रागाला दाबूनच ठेवण्याचा प्रयत्न करत रहातो. मग दाबून ठेवलेल्या त्या रागाचाच एक दिवस स्फोट होतो. त्यामुळे हे सत्य नीट समजून घ्या की, मनुष्याच्या नाते-संबंधांतही निर्माण होणाऱ्या गैरसमजांचंही हेच कारण आहे.

■

कहाणी
४६

मनुष्य स्वतंत्र आहे की बांधील...?

ही गोष्ट खूपच जुन्या काळातली आहे. त्या काळातली, जेव्हा भारतात गुरू-शिष्य परंपरा होती. त्या काळामध्ये मुलं गुरूकुलात राहूनच शिक्षण घेत. या गुरूकुलांमध्ये नेहमीच आठवड्यातून एकदा प्रश्नोत्तरांचं सत्रही होत असे. तर एकदा अशाच एका प्रश्नोत्तराच्या सत्रामध्ये एका शिष्यानं गुरूंना प्रश्न केला की, मनुष्य पूर्णतः स्वतंत्र आहे का?

त्यावर गुरूंनी उत्तर दिलं, हो.

ते ऐकून दुसऱ्या शिष्यानं लगेच विचारलं की, मनुष्यावर काहीच बंधन नाहीयेत?

त्यावर गुरू म्हणाले, मनुष्यावर बंधनंही आहेत.

आता सुमारे 12 शिष्य त्या वेळी त्या गुरूकुलात शिक्षण घेत होते. ते सगळेच्या सगळे या प्रकारामुळे आश्चर्यचकित झाले. मनुष्य स्वतंत्र आहे का या प्रश्नाला गुरू हो असं उत्तर देतायत आणि त्याच्यावर काही बंधनं आहेत का, या प्रश्नालाही त्यांचं उत्तर होकारार्थीच कसं, हे त्यांना समजेना. मग एका तिसऱ्या शिष्यानं, हे कसं काय शक्य आहे अशा स्वरुपाचा प्रश्न त्यांना केला.

त्यावर गुरूंनी हसत-हसत त्या मुलाला आपल्यासमोर बोलावून घेतलं. तो जवळ आल्यावर त्याला समोर बसलेल्या शिष्यांकडे तोंड करून उभं रहायला सांगितलं. जसा तो त्याप्रमाणे उभा राहिला, तशी गुरूंनी त्याला पुढची आज्ञा केली... आता एक पाय वरती घेऊन उभा रहा.

त्यावर शिष्यानं त्याचा उजवा पाय हवेत उचलून धरला. काही सेकंद झाल्यानंतर गुरूंनी पुन्हा पुढची आज्ञा केली, आता दुसराही पाय वर करून उभा रहा... आता हे तर अशक्यच. असे दोन्ही पाय हवेत ठेवून उभं राहण्याचा प्रश्नच येत नाही.

त्यामुळे सगळेच हसू लागले. सगळे हसत असतानाच गुरू म्हणाले, हेच मनुष्यजीवन आहे. पहिलं पाऊल उचलण्यास तुम्ही नक्कीच स्वतंत्र आहात. आता या शिष्याचंच बघा ना. मी जेव्हा एक पाय वर उचल म्हणालो, तेव्हा हा उजव्याऐवजी डावा पायही वर उचलून उभा राहू शकला असता. किंवा मग पाय उचलण्यास नकारही देऊ शकला असता. पण जसा त्यानं त्याचा उजवा पाय वर उचलून धरला, तो बंधनात बांधला गेला. बास. जीवनाचा हाच खेळ आहे. मनुष्य कर्म करण्यास नक्कीच स्वतंत्र आहे. पण कर्म केलं की, त्याच्या फळांनी मात्र तो बांधलाही जातो आहे.

■

आंतरिक व्यक्तिमत्वाविना सारंच व्यर्थ

एका बँकेतून सेवानिवृत्त झालेले एक एमडी होते. आता ते जर एमडी म्हणून रिटायर्ड झालेले होते, तर हे स्पष्टच की, त्यांच्या बाह्य व्यक्तिमत्वात कमतरता असण्याची काही शक्यताच नव्हती. एका खूप मोठ्या औद्योगिक घराण्यातल्या मुलाशी त्यांच्या एकुलत्या एका मुलीच्या लग्नाची बोलणी सुरू होती. त्याच दिवशी संध्याकाळी पाच वाजता यासंदर्भातील सर्व गोष्टी निश्चित करण्यासाठी ते जाणार होते. त्यासाठीच ते ठरलेल्या वेळी घरातून निघालेही होते. नक्कीच, तो दिवस त्याच्या आयुष्यातल्या सगळ्यात शुभ दिवसांपैकी एक ठरण्याचीही शक्यता होती. त्यामुळेच ते एकदम उत्साहात होते. त्यांचा चेहराही प्रफुल्लित होता. तेच कशाला, परिवारातल्या सगळ्या सदस्यांची मनोवस्थाही तशीच होती. आणि ज्या मुलीचं लग्न होणार होतं, तिचं तर काही विचारूच नका. तिचे तर पाय जणू हवेतच तरंगत होते. अर्थात या सगळ्यांचा आनंद संध्याकाळी मुलाच्या परिवारासोबत होणाऱ्या बैठकीवरच अवलंबून होता. आणि प्रश्न या मुलीच्या भविष्याचा असल्यामुळे सगळ्या आनंदी वातावरणात कुठे-ना-कुठे संध्याकाळच्या त्या बैठकीबाबत प्रत्येकाच्याच मनात एक दडपणही होतंच. लग्न जमलंच नाही तर, हा प्रश्नही सगळ्यांच्या मनात होताच. असो. तर या सगळ्या वातावरणातच आपले एमडीसाहेब बैठकीसाठी म्हणून घराबाहेर पडले होते. सगळ्यांनीच अगदी हसत-खेळत, उत्साहानं त्यांना निरोप दिला होता.

आता हे तर सांगायचीही आवश्यकता नाही की, एमडीसाहेबांना निरोप दिल्या क्षणापासून परिवारातल्या प्रत्येक सदस्याला ते घरी येतील त्या क्षणाची प्रतीक्षा लागली होती. पण झालं असं की, पाच वाजताच्या बैठकीसाठी गेलेले एमडीसाहेब सहा वाजताच घरी परतले आणि परतले तेही खूपच रागावलेल्या अवस्थेत. घरातल्या कुणालाच काही समजेना की काय झालं असावं. मुलाकडच्यांनी लग्नास नकार दिला असेल का? बरं

नकार दिलाही असेल, तर त्यात इतकं संतप्त होण्याची काय गरज आहे. ते दुःखी दिसले असते तर समजू शकलो असतो, पण इतकं संतप्त होण्याचं कारण काय बरं असेल? त्या मुलाकडच्या लोकांनी यांचा अपमान केला असेल का? पण ती सगळी मंडळीही भली आणि सज्जन आहेत. त्यामुळे एक वेळ ते लग्नास काही कारणामुळे नकार भले देत असले, तरीही ते एमडीसाहेबांना वाईट पद्धतीनं अपमानित करणार नाहीत, हे मात्र नक्की. मग झालं तरी काय असेल? प्रश्न एकच होता आणि प्रत्येक जण त्याच प्रश्नावर आपापले हजारो पतंग उडवत होता...

तर इकडे आपल्या एमडीसाहेबांची अवस्था तर काय सांगावी? घरात आल्या मिनिटाला त्यांनी अंगात घातलेला कोट भिरकावून टाकला होता. इतके संतापले होते की, साधं पाणी पिण्यासही त्यांना झालं नव्हतं. सगळं काही समजण्याच्या पलीकडे गेलेलं होतं. आणि ती बिचारी मुलगी, जिच्या लग्नाच्या बैठकीसाठी ते गेले होते, तिची अवस्था तर फारच वाईट झाली होती. अखेर साहेबांच्या पत्नीनं धीर गोळा केला आणि त्यांना काय झालंय, असं विचारलं. हा प्रश्न ऐकताच आपले एमडीसाहेब प्रचंड संतापले. मग रागाच्या भरातच जोर-जोरानं ओरडून बोलू लागले की, आजकालचं जग हे कुणाशी संबंध ठेवण्याच्या लायकीचं राहिलेलंच नाही. कुणाची मदत करावी, अशी ही दुनिया राहिलेलीच नाही.

आता पत्नीनं विचारलेला प्रश्न काय होता आणि ते उत्तर काय देत होते... त्यामुळे ते नेमकं काय बोलताहेत हे लक्षात न आल्यामुळे शांत स्वभावाच्या त्यांच्या पत्नीनं पुन्हा विचारलं की, तुम्ही बोलताय त्याचा अर्थ काय म्हणायचा? त्यावर पुन्हा संतापाचे फुत्कार सोडत एमडीसाहेब म्हणाले, काय अर्थ म्हणजे काय? त्याला बघ. अगं, तो आपला नितेश संघवी. सगळ्यांना आठवत असेल की, त्याचं पहिलं कर्ज मीच मंजूर केलं होतं. त्यानंतरही त्याची किती तरी कर्जं मी मंजूर करून दिली. पण... पण तो आता स्वतःला इतका मोठा समजू लागला आहे की, रस्त्यातल्या एका मिठाईच्या दुकानात आम्ही समोरासमोर आलो तर त्या बदमाश माणसानं मी केलेल्या नमस्काराकडे लक्षही दिलं नाही... मग प्रत्युत्तर देणं तर लांबच राहिलं.

त्यांच्या पत्नीनं त्याचं हे सगळं बोलणं शांतपणे ऐकून घेतलं. पण नंतर बेचैनपणे ती म्हणाली, जाऊ द्या त्या नितेश संघवीला. आजचं जग हे असंच आहे. तुम्ही मला हे सांगा की, तुम्ही आपल्या मुलीचं लग्न निश्चित करण्यासाठी म्हणून गेला होता ना? अहो, मग त्याचं काय झालं?

पत्नीचा प्रश्न ऐकल्यानंतर अत्यंत दुःखभऱ्या आवाजात एमडीसाहेब बोलू लागले, हा प्रकार झाल्यावर त्या मुलाच्या घरी जायला माझं मनच तयार होईना... घ्या. म्हणजे

धन्यच म्हणायची ही तर. कुणा एका नितेश संघवीनं ओळख दिली नाही, तर आपल्या एमडीसाहेबांनी आयुष्यातली एक इतकी मोठी संधी आणि जबाबदारी निभावण्याची वेळ होती, त्याकडेही लक्ष दिलं नाही. ती मुलगी, जिला ते काळजाचा तुकडा म्हणत असत, जिच्या संपूर्ण भविष्याचा प्रश्न होता, त्याच मुलीबाबतचं मूलभूत कर्तव्यही पार पाडायला साहेबांना जमलं नाही...

—तात्पर्य—

कमकुवत अंतरंगाच्या माणसाचं हे असंच असतं. बाहेरून एखाद्याचं व्यक्तिमत्व कितीही मजबूत, डौलदार का दिसेना, पण अंतरंगही मजबूत नसेल तर एका क्षणात सारं होत्याचं नव्हतं होऊ शकतं. मनुष्य आयुष्यभर त्याच्या बाह्य व्यक्तिमत्वाला अधिकाधिक सुंदर करण्यासाठी धडपड करतो, पण आपल्या अंतरंगाकडे मात्र तो दुर्लक्ष करतो. तो हे सत्यही साफ विसरून जातो की, बाह्य जीवनातील प्रगतीसाठीही अंतरंग अधिक महत्त्वाचं आहे. हा मनुष्याच्या कमकुवत आंतरिक व्यक्तिमत्वाचाच प्रभाव आहे की, आज प्रत्येक मनुष्य त्याची क्षमता आणि प्रतिभेच्या दहावा टक्काच भरेल अशा प्रकारचं जीवन नाईलाजानं जगतोय. आणि क्षमतेपेक्षाही कमी पातळीवर जगणं हे तुमच्याबाबत तरी कुठे टळलंय? आता, अहंकार नसेल तर थोडंसं स्वतःच्या अंतरंगातही डोकावून बघा. एकदा ही गोष्ट लक्षात आली की, आंतरिक व्यक्तिमत्वाच्या अभावामुळे तुम्हालाही तुमच्या प्रतिभेच्या तुलनेत खूपच खालच्या स्तरावर आयुष्य कंठावं लागतं आहे, तर निश्चितच पहिलं काम हे करा की, दहा कामं बाजूला ठेवून आधी तुमच्या आंतरिक व्यक्तिमत्वाला उजळण्याकडे लक्ष द्यायला लागा. कारण एकदा जर तिथे गडबड झाली, तर ना तुमची प्रतिभा कामाला येईल, ना अन्य काही कामी येईल. मग मनुष्याचं आयुष्य फक्त त्याच्या मनात येत रहाणाऱ्या रागातच गुरफटून जाईल.

■

कहाणी

४८

तीन जादूगारांची हुशारी

ही एक खूप जुनी गोष्ट आहे. तीन जादूगार होते. अतिशय उच्च कोटीची जादूची कला त्यांना अवगत होती. या तिघांमध्ये खूपच चांगली मैत्रीही होती. एके दिवशी एक रथचालक घेऊन ते असंच जंगलात फिरायला म्हणून बाहेर पडले. जंगलात गेल्यावर त्यांना एका मेलेल्या सिंहाचा सापळा पडलेला दिसला. हाडांचा तो ढिगारा पाहताच एक जादूगार म्हणाला की, मी माझ्या जादूनं या सिंहाच्या सापळ्यावर मांस आणि कातडं चढवू शकतो. हे ऐकून दुसरा जादूगारही जोशात आला आणि म्हणाला की, तू हे करून दाखवलंस तर मग मी या सिंहाच्या शरीरातून रक्तप्रवाह सुरू करून दाखवेन. हे ऐकल्यावर तिसऱ्या जादूगाराचा जोश तर एकदम अस्मानालाच भिडला. तो म्हणाला की, तुम्ही दोघांनी हे केलंत ना, तर मग मी तर या सिंहाच्या शरीरात प्राणच फुंकून दाखवेन.

हे ऐकताच तो गरीब आणि अशिक्षित रथचालक घाबरला. त्याने घाबरत घाबरतच या तिघांना सांगण्याचा प्रयत्न केला की, तुम्ही तिघंही जे बोलताय ते करू शकत असलात, तरीही असं दुःसाहस करणं योग्य ठरणार नाही. अहो, तुमची जादू किती श्रेष्ठ आहे हे सिद्ध करण्याच्या अनेक संधी तुम्हाला निश्चितच मिळू शकतील. मग या सिंहासोबतच हा प्रयोग करण्याची तुम्हाला काय आवश्यकता आहे?

पण तोपर्यंत हे तिघेही जादूगार भलतेच जोशात आले होते. त्यांनी या रथचालकाला चांगलंच फैलावर घेतलं आणि तू अत्यंत भित्रा, घाबरट आहेस असं म्हणून त्याचा अपमानही केला. मग तो बिच्चारा रथचालक काय करणार? गप्प राहून पुढे काय होतंय, याचा तमाशा पाहू लागला. तिकडे, पहिल्या जादूगारानं म्हटल्याप्रमाणे हाडांच्या सापळ्यातून सिंह साकार केला. त्याच्या शरीरात मांसपेशी आणि अंगावर कातडंही चढवलं. हे पाहताच रथचालक एकदम सावध झाला. तेवढ्यात दुसऱ्या जादूगारानं त्या सिंहाच्या अंगात आणि

नसा-नसांतून रक्त खेळवायलाही सुरुवात करून टाकली. हे पाहून हा रथचालक एकदमच दक्ष झाला आणि त्या तिसऱ्या जादूगारानं आपली कला दाखवण्यास सुरुवात करण्यापूर्वीच रथचालकानं रथात उडी मारून तिथून पळही काढला. तिकडे आपल्या तिसऱ्या जादूगारानं रथचालकाच्या सावधगिरीच्या इशाऱ्याकडे व्यर्थ अडथळा असल्यागत दुर्लक्ष केलं आणि सिंहाच्या शरीरात आपल्या जादूनं प्राणही फुंकले... आता न जाणो कधी मरून पडला होता तो सिंह आणि त्याला भूक तर इतक्या जास्त प्रमाणात लागलेली होती की, अंगात प्राण संचारताच त्याने आधी या तिन्ही जादूगारांना खाऊन टाकलं.

—तात्पर्य—

बुद्धी आणि इंटेलिजन्स या दोन्ही गोष्टींतला फरक आयुष्यात नीट समजून घ्या. वाचून, पाहून, ऐकून आणि समजून घेतल्यामुळे मनुष्य बुद्धिवान होतो. पण त्याच्यामधला इंटेलिजन्स ही निसर्गतःच मिळालेली गोष्ट असते. ते मनुष्याच्या मनातल्या शक्तीचं एक केंद्र असतं. आणि हे तुम्ही चांगलंच लक्षात ठेवा की, जीवनात सुख आणि यश या दोन्ही गोष्टींसाठी तुम्हाला बुद्धीची गरज 10 टक्के असेल, तर हुशारीची गरज 90 टक्के असते. पण बहुतांश मनुष्यांमध्ये बरोबर याच्या उलट परिस्थिती असते आणि हेच मानवाला यश न मिळण्याचं गुपित आहे. बाकी तर तुम्ही निश्चितच समजूतदार आहात. त्यामुळे बुद्धी वाढवायला हवी की तुमचा इंटेलिजन्स वाढवायला हवा, हे तर तुम्हाला समजलं असेलच. आता याबाबतचं उदाहरण तर या गोष्टीच्या रुपानं तुमच्यासमोरच आहे. जादूगार बुद्धिवान होते, पण त्यांना सिंहानं फाडून खाल्लं. तर रथचालकाकडे इंटेलिजन्स होता. त्यामुळे संकट येण्याच्या आधीच त्यानं तिथून पळ काढला. त्यामुळे हे समजून घ्या की, इंटेलिजन्स नसेल तर तुमची बुद्धी बऱ्याच वेळा तुम्हाला कशात तरी फसवेलच.

■

देवाचं घर

नदीकिनारी असलेल्या डोंगरांमध्ये वसलेलं एक गाव होतं. त्या गावात एक छोटासा चर्चही होता. ग्रामस्थांच्या सहकार्यातूनच हा चर्च तयार झाला होता. सर्वच ग्रामस्थ रोज अगदी नियमितपणे चर्चमध्ये जात होते. एके दिवशी झालं असं की, ते गाव पुराच्या पाण्यानं वेढलं गेलं. पूर इतका जबरदस्त होता की, सारं गाव उद्ध्वस्तच होऊन गेलं. पण कसं कुणास ठाऊक, त्या चर्चचं मात्र काहीच नुकसान झालं नाही.

...अरे, हा तर चमत्कारच झाला. बघता-बघता त्या चर्चच्या पवित्रतेचे किस्से चहूदिशांना फैलावले. हजारो लोकांचं येणं-जाणं सुरू झालं. मग त्या चर्चला सगळीकडून लाखो डॉलरचं अनुदान मिळू लागलं. मग काय, त्या छोट्याशा चर्चचं रुपांतर पाहता-पाहता एका शानदार, मोठ्या चर्चमध्ये झालं. आणि जुना चर्च तर ग्रामस्थांनीच मिळून बांधलेला होता. या नव्या, भव्य चर्चचा प्रमुख पाद्रीही तोच होता, जो आधीच्या चर्चमध्ये ग्रामस्थांनीच नेमलेला होता. त्यामुळे एक दिवस सर्व ग्रामस्थांनी मिळून त्या पाद्र्याची भेट घेतली आणि गाव पुन्हा वसवण्यासाठी चर्चकडून मदत करावी, अशी विनंती केली. पण त्या पाद्र्याने अगदी स्पष्ट सांगितलं की, चर्चकडे जो पैसा आहे तो फक्त गॉडचा आहे. त्या पैशातून तुम्हाला काही मदत करता येणारच नाही. दुसरीकडे चर्च बघायला येणाऱ्या-जाणाऱ्या भाविकांनीही ग्रामस्थांची काहीच मदत केली नाही. तेसुद्धा फक्त चर्चमध्येच दान करून परत जात होते.

असो. तर स्वतःची मेहनत आणि तीन-चार एनजीओंनी केलेली मदत याच्या बळावर ग्रामस्थांनी कसं तरी आपलं गाव पुन्हा वसवलं. आता या सगळ्याला फार तर वर्षंच झालं असेल-नसेल, निसर्गानं पुन्हा एकदा त्याचा चमत्कार दाखवला. आता त्याच गावात एक भूकंप झाला. बरं भूकंप झाला तर कसा झाला? तर या भूकंपात फक्त

चर्चच जमीनदोस्त झाला. गाव आणि ग्रामस्थांवर या भूकंपाचा फारसा काहीच परिणाम झाला नाही. हे तर फारच वाईट झालं खरं... पण फक्त त्या चर्चचंच इतकं नुकसान झालं म्हटल्यावर आता तो चर्च पवित्र राहिलाच कुठे? मग त्या चर्चमध्ये बाहेरून येणाऱ्या भाविकांचा ओघ कमी-कमी होत थांबलाच. त्याचसोबत चर्च पुन्हा उभा रहाण्यासाठी बाहेरून काही मदत येण्याची शक्यताही मावळली. हे पाहिल्यावर प्रयत्न करून थकलेल्या त्या पाद्र्यानं मग पुन्हा एकदा चर्च उभा करण्यासाठी तुम्ही मदत करा, अशी ग्रामस्थांना विनंती केली. पण आता त्याच्या बोलण्यात कोण अडकणार होतं? सगळ्यांनी त्याला एका सुरात सांगितलं की, आम्ही समजून चुकलो आहोत की, गॉड-ईश्वर तर मदत करणाऱ्या एनजीओंच्या हृदयात वसलेला आहे. तो चर्चमध्ये वसलेलाच नाही. त्यामुळे आम्हाला मदत करायचीच असेल, तर आम्ही त्या एनजीओंची मदत नक्कीच करू. चर्चची मदत मात्र काहीही झालं तरीही करणारच नाही.

■

कहाणी
५०

आपले सर्वांनाच प्रिय वाटतात

ही त्या वेळची गोष्ट आहे, जेव्हा खूप नवसा-सायासांनंतर अकबराच्या घरी सलिमच्या रुपानं संततीनं जन्म घेतला होता. सलिमचं सौंदर्य आणि चंचलता हा अकबराच्या अत्यंत जिव्हाळ्याचा विषय होता. इतका की, एक दिवस अकबरानं बिरबलाला विचारलं की, तू याआधी कधी सलिमइतकं सुंदर आणि चंचल मूल कुठे पाहिलं आहेस का? तुला असं वाटत नाही का की, सलिमचं सौंदर्य आणि त्याची चंचलता या दोन्हीही गोष्टी एकमेवाद्वितीय आहेत?

हे ऐकल्यावर बिरबल हसत-हसत म्हणाला की, महाराज खरं सांगायचं तर मला असं काहीही वाटत नाही. मी तर अशा प्रकारची हजारो मुलं आजवर पाहिली आहेत.

त्यावर अकबर हसत बोलले - बिरबल, तुझी गंमत करण्याची सवय काही अजूनही गेलेलीच नाही.

मग बिरबल म्हणाला, महाराज मी नक्कीच गंमत करत नाहीये. मी खरोखरच अशी हजारो मुलं पाहिलेली आहेत.

त्यावर अकबरानंही मग तितक्याच गंभीरपणे बिरबलास सांगितलं की, ठीक आहे. तसं असेल तर मला तसं एक मूल तरी आणून दाखव पाहू.

उद्याच तसं मूल घेऊन मी तुमच्यासमोर हजर होतो, असं बिरबलानं अकबरास सांगितलं.

आता हे बोलणं झाल्यावर बिरबल तर तिथून निघून गेला. पण अकबराला काही रात्रभर झोप येईना. खरोखरच सलिमपेक्षा सुंदर एखादं मूल असू शकेल? आणि बिरबल तर म्हणतोय की, त्यानं तर सलिमपेक्षाही सुंदर अशी हजारो मुलं बघितली आहेत, असे विचार

त्याच्या डोक्यात नाचत होते. असो. आणि उद्याचा दिवस आता असाही कितीसा दूर होता? दुसऱ्या दिवशी सकाळीच दरबार भरताच बिरबल एका काळ्याकुट्ट मुलाला घेऊन दरबारात हजर झाला. त्या मुलाच्या चेहऱ्यावर सगळीकडे फोड आलेले होते. त्याच्या नाकातून सारखा शेंबूडही येत होता. त्या मुलाला पाहूनच अकबर बिरबलावर चांगलेच भडकले. मग ते ओरडू लागले, बिरबला, हे काय चाललं आहे? ही काय मस्करी आहे? या मुलाची तुलना माझ्या काळजाचा तुकडा असलेल्या सलिमशी होऊच कशी शकेल?

त्यावर बिरबल म्हणाला, ठीक आहे महाराज. तुमचा विश्वास बसत नाही ना? तर मग चला माझ्यासोबत. मी तुम्हाला सिद्धच करून दाखवतो की, हे मूल सलिमपेक्षा सुंदर नसेल भले, पण त्याच्यापेक्षा कमी सुंदरही नक्कीच नाहीये.

घुश्श्यातच अकबर बिरबलासोबत दरबारातून निघाले. फिरत-फिरत बिरबल अकबरांना एका झोपडपट्टीसारख्या वस्तीत घेऊन गेला. मग त्या मुलाला सोबत आलेल्या एका शिपायाच्या हाती सोपवून ते दोघेही एका झोपडीच्या दारात जाऊन थांबले. तिथे एक बाई खूप जोर-जोरानं रडत होती. बिरबलानं तिला विचारलं, काय झालं माई? तू इतक्या जोर-जोरानं का रडते आहेस?

त्यावर ती बाई म्हणाली की, माझं मूल हरवलं आहे.

बिरबल तिच्याशी बोलू लागला, अच्छा. मग मला जरा तुझ्या मुलाचं वर्णन सांग बघू. म्हणजे मी त्याला शोधण्यासाठी तुझी मदत करू शकेन.

बिरबलाचं हे बोलणं ऐकल्यावर ती माता बोलू लागली, आता माझ्या मुलाबद्दल काय सांगू हो? तो तर अगदी चंद्राच्या तुकड्यासारखा आहे. मी तर हे मान्यच करणार नाही की, आपल्या सगळ्या राज्यात त्याच्यापेक्षा सुंदर असं कुणी मूल असेल. जर तुम्हाला अतिसुंदर, खोडकर आणि सोबत कुणीच नसलेलं मूल दिसलं ना, तर खुशाल समजा की, तो माझाच मुलगा असेल.

त्या महिलेच्या तोंडून आपल्या मुलाचं वर्णन ऐकून अकबराला तर आश्चर्याचा धक्काच बसला. तिकडे बिरबल मात्र काहीच झालेलं नाही अशा प्रकारचा चेहरा ठेवत त्या महिलेला सांगू लागला, तुम्ही जरा थांबा. तुम्ही सांगताय अशाच वर्णनाचा एक लहान मुलगा आज सकाळीच आम्हाला सापडला आहे. शक्य आहे की, तो तुमचाच मुलगा असेल. थांबा, मी त्याला घेऊन येतो. इतकं बोलून झाल्यावर बिरबल थेट वस्तीबाहेर त्या शिपायाजवळ आला आणि त्या मुलाला घेऊन त्या महिलेच्या घराजवळ परत गेला. त्या मुलाला त्या माऊलीनं बिरबलाजवळ नुसतं पाहिलं आणि धावत जाऊन बिरबलाकडून त्याला हिसकावूनच घेतलं. मग त्या लहान मुलाच्या असंख्य पाप्या घेत ती म्हणाली, हो. हाच माझा चंद्राचा तुकडा आहे.

अकबरांसाठी तर जे काही चाललं होतं, ते समजण्याच्या पलीकडे चाललं होतं. असो. तर त्या लहान मुलाला त्याच्या आईकडे सोपवून अकबर आणि बिरबल पुन्हा राजमहालाकडे निघाले. रस्त्यामध्ये अखेर अकबरांनी विचारलंच की, बिरबला, हा सगळा प्रकार आहे तरी काय?

त्यावर बिरबल हसत-हसत म्हणाला की, महाराज, हा प्रकार तर एकदम सरळ आणि साधा आहे. प्रत्येक मात्या-पित्याला त्याचं मूल सर्वश्रेष्ठ आहे, असंच वाटत असतं. त्यामुळे तुम्ही सलिमबाबत जे काही बोलत होता, त्यात नवीन असं काहीच नाही.

आता मात्र अकबरांच्या सगळी गोष्ट नीट ध्यानात आली. मग बिरबलाच्या पाठीवर शाबासकीची थाप देत अकबर म्हणाले, खरंच तू माझे डोळे उघडलेस. निश्चितच मी सलिमकडे बघतो तेव्हा एका बापाचं हृदय त्याच्या सौंदर्यात भर घालण्याचं काम करत असणार.

—तात्पर्य—

आपली एखादी वस्तू किंवा प्रियजनांबाबत मत व्यक्त करताना कधीही आपण किती निःपक्षपातीपणे ते मत देतो आहोत, याची तपासणी करून घ्या. हे पाहून घ्या की, तुमची आग्रही भूमिका वा पक्षपातीपणा त्या वस्तूकडे पाहण्याचा दृष्टीकोण प्रभावित तर करत नाहीये ना? तुम्ही त्या गोष्टीकडे वा व्यक्तीकडे आहे त्याच्यापेक्षा खूप मोठं असल्यागत तर बघत नाहीत ना? मग ती गोष्ट म्हणजे तुमचं मूल असो, पदवी किंवा तुमचा धर्म असो. काहीच फरक पडत नाही. सत्य हे तर नेहमी आणि कुठल्याही परिस्थितीत सत्यच असतं. फक्त ते बघण्यासाठी आणि समजण्यासाठी निष्पक्ष दृष्टी असणं गरजेचं आहे, कारण त्याला फक्त प्रज्ञावान आणि निष्पक्ष दृष्टीच पाहू शकते. त्यामुळे जोपर्यंत तुम्ही वस्तू आणि व्यक्तींकडे निःपक्षपातीपणे बघत नाही, तोपर्यंत तुम्हाला जीवनात कुठलंही फळ प्राप्त होणार नाही. कारण, हे कायमसाठी लक्षात ठेवा की, आयुष्यात फळ हे सत्याचं मिळतं, मान्यतांचं नाही.

■

कहाणी ५१

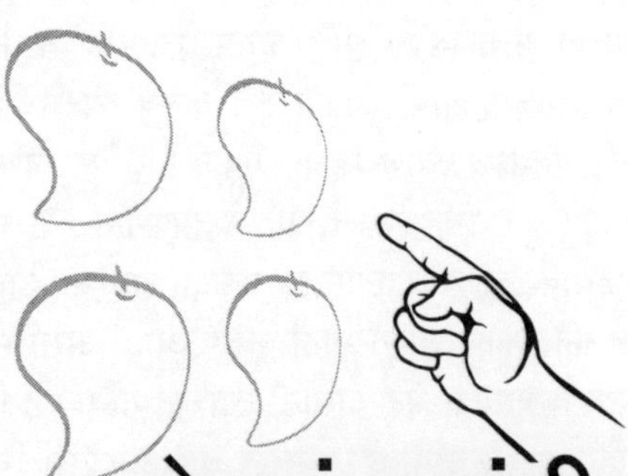

दोन कंजुषांची चढाओढ

एका गावात एक कंजूष रहात होता. आता कंजूष होता म्हटल्यावर कुठलीही गोष्ट द्यावी लागेल म्हणून घाबरत होता. हळूहळू संपूर्ण गावात त्याच्या कंजूषपणाची महती पसरली. कारण कित्येक वर्षं लोटली, तरी त्यानं कुठल्याही कारणासाठी कुणाला काही दिल्याचं कुणालाच दिसलं नव्हतं. त्यामुळे प्रभावित होऊन अनेकांनी कंजूषपणा कसा करायचा, याचे धडे गिरवण्यासाठी त्याच्या घरी जायला सुरुवात केली. दुसरीकडे ग्रामस्थ आपल्याकडे आकर्षित होत आहेत, हे पाहून त्यानं सरळ गावातल्या चौकात बसून कंजूषपणाबाबत लेक्चर देण्यास सुरुवात केली. लोकांना त्याची ही लेक्चर्स इतकी आवडली की, शेजारच्या गावांतूनही येणाऱ्यांचीही गर्दी त्याच्याभोवती जमू लागली.

पण म्हणतात ना, काळ कधीच एकसारखा नसतो. तसंच झालं. अचानक दूरवरच्या एका गावातून आणखी एक जण कंजूष म्हणून प्रसिद्ध होऊ लागला. कंजूषपणासाठी तो जे काही सल्ले देत होता, ते लोकांना अधिक प्रभावी आहेत, असं वाटू लागलं होतं. परिणामी अन्य गावांतून या कंजूष माणसाकडे शिकायला येणारे कमी होत-होत अखेर बंदच झाले. मग या कंजूष माणसाच्या गावातही त्या दुसऱ्या कंजूष माणसाची ख्याती पसरू लागली. नंतर तर या पहिल्या कंजूष माणसाच्या गावातली मंडळीही त्या दुसऱ्या कंजूष माणसाकडे जाऊ लागली. त्यामुळे हा खूपच विचलित झाला. त्यानं लोकांना हे सांगून समजावण्याचाही प्रयत्न केला की, मला तर तो कुणी ढोंगीच वाटतो आहे आणि मी तर खानदानी कंजूष आहे... पण त्याचाही काही उपयोग झाला नाही.

निश्चितच आता तर हा प्रतिष्ठेचा विषय झाला होता. त्यामुळे या कंजूष व्यक्तीनं विचार केला की, आपण स्वतःच त्याच्या गावी जाऊन त्या कंजूष व्यक्तीचं पितळ उघडं पाडायला काय हरकत आहे? भले, ग्रामस्थ त्याचं म्हणणं ऐकत नसतील. पण त्या दुसऱ्या कथित कंजूष व्यक्तीचं पितळ एकदा का उघडं पडलं, मी कंजूषपणात त्याला मात दिली की, पुन्हा सगळ्यांना झक्कत माझ्याकडेच यावं लागेल. एकदा आमचा आमना-सामना होऊ दे, मग सगळ्यांनाच समजेल की, कोण जास्त मोठा कंजूष आहे. असा सगळा विचार करून हा पहिला कंजूष त्या दुसऱ्या कंजूषाला भेटण्यासाठी त्याच्या गावाकडे निघाला. त्या कंजूष व्यक्तीला भेट देण्यासाठी हिरव्या स्केच पेननं रंगवलेलं चार आंब्यांचं चित्र असलेला कागद त्यानं सोबत घेतला होता. त्याचं कारण इतकंच की, भले कुणाच्याही घरी जाताना रिकाम्या हातानं गेलेलं थोडीच चांगलं दिसतं? आता हा कंजूष त्या दुसऱ्या कंजूषाच्या घरीही पोहोचला. पण नेमक्या त्याच वेळी दुसरा कंजूष काही कामानिमित्तानं दुसऱ्या गावी गेलेला होता. मात्र, त्याचा मुलगा घरात होता. स्वतःची ओळख सांगितल्यावर त्या मुलानं या कंजूष माणसाला सन्मानानं बसायला सांगितलं आणि वडील येईपर्यंत वाट पहा, असंही सुचवलं. आता, त्या मुलानंही या माणसाच्या कंजूषपणाचे खूप किस्से ऐकलेले होतेच. इकडे, या पहिल्या कंजूष व्यक्तीनंही विचार केला, इथपर्यंत आलोच आहोत, तर त्याला भेटूनच जाऊ. त्यामुळे तो येईपर्यंत वाट पहाण्याचं त्यानं ठरवून टाकलं. पण संध्याकाळ होत आली, तरी त्या दुसऱ्या कंजूष व्यक्तीचा काही पत्ताच नव्हता. मग मात्र याच्या संयमाचा बांध तुटायला आला. अखेर त्याला स्वतःच्या गावी परतही जायचं होतंच ना. मग त्यानं विचार केला की, भेट नाही झाली तर काय झालं? आपण आपल्या कंजूषपणाचा पुरावा तर मागे सोडून जायलाच हवं ना... या विचारानंतर पहिल्या कंजूषानं सोबत आणलेली चित्ररूपी भेट त्या मुलाच्या हाती सोपवली आणि सांगितलं, तू ही भेट स्वीकार आणि ती तुझ्या वडिलांना दे. त्यांना माझा नमस्कारही अवश्य सांग.

इतकं बोलून तो वळणार तितक्यात हातातल्या भेटीकडे बघत आणि त्याला थांबवत तो मुलगा म्हणाला की, वडिलांचे मला हे स्पष्ट आदेश आहेत की, आपल्या घरी कुणीही भेट घेऊन आलं, तर ती व्यक्ती रिकाम्या हाती परत जाता कामा नये.

त्या मुलाचे हे बोल ऐकून हा कंजूष चांगलाच खूश झाला. त्यानं विचार केला, भेटीच्या बदल्यात भेट देतोय. मग हा कसला कंजूष? आता मी तर कागदावर चित्र काढलेले आंबे भेट म्हणून देतोय. पण तो नक्कीच चांगलं काही तरी देईल. देऊ दे. मग मी माझ्या गावी परत गेल्यावर त्यानं दिलेली भेट गावात सगळ्यांना दाखवून त्याच्या कथित कंजूषपणाचं पितळ उघडं पाडेन. तेव्हा सगळ्यांना ही गोष्ट समजेल की, खरा कंजूष कोण आहे.

आता तो हा विचार करत होता तितक्यात, त्या मुलानं हात वर उचलला आणि हवेतच चार आंब्यांचं चित्र काढलं. मग तो म्हणाला की, हे आंबे तुम्ही घेऊन जा आणि घरी गेलात की सगळ्या परिवारासोबत आनंदानं खा.

बिच्चाऱ्या या कंजूष माणसाच्या कंजूषपणाची सगळी नशा उतरली. त्यानं तिथून जी धूम ठोकली, ती थेट आपल्या गावी येऊनच थांबला. त्याला हे समजायला अजिबात वेळ लागला नाही की, जर मुलगाच असा असेल तर बाप कसा असेल? आता इथपर्यंत तर ठीक, पण तिकडे रात्री जेव्हा तो दुसरा कंजूष घरी आला तेव्हा त्याच्या मुलानं त्याला जे काय घडलं ते सांगितलं. त्या कंजूष माणसानं दिलेली भेटही वडिलांना दाखवली. त्यानंतर छाती फुगवून त्या कंजूष माणसाला हवेत आंबे बनवून कसे भेट दिले, हेसुद्धा सांगितलं. त्या मुलानं विचार केला होता की, हे ऐकल्यावर वडील आपल्याला शाबासकी देतील. पण, इथे तर कमालच झाली. तो मुलगा वडिलांकडून शाबासकीची अपेक्षा करत होता, पण त्याला ओरडा खायला लागला. कारण वडील मुलाला ओरडून सांगत होते की, मूर्खा, तुला हवेत चित्र काढताना आंबे छोटे काढता आले नाहीत का?

—तात्पर्य—

बऱ्याचदा मनुष्य त्याच्या अवगुणांना इतका चिकटून रहातो की, काही काळानंतर तो अवगुणही त्याला स्वतःचा गुणच आहे, असं वाटू लागतं. हा समज इतका दृढ होतो की, आपला हा अवगुण तो स्वतःच्या मुलांच्याही अंगी गुण म्हणून उतरवण्याचा प्रयत्न करतो. कुठल्याही मुलाला आपल्या पालकांकडून जे काही चांगलं मिळायचं ते तर मिळतंच. पण त्यांचे अवगुण तर 'एकावर एक फ्री' सारख्या आकर्षक योजनांप्रमाणे मिळतात. ही परंपरा जितक्या लवकर कमी होत जाईल, तितकंच ते भावी पिढ्यांसाठी चांगलं होणार आहे.

■

सिंहाच्या छाव्याचा न्यूनगंड

एके दिवशी मनुष्यांकडे बघून-बघून, वयात येणाऱ्या एका सिंहाच्या छाव्यालाही इन्फिरिअरिटी अर्थात न्यूनगंडानं पछाडलं. खरंतर झालं असं की, काहीशा शांत अशा या छाव्याची तुलना वारंवार त्याच्याच वयाच्या अन्य हिंस्त्र छाव्यांशी केली जात होती. त्यामुळे त्यालाही असं वाटू लागलं की, खरोखरच शिकार वगैरे करण्यासारख्या गोष्टींमध्ये तो कमकुवत आहे. मग एक दिवस त्याच्या अंतरंगात लपलेल्या याच इन्फिरिअरिटीनं सुपिरिअरिटीचं रूप घेतलं. मग काय? तो एकटाच जंगलात फिरायला निघाला. आज तर आपल्यातला सिंह बाहेर आलाच पाहिजे. तो सगळ्यांना दाखवायचाच, असा विचार करून छाती फुगवून तो चालू लागला. तो चालत काही अंतर जातो, तोच त्याला समोरून एक हरीण येताना दिसलं. त्या छाव्यानं जोरदार गर्जना केली आणि त्या हरिणाला विचारलं, थांब आणि सांग की, मी कोण आहे?

ते हरीण एकदम गोंधळात पडलं. सिंह आणि चक्क हरिणाला प्रश्न विचारतोय? जंगलाच्या इतिहासात कुठल्याही हरिणासाठी हा पहिला-वहिला अनुभव होता. असो. जे होईल ते होईल, सिंहानं थांबायला सांगितलं आहे, तर थांबावंच लागेल. पळालो, तरीही पकडून तो फाडून खाऊन टाकणार आहेच. पण त्याचं ऐकलं, तर जीव वाचण्याची शक्यता आहे, असा विचार करून ते हरीण स्वतःला सावरून उभं राहिलं आणि मग अडखळत कसं-बसं बोलू लागलं, तुम्ही तर सिंह आहात आणि जंगलाचे राजे आहात.

हरिणाचे ते बोल ऐकून त्या छाव्याला जणू मदच चढला. राजा होण्याच्या अभिमानानं त्याच्यातली इन्फिरिअरिटी भरून काढली. त्यानं हरणाला निघून जाण्याची खूण

केली खरी, पण त्या क्षणापासून त्या छाव्याची चालच बदलली. मग आणखी थोडं पुढे गेल्यावर त्याला एक कोल्हा बसलेला दिसला. हा सिंहाचा छावा मग पटकन त्या कोल्ह्याजवळ गेला. मद तर त्याला चढलेला होताच. त्यानं कोल्ह्याला सरळ विचारलं, सांग पाहू... जंगलाचा राजा कोण असतो? आता कोल्हा हा धूर्त प्राणी. सिंहाच्या छाव्याचा प्रश्न ऐकताच त्याला इन्फिरिअरिटीनं पछाडलेलं आहे, हे त्या कोल्ह्याच्या लगेचच लक्षात आलं. त्यानं अत्यंत चतुराईनं त्या इन्फिरिअरिटीला फुंकर घालत उत्तर दिलं, तुम्हीच या जंगलाचे भावी महाराज आहात. आणि खरं सांगायचं तर, मला तर एखाद्या महान राजाची सगळीच लक्षणं तुमच्यामध्ये आत्तापासूनच दिसताहेत. आता हे ऐकल्यावर आधीच मद चढलेला तो छावा पुरताच वेडा झाला. त्यामुळे त्याचा हीनपणाही परमोच्च पातळीवर गेला. त्यानं अत्यंत घमेंडपूर्वक, चढ्या आवाजात त्या कोल्ह्यालाही तिथून निघून जाण्यास सांगितलं. आता हे वेगळं सांगायची गरजच नाही की, तो आता आणखीच छाती फुगवून चालायला लागला होता. तेवढ्यात त्याला समोरून एक हत्ती येताना दिसला. तो हत्ती जवळ येताच मदमस्त झालेल्या या छाव्यानं त्यालाही थांबवून विचारलं, ए हत्ती मला सांग. जंगलाचा राजा कोण आहे?

आता हत्ती तर हत्तीच असतो. त्यानं या सिंहाच्या छाव्याकडे फारसं लक्षच दिलं नाही. त्या छाव्यानं आणखी एक-दोन वेळा तोच प्रश्न विचारला तरी हत्तीकडून काहीच उत्तर मिळालं नाही. त्यामुळे या सिंहाच्या छाव्याची नशा थोड्या प्रमाणात का होईना उतरली. पण आपला रुबाब कायम ठेवण्यासाठी अखेर त्यानं हत्तीच्या कानापर्यंत ऊडी मारून हत्तीला विचारलं की, सांग मला. जंगलाचा राजा कोण आहे?

तोपर्यंत त्या छाव्याकडे दुर्लक्षच करणाऱ्या त्या हत्तीला त्याचा हा चाळा काही फारसा आवडला नाही. त्यानं मागचा-पुढचा काहीही विचार न करता त्या छाव्याला सरळ सोंडेत लपेटलं आणि दूरवर भिरकावून दिलं. लांब जाऊन पडल्यावर त्या छाव्याला अनेक ठिकाणी जखमा झाल्या. तरीही तो हिंमत करून उठला आणि कसा-बसा, सरपटत त्या हत्तीजवळ आला. मग दोन पावलांवर उभा राहिला आणि अगदीच मुळमुळीत स्वरात म्हणाला, हत्तीभाऊ हत्तीभाऊ... माहिती नव्हतं तर तसं सांगायचं ना. त्यावरून तुम्हाला इतकं रागावण्याची काय गरज होती हो?

—तात्पर्य—

निसर्गाची लीलाच अशी आहे की, इथे प्रत्येक मनुष्य महत्त्वपूर्ण आहे आणि अद्वितीयही. त्यामुळे त्याला दुसऱ्याच्या प्रभावाखाली येऊन वा कुणाच्या दबावामुळे तो आहे त्यापेक्षा वेगळं कुणी तरी होण्याचा प्रयत्न करण्याची काहीच गरज नाही. अशा

प्रकारचा प्रत्येक प्रयत्न हास्यास्पद निकालच देईल. त्यामुळे दुसरे काय म्हणताहेत किंवा दुसरं कुणी कसं आहे असे निकष लावून कॉम्प्लेक्स तयार करून घेण्याऐवजी स्वतःवर विश्वास ठेवून, तो विश्वास वाढवून पुढे जाणाराच नेहमी अधिक प्रगती करतो.

■

देवालाही झाला पश्चाताप

एके दिवशी एका राक्षसाला काय सुचलं कुणास ठाऊक, पण आपली राक्षसी वृत्ती सोडून तो सरळ तप करायला बसला. त्यानं तपश्चर्या करायला सुरुवात करून एक महिनाही झाला नव्हता, तोच भोळा सांब म्हणून ओळखले जाणारे हिंदू धर्मातले सुप्रसिद्ध देव श्रीशंकर त्याच्यावर प्रसन्न झाले. बरं ते इतके प्रसन्न झाले की, सरळ वरदान देण्यासाठी त्याच्यासमोर प्रकटही झाले.

तो राक्षस तर शंकरांना पाहून एकदम आश्चर्यचकितच झाला. मग थोडासा उदासवाणा चेहरा करून तो म्हणाला, महाराज थेट तुम्हीच कसे काय प्रकट झालात? मी काही शास्त्रं वाचली आहेत. त्यात असं लिहिलेलं होतं की, विश्वामित्रांच्या तपश्चर्येचा भंग करण्यासाठी ऊर्वशी आणि मेनका नावाच्या अप्सरा आल्या होत्या. आणि खरं सांगू का? मी तर त्यांचीच वाट बघत होतो...

त्याचं हे बोलणं ऐकून आश्चर्यचकित होण्याची वेळ आता शंकरांची होती. कारण त्यांच्यासाठीही अशा प्रकारचा हा पहिलाच अनुभव होता. पण कसं-बसं स्वतःला सांभाळून घेत ते बोलू लागले, ते जाऊ दे वत्सा. ही ऊर्वशी आणि मेनका तर माया आहे. मी स्वतः थेट तुझ्यासमोर प्रकट झालो आहे. तर तुला जीवनात काही फायदा होईल अशा प्रकारचं कुठलंही वरदान तू माझ्याकडून मागून घे.

इकडे त्या राक्षसाच्याही हे लक्षात आलं की, जे नुकसान व्हायचं ते तर होऊन गेलंय. पण आता स्वतः शंकर समोर प्रकट झालेच आहेत, तर काही तरी असं मागूया की, त्या नुकसानाची किमान भरपाई तरी होऊन जाईल. मग काही क्षण विचार करून तो म्हणाला की, श्रीशंकरा, तू मला असं एक कडं दे, जे मी कुणाच्याही डोक्यावर ठेवलं, तर तो भस्म होऊन जाईल. राक्षसाची मागणी ऐकून शंकर पुन्हा एकदा आश्चर्यचकित झाले. त्यांनी

विचार केला की, काय कमाल आहे या राक्षसाची? इतकी तपश्चर्या करूनही याच्यातली राक्षसी वृत्ती काही गेलेली नाही. वरदान मागितलंय, तेसुद्धा हिंसा आणि मारधाडीचंच. पण आता काय करणार? वरदान म्हणून तसं एक कडं त्यांनी निमूट त्या राक्षसाच्या हाती ठेवलं.

आता, हा राक्षस पण राक्षसच. त्यानं कडं हातात घेत सरळ शंकराला विचारलं, हे कडं त्याचं काम चोख बजावेल, याची काय गॅरंटी? त्याचा हा अभद्र प्रश्न ऐकून पुन्हा शंकरांना आश्चर्य वाटलं. त्या राक्षसाच्या मूर्खपणावर त्यांना हसूही आलं. मग हसत-हसतच ते म्हणाले की, अरे मी स्वतः, खुद्द देव आहे. आणि मी तुला सांगतोय... आता यापेक्षा मोठी गॅरंटी काय असू शकेल?

राक्षस त्यावर म्हणाला की, ते तर ठीक आहे. पण तुम्ही जाऊ नका. जर इकडे कुणी आलं तर, त्याच्या डोक्यावर हात ठेवून मी आधी या कड्याची परीक्षा घेतो. म्हणजे कुठे काही त्रुटी राहिली असेल, तर तुम्ही ती लगेचच दुरुस्त करून देऊ शकाल. आता शंकरांकडे दुसरा पर्यायच काय होता? ते गुपचूप थांबले. पण बराच वेळ होऊन गेला तरी त्या बाजूला ना कुणी आलं ना कुणी गेलं. मग राक्षसाच्या संयमाचा बांध तुटला. त्यानं कडं घातलेला हात शंकरांच्या डोक्याकडे नेला आणि म्हणाला, मी आता आणखी वाट बघू शकत नाही. कुणीच येत नाहीये तर, तुमच्याच डोक्यावर हात ठेवून मी या कड्याची ट्रायल घेतो. भस्म झालात तर गोष्ट खरी, नाही तर मग जी काही त्रुटी आहे, ती तुम्ही दूर करालच... इतकं ऐकताच शंकरांनी जीव मुठीत धरून तिथून पळ काढला.

—तात्पर्य—

मनुष्याची हीच तर कमाल आहे. मनुष्याच्या अंतरंगात शंकर आहे आणि राक्षससुद्धा आहे. जेव्हा कधी त्याच्यावर राक्षसी स्वभावाचा प्रभाव निर्माण होतो, तेव्हा तो काहीही विचार करतो, बोलतो आणि कृतीसुद्धा करतो. आता विचार करा की, मानवाचं हे राक्षसी स्वरूप जर प्रत्यक्ष देवासाठीही संकट निर्माण करू शकत असेल, तर तिथे तुमच्या-माझ्यासारख्या सामान्य माणसांची काय पत्रास? त्यामुळेच मनुष्याला एकमेकांकडून काही अपेक्षाच करायला नकोत. कारण ती केली, तर अपेक्षाभंग होणार हे नक्की. त्याचप्रमाणे मनुष्यास एक-दुसऱ्यासोबत प्रयोगही खूपच सांभाळून, विचार करून आणि फक्त गरज पूर्ण करण्यापुरतेच करायला हवे. हे तर ऐतिहासिक सत्यच आहे की, या जगात फक्त तेच सुखी राहिलेत ज्यांनी अन्य मनुष्यांशी कामापुरतं काम, ज्याला टू द पॉइंट म्हणतात, अशा प्रकारचेच संबंध ठेवले आहेत आणि आपल्या वर्तणुकीवर अपेक्षांना प्रभाव निर्माण करू दिलेला नाही.

■

कल्पवृक्ष आणि बेशुद्ध व्यक्ती

हिंदू पुराणांमध्ये कल्पवृक्ष नावानं अशा वृक्षाची कल्पना केली आहे, ज्या वृक्षाखाली बसून मनुष्य जी काही इच्छा करेल, ती तत्क्षणी पूर्ण होईल. आता जीवनात यापेक्षा मोठं तर तुम्हाला काहीच मिळू शकणार नाही. पण मी तुम्हाला हे समजावून सांगू इच्छितो आहे की, असा कल्पवृक्ष तुम्हाला खरोखरच सापडला तरी काय होईल...

तर एक दिवस असं झालं की, एक थकला-भागला प्रवासी जंगलात रस्ता चुकला. जंगल इतकं घनदाट आणि निबीड होतं की, चार दिवस झाले तरी त्याला जंगलातून बाहेर पडण्याचा रस्ताच काही केल्या सापडेना. त्यामुळे त्याची अवस्था खूपच दयनीय होऊन गेली होती. एक तर सारखं चालून-चालून तो खूप थकला होता त्यात तीन-चार दिवस त्याला काही खायलाही मिळालं नव्हतं. खाणं तर लांबच राहिलं, त्याला तर प्यायला पाणीही मिळालं नव्हतं. त्यामुळे पराकोटीची निराशा दाटून आलेल्या मनोवस्थेत तो एका डेरेदार झाडाच्या सावलीत जाऊन बसला. तहान-भूक आणि थकव्यानं त्याची अवस्था अशी झाली होती की, या क्षणाला मरतो की, पुढच्या क्षणाला... याच अवस्थेत तो थोडीशी झोप घेण्याचा प्रयत्न करू लागला. पण तीन-चार दिवसांपासून तहान आणि भुकेनं जीव व्याकूळ झालेल्या व्यक्तीला झोप तरी कशी येणार? इतक्यात त्याच्या मनात विचार आला की, बाकी काही नाही तरी प्यायला थोडंसं पाणी जरी मिळालं, तरी किती बरं होईल? हा विचार त्याच्या मनात येताच... काळानंही जणू कूस बदलली. कारण तो ज्या झाडाच्या सावलीत बसला होता, तो एक कल्पवृक्ष होता. आता त्याला या गोष्टीची कल्पना असण्याचा काही प्रश्नच नव्हता आणि ना त्यानं कधी कल्पवृक्षाबाबत काही ऐकलेलं होतं. आता त्याला माहिती असो वा नसो, कल्पवृक्षासाठी मात्र त्याचा जो स्वभाव आहे, त्याला अनुसरून वागणं हे बंधनकारकच होतं. त्यामुळे इथे त्या प्रवाशाच्या मनात पाण्याची इच्छा

निर्माण झाली, तिथे दोन सुंदर मुली पाण्याचा जग आणि चांदीचा पेला घेऊन त्याच्यासमोर हजर झाल्या. प्रवासी तहानलेला तर होताच. मग सगळंच्या सगळं पाणी त्यानं घटाघट पिऊन टाकलं. पाणी पोटात जाताच त्याच्या मनात खाण्याची इच्छा जागृत झाली. तत्काळ चार-पाच सेविका अनेक सुग्रास पदार्थांनी भरलेली एक भली-मोठी थाळी घेऊन तिथे अवतीर्ण झाल्या. त्या प्रवाशाला इतकी भूक लागली होती की, ताटातले सगळेच्या सगळे पदार्थ त्यानं चाटून-पुसून संपवून टाकले. आता पोटही भरलं. मग त्याची बुद्धी जागृत झाली आणि तो एकदम घाबरला... त्यानं विचार केला की, अरे हे काय? हा काही भुता-खेताचा प्रकार तर नाही ना? मग काय ताबडतोब तिथे भूत-प्रेतही अवतीर्ण झाले आणि त्यांना पाहून हा प्रवासी इतका घाबरला की, भीतीमुळे त्याचा तिथल्या-तिथेच मृत्यूच झाला.

—तात्पर्य—

खरंतर मनुष्याला जे काही हवं आहे, ते सगळं त्याला मिळतंयही. पण योग्य इच्छा मनात येण्यासाठी जी जागृत मनोवस्था हवी, तीच त्याच्याकडे नाही. मनुष्य निद्रितावस्थेत असल्यामुळे तो विचार करतो एक, समजतो दुसरंच, इच्छा करतो तिसऱ्याची आणि करतो भलतंच काही तरी... मनुष्याचा विचार, आकलन, इच्छा आणि कृती यांच्यात जो भेद आहे आणि इच्छा आणि प्राप्ती यांच्यात जे अंतर आहे, त्यामुळेच त्याच्या मनात अशा प्रकारचा भ्रम निर्माण होतो की, इथे त्याच्या मनाला आवडेल असं काही घडतंच नाहीये. त्यामुळे मनुष्य जर विचार, समज आणि इच्छा या तिन्ही गोष्टी शुद्धीत राहून करेल तर त्यातून प्राप्त होणारी कुठलीही गोष्ट त्याला कधीच दुःख पोहोचवू शकणार नाही. अन्यथा बेशुद्धीत असलेल्या व्यक्तीला तर कल्पवृक्ष जरी मिळाला, तरीही स्वतःसाठी मृत्यूचीच निवड करेल.

■

जादूगार आणि राजा

एके दिवशी एक जादूगार राजाला खूश करून त्याच्याकडून भलं-मोठ इनाम मिळवू, असा विचार करून राजाच्या दरबारात दाखल झाला. राजानंही त्या जादूगाराला प्रतिभा सिद्ध करून दाखवण्याची एक संधी दिली. आता त्या जादूगारानं विचार केला की, उगाच इकडच्या-तिकडच्या फुटकळ जादू दाखवत बसण्यात काय फायदा? थेट राजावरच एखादी जादू केली, तर काय बिघडणार आहे? मग काय, बघता-बघता त्या जादूगारानं राजाचा मुकूटच गायब करून टाकला. पण दुर्दैवानं राजानं ही गोष्ट जादूगाराकडून त्याचा झालेला अपमान अशा स्वरुपात पाहिली. त्याचा परिणाम असा झाला की, राजानं त्या जादूगाराला फक्त कैदच केली नाही, तर सात दिवसांनंतर त्याला सरळ मृत्युदंड देण्यात यावा, अशी शिक्षाही ठोठावली. बिच्चारा जादूगार... चांगलाच फसला. जादूचा प्रयोग त्याला फारच महागात पडला.

आता, त्या जादूगाराला अशी शिक्षा झाल्याची बातमी जशी त्याच्या पत्नीला समजली, तशी ती रडत-भेकतच हजर झाली. आश्चर्याची गोष्ट म्हणजे, या शिक्षेनंतरसुद्धा जादूगाराच्या चेहऱ्यावरील सुरकुतीही हलली नव्हती. हे पाहून पत्नीला आणखीच झटका बसला. रडत-रडतच असं का, याचं कारण जादूगाराला विचारलं. त्यावर जादूगार म्हणाला की, मला मृत्युदंड होण्यास अजून सहा दिवसांचा अवधी आहे. या सहा दिवसांत बरंच काही होऊ शकेल. त्यामुळे शिक्षेबाबत विचार करत आजचा दिवस व्यर्थ का घालवायचा? पत्नीला तो काय बोलतोय, हे काहीच समजलं नाही. तिनं विचार केला की, मृत्यू समोर दिसू लागल्यामुळे बहुधा आपल्या पतीच्या डोक्यावर परिणाम झाला असावा. त्याला वेड लागलं असावं.

असो. तर भेटण्याची वेळ संपुष्टात आली आणि ती रडत-रडतच घरी गेली. मग पुढचे पाच दिवस हेच चक्र फिरत राहिलं. पत्नी रडत-भेकत येत होती आणि जादूगाराचा शांत चेहरा पाहून परत जात होती... आणि बघता-बघता जादूगाराला मृत्युदंड देण्याचा दिवसही उजाडला. जादूगाराचा चेहरा अजूनही तसाच शांत होता. दुसरीकडे मृत्युदंडाच्या शिक्षेची अंमलबजावणी होणार होती, त्या दिवशी स्वतः राजा एका घोड्यावर स्वार होऊन तिथे आला. राजाचा घोडा पाहून जादूगाराला एक युक्ती सुचली. त्यानं ताबडतोब चेहरा उदास करून मोठ्यानं रडायला सुरुवात केली. हे पाहून राजाची छाती गर्वानं फुगली. तो जादूगाराला म्हणाला, त्या दिवशी मोठ्या ऐटीत माझा मुकूट गायब केला होतास? आज साक्षात मृत्यू समोर दिसताच तुझी सगळी ऐट गायब झाली वाटतं?

त्यावर जादूगार म्हणाला, नाही महाराज. तसं काहीच नाहीये. मी मृत्यूला अजिबातच घाबरत नाहीये. पण तो येण्याच्या वेळेबाबत मात्र मी दुःखी आहे. झालंय काय की, दोन वर्षांपासून मी माझ्या घोड्याला उडायला शिकवत होतो. आता जास्तीत-जास्त वर्षभरात मी त्याला उडवू शकलोही असतो. पण काय करणार? माझ्याकडे एक वर्षाचा अवधीच राहिलेला नाही. बास. त्यामुळे मी खूपच दुःखी झालो आहे.

जादूगाराच्या तोंडून उडणाऱ्या घोड्याची गोष्ट ऐकताच राजाला लोभानं पछाडलं. त्यानं विचार केला की, असा उडणारा घोडा जर माझ्याकडे असेल, तर कधी कुठल्याच युद्धात माझा पराजय होणार नाही. मग तो फासा फेकत बोलला- जर मी तुला एक वर्ष दिलं, तर?

आपल्या जाळ्यात राजा फसल्याचं पाहून जादूगार मनोमन खूपच आनंदित झाला. पण तो होताही चलाख. त्यामुळे तो अत्यंत शांतपणे म्हणाला की, तुम्ही जर मला एक वर्ष दिलं, तर तो उडणारा घोडा मी तुम्हाला समर्पित करून टाकेन.

त्यावर लोभी राजा म्हणाला, तर मग ठीक आहे. तू आजपासून पुन्हा मुक्त आहेस. पण लक्षात ठेव, फक्त एक वर्षासाठी मुक्त आहेस. एका वर्षात तू जर मला उडणारा घोडा देऊ शकला नाहीस, तर तुझा मृत्युदंड निश्चित आहे.

मग काय, जादूगाराला सोडून देण्यात आलं. एकदम खूश होऊन जादूगार घरी पोहोचला. घरी पोहोचताच त्याला एकदम आश्चर्याचा धक्काच बसला. कारण घरात एकदम शोकाकूल वातावरण होतं. शेजार-पाजारचे लोकही जमले होते. सगळ्यांनी हाच विचार केला होता की, एव्हाना त्या जादूगाराला मृत्युदंड देण्यात आला असेलही. त्यामुळे ते सगळे जादूगाराच्या पत्नीचं सांत्वन करून तिला धीर देण्यासाठी तिथे जमले होते. पण जादूगाराला जिवंत परत आलेला पाहून सगळ्यांना आश्चर्याचा जोरदार धक्काच बसला. मग त्यानं जसं हे सगळ्यांना सांगितलं की, त्याला राजानंच सोडून दिलं आहे, तेव्हा तिथलं शोकाचं

वातावरण क्षणार्धात जल्लोषात बदललं. मग काही वेळातच जमलेले सगळे आपापल्या घरी परतले.

घरी दोघेच राहिल्यावर एकान्तात पत्नीनं पतीला विचारलं की, अखेर हा चमत्कार झाला तरी कसा? जादूगारानं मग तिला घोड्याची गोष्ट मोठी छाती फुगवून सांगितली. ती ऐकल्यावर पत्नी पुन्हा उदास झाली. रडूही लागली. तिला समजलं होतं की एक खोटी कहाणी रचून तिचा पती सुटला आहे. आता वर्षभरानंतर जेव्हा त्याच्या या खोटं बोलण्याची पोलखोल होईल, तेव्हा त्याला मृत्युदंड निश्चितच मिळणार आहे. ती जादूगाराला म्हणालीही की, म्हणजे मला हे संपूर्ण वर्ष आता चिंतेतच घालवावं लागणार आहे. त्यावर जादूगारानं प्रेमानं तिच्या डोक्यावर हात फिरवला आणि तो म्हणाला, अगं वेडी का तू? एक वर्षाचा कालावधी खूप मोठा असतो. या वर्षभरात किती तरी नव-नवीन घटना घडू शकतात. त्यामुळे सध्या तरी आपल्या हातात जे एक वर्ष आहे, त्या वर्षभरात आपण मौजमस्ती करू या... आणि तसंच झालं. सहा महिन्यांनी स्वतः राजाचं निधन झालं आणि त्यानंतर आणखी तीन महिन्यांनी घोडाही मृत्युमुखी पडला. मग कसला मृत्युदंड आणि कसलं काय...

—तात्पर्य—

खरंतर इथे घडणारी प्रत्येक घटना ही आधी घडलेल्या लाखो घटनांना मिळालेली जोड आहे. आणि आता लाखो घटनांना जर ती जोडलेली आहे, तर त्या लाखो घटनांवर अवलंबूनही आहे. मग या परिस्थितीत जी घटना अजून घडलेलीच नाही, त्या घटनेबाबत चिंता करण्यात तरी काय अर्थ आहे? यापेक्षा आणखी मोठा मूर्खपणा काय असू शकेल? त्यामुळे लक्षपूर्वक पाहिलंत, तर लक्षात येईल की, तुमच्या अधिकांश चिंता या काल्पनिकच आहेत. त्या वास्तविक वा वर्तमानातल्या नाहीतच. तुम्हीच बऱ्याचदा विचार करून-करून निर्माण केलेल्या चिंतांबाबत डोकं शिणवूनच जीवनातला महत्त्वपूर्ण आणि बहुमूल्य वेळ दवडत असता.

■

९६

निरागस मुलाची नम्र प्रार्थना

एकदा एका धार्मिक संस्थेनं प्रार्थना स्पर्धा आयोजित केली होती. या स्पर्धेचं खास वैशिष्ट्य हे होतं की, सर्वोत्कृष्ठ प्रार्थनेची निवड करण्यासाठी खुद्द परमेश्वरच तिथे उपस्थित होते. अनेक धर्मांच्या धर्मगुरूंनी या स्पर्धेत सहभाग घेतला होता. विजेत्याला मिळणाऱ्या पुरस्काराची रक्कमही बरीच मोठी होती. या पार्श्वभूमीवर या स्पर्धेसाठी हजारो-लाखो प्रेक्षकांची गर्दी उपस्थित असणार, हे तर अगदीच स्वाभाविक होतं.

असो. तर स्पर्धा सुरू झाली. मग वेगवेगळ्या धर्मांचे एकापेक्षा एक असे दिग्गज धर्मगुरू आपापल्या प्रार्थना सादर करू लागले. या प्रार्थनेत स्तुती आणि विशेषणांच्या अलंकारांचा अक्षरशः सुकाळ होता. आता मजेची गोष्ट तर ही की, या दिग्गजांच्या मांदियाळीत एक छोटासा बालकही या स्पर्धेत सहभागी झाला होता. मग प्रार्थना सादर करण्याची त्याची वेळ आली. तो स्टेजवर गेला आणि दोन्ही हात जोडून म्हणाला की, हे परमेश्वरा... मी तर एक छोटासा बालक आहे. माझ्यासारखा छोटा मुलगा तुमच्यासारख्या सर्वशक्तीमानासोबत शब्दांचे खेळ काय खेळणार? त्यामुळे मी सगळी अल्फाबेट म्हणून दाखवतो. तू ती प्रार्थनेत बसवून घे. असं म्हणून त्यानं पटापट ए ते झेडपर्यंतची सगळी अल्फाबेट म्हणून टाकली. परमेश्वर त्याची ही प्रार्थना ऐकून चांगलेच खूश झाले आणि त्यांनी लगोलग या मुलालाच स्पर्धेचा विजेता म्हणून घोषितही करून टाकलं.

—तात्पर्य—

फक्त हीच गोष्ट आपण समजून घ्यायला हवी. ईश्वर तर अंतर्यामीच आहे. आपल्यासाठी काय योग्य आहे ते आणि आपल्या हिताचं काय आहे ते, अशा दोन्ही गोष्टी आपल्यापेक्षा जास्त चांगल्या रीतीनं ईश्वरच जाणून असतो. त्यामुळेच त्याच्याकडे मागता

येण्यासारखं काहीच नाही. उलट आपल्याकडे जे काही आहे, त्याबद्दल त्या ईश्वराचे आपण फक्त आभारच मानू शकतो. वर्तमानात तुमच्याकडे जे काही आहे, त्यामध्ये त्याच्या कृपादृष्टीचाही समावेश आहे. बाकी, त्याच्याकडे काही मागणं वा तक्रार करणं या दोन्ही गोष्टी म्हणजे निव्वळ अज्ञानच.

■

कहाणी

९७

बुद्धांच्या तेजाचं रहस्य

एके दिवशी बुद्ध नेहमीप्रमाणेच आपलं प्रवचन देत होते. शिष्य, भिख्खू आणि गावातले काही रहिवासी खूपच भक्तीभावानं त्यांचं प्रवचन ऐकत होते. त्यांच्या उपदेशाचा श्रवणानंद घेत होते. तितक्यात लांबूनच एक व्यक्ती बुद्धांना जोर-जोरानं शिव्या घालत येताना दिसली. हे पाहून सगळेच स्तब्ध झाले. पण बुद्धांनी मात्र त्याच्याकडे फारसं लक्ष दिलं नाही. बुद्धांनी शांतपणाने आपलं प्रवचन सुरूच ठेवलं. आता ती व्यक्ती अशीही प्रचंड संतापलेलीच होती. त्यातच बुद्धांनी सरळसरळ दुर्लक्ष केल्यामुळे तिच्या संतापात आणखीच भर पडली. त्याला काय करावं, हे काहीच सुचेनासं झालं. मग तो मनुष्य सरळ बुद्धांजवळ जाऊन त्यांच्या अंगावर थुंकला. हे पाहताच बुद्धांचे काही शिष्य संतापून उभे राहिले. बुद्धांनी सौम्य हसून सगळ्यांना हातानंच खाली बसण्याचा इशारा केला आणि शांतपणानं आपलं प्रवचन पुढे सुरू केलं. म्हणजे जणू काही घडलंच नव्हतं, त्यांची लय आणि तल्लीनता यात काही अडथळा आलाच नव्हता. तिकडे ती व्यक्तीही संताप व्यक्त करून झाल्यावर काहीच न बोलता चुपचाप तिथून निघून गेली. ती व्यक्ती निघून जाताच हा प्रसंगही संपला.

...पण दुसऱ्या दिवशी मात्र कमाल झाली. कालच्या दिवसाप्रमाणेच बुद्ध आजही प्रवचन देत होते. सगळेच जण बुद्धांच्या वाणीच्या श्रवणानंदात तल्लीन झाले होते. तितक्यात एक आश्चर्यकारक घटना घडली. काल बुद्धांवर थुंकून निघून गेली होती, तीच व्यक्ती दूरवरून पुन्हा चालत येताना दिसली. ती व्यक्ती फक्त जोर-जोरानं रडतच नव्हती, तर मला क्षमा करा महाराज... मला क्षमा करा प्रभू, असं ओरडतही होती. काय चाललंय हे कुणाच्या लक्षात येण्यापूर्वीच त्या रडत-ओरडत आलेल्या व्यक्तीनं सरळ बुद्धांच्या पायाशी लोळणच घेतली. बुद्धांनी आजही त्याच्याकडे फारसं लक्ष दिलंच नाही. त्यांचं सगळं

लक्ष, ध्यान नेहमीप्रमाणे प्रवचनावरच केंद्रित होतं. ते पाहून ती व्यक्ती अजून जोर-जोराने रडून क्षमायाचना करू लागली. पण बुद्धांवर तर त्याचाही काहीच परिणाम झाला नाही. त्याच्याकडे संपूर्ण दुर्लक्षच करून त्यांचं प्रवचन देणं तसंच सुरू राहिलं. आता अश्रूंचा बुद्धांवर काहीच परिणाम होत नाही, हे पाहिल्यावर थकलेल्या त्या व्यक्तीनं मग बुद्धांच्या पायांवर डोकं आपटून-आपटून माफी मागायला सुरुवात केली. तो रडत-रडतच बुद्धांना सांगू लागला की, मी काल केलेल्या प्रकाराबद्दल खूपच लज्जित झालो आहे. कृपा करून तुम्ही मला माफ करा. जोपर्यंत तुम्ही मला माफ करत नाही, तोपर्यंत मी तुमचे पाय सोडणारच नाही.

आता मात्र बुद्धांकडेही दुसरा काही पर्यायच उरला नाही. त्यांना प्रतिक्रिया देणं भागच होतं. मग त्यांनी त्या व्यक्तीला पायाजवळून उठवून उभं करून सांगितलं की, जेव्हा मी काल तुझ्या थुंकण्याचंच काही वाईट वाटून घेतलेलं नाही, तर आज मी तुला माफी देऊ तरी नेमकी कशाबद्दल? काल जेव्हा थुंकून तू तुझा क्रोध व्यक्त केला होतास, त्याच क्षणी मी हे समजून गेलो होतो की, तू माझ्यावर प्रचंड नाराज आहेस. इतका की, ती नाराजी व्यक्त

करायला तुझ्याकडे शब्दच नाहीत. त्यामुळेच थुंकून तू ती नाराजी व्यक्त केली आहेस... विषय तिथेच संपला. आता तू ज्या प्रकारे रडून-रडून क्षमा मागतो आहेस, त्यातून मी हे समजून गेलो आहे की, तू काल जे काही केलंस, त्याबद्दल तुला आज पश्चाताप होतो आहे. अरे, पण या दोन्हीही तुझ्याच समस्या आहेत. मग मला त्यांच्याशी काय देणं-घेणं? ...याला म्हणतात आंतरिक व्यक्तिमत्व. अशा व्यक्तीला कसं काय कुणी विचलित करू शकेल? तुम्हालाही आपल्या जीवनाचा लगाम पूर्णपणे आपल्याच हातात ठेवण्याची कला बुद्धांकडून शिकायला हवी. जोपर्यंत तुम्हीही अशाच प्रकारच्या मजबूत आंतरिक व्यक्तिमत्वाचा पाया रचत नाही, तोपर्यंत तुमच्या अडचणी, दुःखंही दूर होणार नाही.

—तात्पर्य—

बुद्धांच्या तेजाबाबत तर आपण शतकानुशतके ऐकत आलो आहोत. पण त्यांच्या या तेजाचं रहस्य काय, याबाबत कदाचित तुम्ही अजूनही बारकाईनं विचार केलेला नसेल. मनुष्याचं बाह्यतेज हे त्याच्या आंतरिक व्यक्तिमत्वाचंच प्रतिबिंब असतं. जी व्यक्ती अन्य कुणापासून, गोष्टीपासून वा कुणाच्या प्रभावापासून जितकी कमी विचलित होते, तितकंच तिच्या चेहऱ्यावरचं तेज वाढतं. मग बुद्धांसारखी व्यक्ती, जी कधीच कुठल्याही गोष्टीमुळे विचलित होतच नाही, अशांच्या आंतरिक तेजाबद्दल आपण काय बोलायचं? त्यांना तर पाहताच आपलं आपसूकच बुद्धं शरणम् गच्छामि होऊन जातं.

■

मालक कोण?

ही एका सुफी फकिराची गोष्ट आहे. त्याला एक सवय होती. कुणीही रस्त्यात भेटलं की, हा फकीर त्याला प्रश्न विचारत असे. त्या प्रश्नाला मिळणाऱ्या उत्तरात त्याला थोडीशी जरी गडबड वाटली की, त्याच्या अनोख्या पद्धतीनं तो सत्य समजावून सांगत असे. तर एके दिवशी तो असाच नेहमीप्रमाणे स्वतःच्या मस्तीत चालला होता. समोरून एक धोबी त्याच्या गाढवाला एका दोरानं बांधून घेऊन जाताना दिसला. तो धावतच तिकडे गेला आणि त्यानं विचारलं, हे बंधो, तू माझी थोडी मदत करशील का?

त्यावर धोबी म्हणाला, अवश्य.

मग फकीर बोलू लागला, झालंय काय की मी थोडासा संभ्रमात पडलोय. मला तुम्ही आणि हे गाढव एकाच दोरीनं बांधलेले आहात असं दिसतंय. त्यामुळे होतंय काय की, मला हे समजत नाहीये की इथे मालक कोण आहे? तुम्ही या गाढवाचे मालक आहात की हे गाढव तुमचा मालक आहे?

धोब्यानं खूपच आश्चर्यानं त्या फकिराकडे पाहिलं. त्याला क्षणभर तर शंका आली की, फकिराची वेशभूषा करून कुणी वेडा तर फिरत नाहीये ना? असेलही. आता धोब्याला उत्तर देणं तर भागच होतं, म्हणून तो म्हणाला की, अरे तुला इतकंही समजत नाही का? मीच मालक आहे. तुला दिसत नाही का, की गाढवाच्या गळ्यात दोरी बांधलेली आहे आणि त्या दोरीचं टोक हातात पकडून मी चालतो आहे?

हे ऐकल्यावर फकिरानं पुन्हा एकदा धोबी आणि गाढव या दोघांकडेही निरखून पाहिलं. मग त्याच्या काय डोक्यात आलं कुणास ठाऊक, त्यानं सरळ ती दोरीच मधून कापून टाकली. दोरी कापताच त्या गाढवानं तिथून धूम ठोकली आणि तो धोबी त्या गाढवाच्या मागे धावू लागला. धोब्याला धावताना पाहून तो फकीर जोरानं ओरडला की,

बघितलंस ना, तू चुकीचं बोलत होतास. मालक तू नाही तर गाढव आहे. म्हणूनच तू जोर-जोरानं त्याच्या मागे धावतो आहेस.

—तात्पर्य—

आपलं जीवन आणि आपले विचारही काहीसे असेच असतात. तुम्ही असं समजत असता की, हे घर, ही गाडी, रुपये-पैसे, दाग-दागिने यांचे तुम्ही मालक आहात. पण स्वतःकडे थोडंसं काळजीपूर्वक पाहिलंत तर लक्षात येईल की, या सगळ्या गोष्टीच तुमच्या मालक होऊन बसल्या आहेत. तुम्ही गाडी किंवा घरापाठी धावताय, त्या गोष्टी तुमच्यापाठी धावत नाहीयेत. पण लक्षात ठेवा की, ज्या दिवशी खरोखरच या सगळ्या गोष्टींचा मालक बनण्याची कला तुम्हाला साध्य होईल, त्या दिवसापासून या सगळ्या गोष्टी तुमच्या पाठी धावू लागतील आणि त्यांच्यापासून तुम्हाला भरपूर आनंदही मिळेल.

■

चार मित्रांची गोष्ट

ही गोष्ट चार मित्रांची आहे. असे चार मित्र, जे भारतातल्या मुंबई या शहरात रहात होते. हे चौघेही एकाच ऑफिसमध्ये काम करत होते. त्यांची मैत्री इतकी घनिष्ठ होती की, रोजच ऑफिसबाहेर पडल्यावर ते नियमितपणे एका बियर बारमध्ये जात असत. मग व्हिस्कीचे तीन-तीन पेग घेतल्यावरच ते आपापल्या घरी जात. इतकंच कशाला, तर कुठल्याही प्रकारच्या गैरसमजांना जागाच नको, म्हणून ते चौघेही आपापलं बिलही स्वतःच भरत. थोडक्यात सांगायचं तर, हे चौघेही संध्याकाळपासून रात्रीपर्यंत काही मौज-मस्तीचे तास एकत्र घालवल्याशिवाय आपापल्या घरी जातच नव्हते.

पण एके दिवशी काळानं कूस बदलली. या चौघांपैकी एका मित्राच्या कुणा दूरच्या नातेवाईकाचं अमेरिकेमध्ये निधन झालं. त्यांना जवळचं असं कुणीच नव्हतं. त्यामुळे त्यांनी आपल्या मृत्युपत्राद्वारे आपली फक्त संपत्तीच नव्हे तर व्यवसायाची संपूर्ण जबाबदारीही या मित्राच्याच नावे करून टाकली होती. निश्चितच, या मित्राला तर जणू लॉटरीच लागली होती. जेव्हा त्यानं तिन्ही मित्रांना ही बातमी सांगितली, तेव्हा साहजिकच तिथे आनंदासह थोडंसं दुःखाचंही वातावरण निर्माण झालं. आपल्या मित्राला एक सुंदर आणि श्रेष्ठ जीवन जगण्याची संधी मिळत असल्याचा तिन्ही मित्रांना आनंद झाला आणि तो आता आपल्यासोबत नसेल, याचं दुःखही झालं. अर्थात मित्रांपासून वेगळा होणार असल्याचं दुःख त्या मित्रालाही झालं होतंच. पण त्यानं सगळ्यांना आश्वस्त करताना समजावलं की, अमेरिकेला जावं लागणं हा जीवनातला नाईलाजाचा भाग आहे. पण शरीरानं तिकडे असलो, तरी माझ्या हृदयात तर तुम्हीच वसणार आहात. आणि तसं पाहिलं तर मला स्वतःलाही खूप काळ तुम्हाला भेटल्याशिवाय कुठे रहावणार आहे? त्यामुळे वर्षातून एकदा तरी मी तुम्हाला भेटायला नक्कीच येणार आहे.

असो, मग तो मित्र अमेरिकेला निघून गेला. तरीही चौघांचा संपर्क मात्र कायम राहिला. बघता–बघता वर्ष झालंही. मग एक दिवस त्या मित्रानं या तिघांनाही खूशखबर दिली... मी सात दिवसांनी भारतात येतो आहे. आता ही बातमीच अशी होती की, पुन्हा भेटण्याच्या सुंदर स्वप्नानं सगळ्यांच्याच मनाचा पगडा घेतला. अखेर तो मित्र भारतात येऊन पोहोचला आणि ताबडतोब त्यानं आपल्या मित्रांशी बोलून संध्याकाळी नेहमीप्रमाणेच भेटण्याचा कार्यक्रमही निश्‍चित केला. अर्थात या कार्यक्रमात एक फरक इतकाच झाला होता की, अमेरिकेहून आलेल्या त्या मित्रानं आपल्या तिन्ही मित्रांना एका फाइव्ह स्टार बियर बारमध्ये बोलावलं होतं. आता हे वेगळं सांगायची गरजच नाही की, हे ऐकून या तिन्ही मित्रांना चांगलाच आनंद झाला होता. मग ते दिवसभर आपल्या मित्राचं गुणगान करत राहिले की, इतका मोठा माणूस झाला तरीही त्याच्यामध्ये कसा काहीच फरक पडलेला नाही.

तर संध्याकाळी आधीच ठरल्याप्रमाणे हे चौघेही ठरलेल्या बियर बारमध्ये भेटले. हे सांगायला नकोच की, भेटताच सगळ्यांनी अगदी उत्साहानं त्या मित्राला मिठ्या मारल्या. ताबडतोब चार पेगची ऑर्डर देण्यात आली. बाकी तिन्ही मित्रांनी तर खूपच उत्साहानं चिअर्स केलं. ते म्हणाले की, आजचा पहिला पेग आमच्या या मित्राच्या नावे, जो इतका मोठा माणूस झाल्यावरही अजिबातच बदललेला नाही. मग दुसरा आणि तिसरा पेगही याच प्रकारे चिअर्स करून रिचवण्यात आला. आता हे चौघेही नेहमी तीन पेगच पित होते. त्यामुळे ती पार्टी संपायची वेळ झाली होती. तितक्यात अमेरिकेहून परत आलेल्या मित्राला काय सुचलं कुणास ठाऊक, त्यानं सर्वांसाठी आणखी एका पेगची ऑर्डर दिली आणि सोबत बिलही आणायला सांगितलं. त्याचा हा उत्साह पाहून बाकीचे तिघेही रंगात आले. मग त्या अमेरिकेहून परतलेल्या मित्रानं चिअर्स करतानाच खिशात हात घातला आणि त्याच्या हिश्शाच्या बिलाचे म्हणजेच एकूण बिलाचा चौथा हिस्सा भरतील इतके पैसे काढून टेबलावर ठेवत तो म्हणाला, मी खरोखरच काहीच बदललेलो नाही. या गोष्टीसाठी पुन्हा एकदा चिअर्स...

अरे कसलं चिअर्स आणि कसलं काय? त्या चौथ्या मित्रानं फक्त त्याच्याच वाट्याचे पैसे काढून टेबलावर ठेवलेले पाहून बाकीच्या तिघांच्या गळ्यातला दारूचा घोट जणू तिथेच अडकला. सगळे जण एकदमच धास्तावून गेले. ते तिघेही असा विचार करून बिनधास्त होते की, त्यांचा श्रीमंत झालेला मित्र त्यांना फाइव्ह स्टार बियर बारमध्ये बोलावून पार्टी देतो आहे. त्या तिघांचीही बिचाऱ्यांची स्वकमाईवर फाइव्ह स्टारमध्ये जाऊन पार्टी करण्याची आर्थिक क्षमता होतीच कुठे? पण आता काय करता येऊ शकणार होतं? तिकडे अमेरिकेहून परतलेल्या त्या मित्रानं मात्र या तिघांचे गोंधळलेले चेहरे पाहून पुन्हा एकदा

चिअर्स करून त्यांना विचारलं, अरे तुम्ही लोक कसला विचार करताय? सांगा बघू, तुमचा मित्र कणभर तरी बदलला आहे का?

त्यावर उरलेले तिघेही मित्र तोंड दाबून बुक्क्यांचा मार खात असल्यागत एकदमच पुटपुटले, नाही रे बाबा. तू तर काहीही बदललेला नाहीस.

त्यावर तो मित्र म्हणाला, चला तर मग सगळ्यांनी आता बॉटम्स अप करा. बिच्चारे मित्र करतील तरी काय? त्यांनी निमूट एका दमात आपापले ग्लास रिकामे केले आणि आपापल्या हिश्श्याचं बिलही चुपचाप भरलं. आपला हिस्सा देतानाच प्रत्येकाचा एक महिन्याचा पगारच निघून गेला होता. मग त्या तिघाही बिच्चाऱ्या मित्रांचा तो महिना खूपच कडकीत गेला. अगदी खरं सांगायचं तर या तिघांनीही तो महिना आपल्या चौथ्या मित्राला दूषणं देतच काढला.

—तात्पर्य—

मनुष्य अशा स्वभावाचा मालक आहे की, जो बदलला तरी त्याला कष्ट होतात आणि बदलला नाही तरीही त्रास होतो. कुठलाही मनुष्य एक वेळ ईश्वराला झेलू शकेल, पण दुसऱ्या माणसाला झेलणं मात्र त्याच्यासाठी अशक्यच आहे. त्यामुळे आयुष्यात जो अन्य व्यक्तींकडून जितकी कमी आशा आणि अपेक्षा ठेवून जगतो आहे, तो तितक्याच जास्त प्रमाणात सुखीही आहे.

■

कहाणी

६०

जनक राजा, एक खरा गुरू

ही गोष्ट अनेक शतकांपूर्वीची आहे. भारतवर्षातल्या मिथिलेमध्ये तेव्हा जनक नावाचे सुप्रसिद्ध राजा राज्य करत होते. ते परमज्ञानी होते. त्यामुळे त्यांनी समस्त विकारांवर विजय मिळवला होता. परिणामी ते तमाम मानसिक शक्तींनीही ओतप्रोत भरलेले, समृद्ध असे व्यक्तिमत्व होते. या जनक राजांची ओळख सांगायची तर भारतातली अतिचर्चित जोडी, राम-सीता यांच्यातल्या सीतेचे ते वडील होते. त्यांचं परमज्ञान हे होतं की, त्यांनी स्वतःच्या इनव्हॉल्व्हमेंटला पूर्णपणे लुप्त करून टाकलेलं होतं. इतकं की, त्यांना विदेह म्हणजेच नॉन इनव्हॉल्व्हड मॅन असंही म्हटलं जायचं. कुठलीही व्यक्ती वा वस्तू त्यांच्यावर प्रभाव टाकू शकत नसे. अगदी त्यांची लाडकी मुलगी सीता जेव्हा 14 वर्षं वनवासाला गेली आणि त्या दरम्यान तिचं रावणाकडून अपहरण झालं, तेव्हाही जनकांना तिची एका क्षणभरासाठीही चिंता वाटली नाही. ज्यांची कर्म आणि त्यांचं जीवन, तेच जाणो... असंच त्यांनी या घटनांकडे पाहिलं.

आता साहजिकच जर ते इतके विदेह होते, तर त्यांच्या ज्ञानाची चर्चा तर चहूदिशांना फैलावणारच. त्या काळातले काही विद्वान ऋषी-मुनीसुद्धा जनकांनाच आपला आदर्श मानत होते. आता मजेशीर गोष्ट ही होती की, जनक जर कुणीही व्यक्ती वा कुठल्याही वस्तूत इन्व्हॉल्व्हच नव्हते, तर त्यांच्यासाठी कुठलीही गोष्ट धरण्याचा किंवा सोडण्याचाही काही प्रश्नच नव्हता. त्यामुळे साहजिकच ज्ञान प्राप्त झाल्यानंतरही त्यांनी ना आपली राजगादी सोडली ना आपला दिनक्रम कुठल्याही प्रकारे बदलला. असंही, बदल

करण्याचं काही कारणच उरलेलं नव्हतं. त्यांच्याबाबत आणखी एक वैशिष्ट्यपूर्ण गोष्ट ही होती की, ते मदिरा आणि नृत्य यांच्या संगमाचे जबरदस्त शौकीन होते. राजमहालात बहुतांश वेळा संध्याकाळी नृत्य आणि मदिरा यांचा संगम होतच असे. बरं, जनक राजा रहायचेही खूपच थाटा-माटात. त्यामुळेच त्यांच्या ज्ञानाप्रमाणेच त्यांच्या या षौकांचीही प्रसिद्धी चहूदिशांना झाली होती.

आता ही तर झाली राजा जनकांची गोष्ट. दुसरीकडे त्याच काळात एक महान गुरूही होते. त्यांच्याकडे खूप दूरवरून जिज्ञासू शिष्य ज्ञानप्राप्तीसाठी येत असत. बाकी सगळ्यांचं तर ठीक, पण त्या गुरूंचा एक शिष्य असा अडेलतट्टू होता की, गुरूंनी लाख प्रयत्न केले, तरी इच्छा असूनही त्याला स्वतःची इनव्हॉल्व्हमेंट काही केल्या कमी करता येत नव्हती. तो घर सोडून गुरूंकडे रहायाला आला होता खरा, पण दर दिवसाआड त्याला घरच्यांची आठवण येत असे. आता त्याचे गुरूही जिद्दी होते. त्याचा घरातल्या सदस्यांशी असलेला हा जिव्हाळा कमी करायचाच, असं त्यांनीही ठरवलंच होतं. पण ही गोष्ट त्यांना काही केल्या शक्यच होत नव्हती. अखेर गुरू थकले आणि त्यांनी त्या शिष्याला राजा जनक यांच्याकडे जाऊन ज्ञान मिळवण्याचा आदेश दिला. गुरूंच्या या आज्ञेमुळे शिष्य हैराण होऊन गेला. कारण त्यानंही राजा जनकांच्या षौकांबद्दल बरंच काही ऐकलेलं होतं. त्यामुळे तो असा विचार करत होता की, जनक राजालाच ज्ञान मिळण्याची खूप जास्त आवश्यकता आहे. मग तो राजा मला काय ज्ञान देणार? पण, गुरूंच्या आज्ञेचा अवमान करणं तर शक्यच नव्हतं. त्यामुळे दुसऱ्याच दिवशी जनक राजांच्या नावे गुरूंनी दिलेलं एक पत्र आणि एक जोडी कपडे घेऊन तो गुरूकुलातून बाहेर पडला. आता तो बाहेर पडला खरा, पण जनकासारखी व्यक्ती आता आपल्याला ज्ञान देणार, ही कल्पनाच काही केल्या त्याला पचत नव्हती. त्याचा अहंकार तर त्याला असाही विचार करायला लावत होता की, जनक राजा मला काय ज्ञान देणार? उलट मीच त्या राजाला ठिकाणावर आणेन. त्याची मदिरा आणि नृत्य हे षौक सोडवले नाहीत, तर माझं नावच सांगणार नाही. अशा रीतीने गुरूंच्या मनात जनक राजाबद्दल जो भ्रम आहे, त्याच्या ठिकऱ्या-ठिकऱ्या तर उडवीनच पण त्याहीपुढे जाऊन मी ज्ञानी असल्याचा पुरावाही मला गुरूंपुढे सादर करता येऊ शकेल.

आपला हाच अहंकार सोबत घेऊन तो जनक राजाकडे पोहोचला. आता ज्या गुरूंचं पत्र त्यानं सोबत नेलेलं होतं, त्या गुरूंची जनकांच्या दरबारात चांगलीच प्रतिष्ठा होती. त्यामुळे ते पत्र पाहताच त्याला थेट जनक राजांसमोर नेऊन उभं करण्यात आलं. ते पत्र वाचताच आणि समोर उभ्या राहिलेल्या शिष्याला पाहताच जनक राजाला पुढे काय करायचं आहे, याची कल्पना आलेली होती. जनकांनी ताबडतोब महालातल्या एका खोलीतच त्या शिष्याची रहाण्याची व्यवस्था करवली. मग त्या शिष्याला काही काळ

आराम करून संध्याकाळी भेट, असं सांगून निरोपही दिला. थोडक्यात, ज्ञानाची चर्चा संध्याकाळी होणार होती.

आता ही तर झाली जनकांची बाजू. दुसरीकडे त्या शिष्याचे डोळे तर जनकाची शान पाहूनच विस्फारले होते. मग जनकांबद्दलचं गुरूंचं मत बदलूनच टाकण्याच्या विचारावर तो अधिकच ठाम झाला. आता तोही काय करणार म्हणा? भारतातले अधिकांश संत वा मुनी या सर्वांनीच संन्यास, त्याग आणि साधेपणा म्हणजेच धर्म असा भ्रम करून घेतला आहे. ते स्त्री आणि जीवन या दोन्हींच्याही पूर्णतः विरोधात भूमिका घेणारे आहेत. हा शिष्यही त्यांच्यापैकीच एक होता. त्यामुळे धर्माच्या या परिभाषेच्या आधारावर त्याचं अहंकारानं भारून जाणं पूर्णतः समजण्यासारखंच आहे.

असो. तर संध्याकाळ किती दूर होती? संध्याकाळी त्या शिष्याला जनक राजाच्या क्रीडाकक्षात नेण्यात आलं. तिथे त्या वेळी नर्तकींच्या नृत्याचा आणि गायनाचा कार्यक्रम सुरू होता. जनकांनी या शिष्याला स्वतःच्या शेजारीच बसवून घेतलं आणि समोर सुरू असलेल्या नाच-गाण्याचा आनंद घेण्यास सांगितलं. पण, असं करणं, हे तर पापासमान. त्यामुळे त्या शिष्याला तिथे फार काळ थांबणंच शक्य होईना. मग त्यानं जनकांकडे दुसऱ्या दिवशी सकाळी भेटीची वेळ मागितली. त्यावर जनकांनी त्याला अगदी भल्या सकाळी माझ्या कक्षात ये, असं सांगितलं. त्या शिष्याच्या या वागण्यावर जनक मनातल्या मनात

हसतही होते. अरे, खरंच जर तुला या नाच-गाण्यात जराही रस नाही, तर तुला इथून पळून जाण्याची काय गरज आहे? याचा अर्थ तर इतकाच झाला की, कुठे ना कुठे हे सुरू असलेलं नाच-गाणं तुझ्यावर प्रभाव टाकतं आहे.

जनक त्या शिष्याची नाच-गाण्याप्रती इनव्हॉल्व्हमेंट पाहून खरं तर आश्चर्यचकित झाले होते. कारण त्याचमुळे त्या शिष्यानं नाच-गाणं सुरू असलेल्या त्या कक्षातून पळ काढला होता. काही हरकत नाही. आता रात्र संपली होती आणि दिवस उजाडला होता. तो शिष्य अगदी वेळेवर जनकांच्या कक्षात दाखल झाला होता. तेव्हा जनक आराम करत होते. त्यांनी शिष्याला दोन मिनिटं शांतपणानं आपल्याजवळ बसायला सांगितलं. पण तो शिष्य एका दिवसातच पुरता त्रस्त झाला होता. त्यामुळे त्यानं जनक राजापुढे निवेदन केलं की, हे बघा, मला माझ्या गुरूंनी तुमच्याकडे ज्ञानप्राप्तीसाठी पाठवलं आहे. त्यामुळे कृपा करून मला तुम्ही ते ज्ञान द्या. म्हणजे मी परत जाऊ शकेन. माझ्यासारख्या संन्याशाला तुमचा हा आलिशान महाल अजिबातच पचनी पडत नाहीये. त्यावर जनक त्याच्या डोळ्यांत पहात म्हणाले, ठीक आहे. देतो मी तुला ज्ञान. पण आधी आंघोळ वगैरे तर करून घेऊया. चल, महालाच्या पाठी एक शानदार सरोवर आहे. आपण तिथे आंघोळ करून घेऊ, मग मी तुला ज्ञान देतो.

शिष्यानं असा विचार केला की, हे तर ठीकच आहे. असंही सरोवरात आंघोळ करण्यास काय हरकत आहे? जनकानं जल-कुंड वगैरे म्हटलं असतं, तर विचार करावा लागला असता. कारण तो वैभवाचा मुद्दा ठरला असता. आणि संन्याशाचा वैभवाशी काय संबंध? पण सरोवर तर नैसर्गिक असतं. असा विचार करून तो जनकांसोबत निघाला. निघण्यापूर्वी जनकांनी सेनापतींना बोलावून काही आदेश दिले. आता सरोवर तर महालाच्या मागच्या बाजूलाच होतं. मग तिथे पोहोचायला कितीसा वेळ लागणार? दोघेही तिथे पोहोचले आणि सरोवरात आंघोळीचा आनंद लुटू लागले. अजूनही त्या दोघांमध्ये काहीही संभाषण मात्र होतच नव्हतं. पण काहीही न बोलता आंघोळीचा आनंद लुटत असतानाही दोघांच्या स्थितीत मात्र फरक होता. जिथे राजा जनक आंघोळीचा मनसोक्त आनंद लुटत होते तिथेच शिष्य मात्र हे स्नान कधी एकदाचं संपतंय, या बैचेनीत होता. तेवढ्यात अचानक काय झालं की, जनक राजाच्या महालाला आग लागली. बघता-बघता पूर्ण महालालाच आगीच्या ज्वालांनी वेढलं. आता महाल तर डोळ्यांसमोरच होता. त्यामुळे महालाला आग लागल्याचं दृश्य पाहून त्या शिष्याची एकदम घाबरगुंडीच उडाली. त्यानं आपल्याच मस्तीत आंघोळ करणाऱ्या जनकांना सांगितलं, अहो तुमच्या महालाला आग लागली आहे आणि मी माझी वस्त्रंही तिथेच विसरून आलो आहे. पण जनकांनी त्याला काहीच प्रतिसाद दिला नाही. ते शांतपणानं सरोवरातल्या पाण्यात डुबक्या मारत राहिले. हे

पाहून शिष्याला फारच आश्चर्य वाटलं. आश्चर्यचकितच झाला असं नाही, तर जनकांची मस्ती पाहून तो हेही समजून गेला की, यांचा पूर्ण महालच जळू लागला आहे, तरीही जनक शांतपणानं डुबक्या लगावताहेत आणि माझी तर फक्त एक कपड्यांची जोडीच काय ती त्या महालात आहे. तरीही मला त्याची इतकी चिंता लागली आहे... आणि हे लक्षात येताच तत्क्षणी त्याचा उद्धार झाला. त्याला जे ज्ञान मिळवण्यासाठी गुरूंनी पाठवलं होतं, ते त्याला प्राप्त झालं होतं. ...प्रश्न काय आणि किती हा नाहीच, प्रश्न ती वस्तू तुम्हाला किती प्रिय आहे वा नाही, याचाही नाहीच, प्रश्न तर एकच आहे... त्या वस्तूमध्ये तुमची इनव्हॉल्व्हमेंट आहे की नाही? जर इनव्हॉल्व्हमेंट असेल तर तुम्ही ना त्या वस्तूचा आनंद घेऊ शकाल ना ती वस्तू तुमच्यापासून हिरावली जाण्याचं दुःख सहन करू शकाल. आता याच गोष्टीचं उदाहरणच घ्या ना... त्या शिष्याची अवस्थाही तशीच होती. त्याला सरोवरातल्या स्नानाचा आनंद घेता येत नव्हताच उलट वस्त्रं जळाल्याचं दुःखही त्याला सहन करावं लागलं होतं.

—तात्पर्य—

शिष्य तर त्याच्या इनव्हॉल्व्हमेंटमधून सुटला, कारण त्याची जनक राजासारख्या ज्ञानी व्यक्तीशी भेट झाली. पण तुम्हाला-मला तर जनक राजांची ही गोष्ट वाचूनच आपल्या इनव्हॉल्व्हमेंट नावाच्या संकटातून आपली सुटका करून घ्यायची आहे. खरंतर माणसाकडे काय आहे वा किती आहे, मनुष्य काय करतोय वा करत नाही याचा त्याच्या मन वा जीवनाच्या उंचीशी काहीच संबंध नसतो. कारण मनुष्यांच्या दुःखांचं मूळ तर काही असणं वा काही करणं हे नसतंच. त्या असण्या वा करण्यामध्ये मनुष्याची इनव्हॉल्व्हमेंट किती आहे, याचाच संबंध त्याच्या दुःखांशी असतो. जर तुम्ही इनव्हॉल्व्ह झाल्याशिवाय एखादी गोष्ट भोगू शकाल वा करू शकाल, तर काहीही भोगा आणि काहीही करा, त्यातून नक्कीच दुःखाची उत्पत्ती होणार नाही. आणि तुमच्या जीवनात दुःख नसेल, तर तुम्ही पापीही नसाल... बाकी, हे तर तुम्हालाही माहितीच आहे की, सगळी दुनिया पुण्यही कमावतेय आणि दुःखीही आहे. आता असे लोक त्यांच्या परिभाषेत धार्मिक असतीलही, पण निसर्गाच्या परिभाषेत मात्र त्यांना कधीही धार्मिक म्हणता येणार नाहीच.

■

कहाणी

६१

अकबर–बिरबलाचा वाद

एके दिवशी अकबर आणि बिरबलामध्ये चर्चा सुरू झाली. चर्चेचा विषय होता इमानदारी. अकबराचं म्हणणं होतं की, बहुतांश लोकं खरंतर इमानदारच असतात. तर बिरबलाचं म्हणणं होतं की, कुठल्याही व्यक्तीची इमानदारी ही नाईलाजातून निर्माण झालेली गोष्ट असते. जराशीही संधी मिळाली की, बहुतांश लोकं बेईमानी करतातच. आता या चर्चेचं स्वरूप वादात बदललं गेलं. त्यामुळे अखेर प्रश्न असा निर्माण झाला की, या गोष्टीचा फैसला होणार तरी कसा? स्वाभाविकच, याचं उत्तर तर नेहमीप्रमाणेच बिरबलालाच शोधायचं होतं आणि त्यानं ते शोधून काढलंही. त्यानं अकबरांना सांगितलं की, जनतेसाठी एक शाही फर्मान काढा. फर्मान असं असेल की, शहराच्या मध्यवर्ती ठिकाणी जी विहीर आहे, त्या विहिरीत उद्या प्रत्येकानं एक शेर दूध आणून ओतावं. बिरबलाचं हे बोलणं ऐकून अकबराचं तर डोकंच गरगरू लागलं. दूध विहिरीत ओतल्यानं काय होणार, हे त्याला काही केल्या कळेना. त्यावर बिरबल म्हणाला, जहांपनाह, तुम्ही कशाला काळजी करता? तुम्ही फक्त बघत रहा. या उपायातून उद्या संध्याकाळपर्यंत आपल्या दोघांत सुरू असलेल्या या वादावर तोडगा तर सापडणारच आहे, पण आपल्या दोघांमध्ये आतापर्यंत याविषयी झालेल्या सगळ्या चर्चेचं दूध–का–दूध आणि पानी–का–पानीही त्यातून होणार आहे.

आता बिरबलानं अनेक वेळा त्याची बुद्धिमत्ता सिद्ध करून दाखवलेली होती. त्यामुळे भले तो काय करतोय हे लक्षात येत नसलं, तरीही त्याला एक संधी देणं अकबरांसाठी भागच होतं. त्यामुळे त्यांनी ताबडतोब, बिरबलानं सांगितलं होतं त्यानुसार एक शाही फर्मान काढलं. शहराच्या मध्यवर्ती असलेल्या विहिरीत एक शेर दूध प्रत्येकानं ओतावं, असंच ते फर्मान होतं. दुसऱ्या दिवशी सकाळीच विहिरीत दूध ओतणाऱ्यांची रांग लागली. जवळपास संध्याकाळपर्यंत विहिरीत दूध ओतण्याचा हा प्रकार सुरूच राहिला. संध्याकाळी अकबर

आणि बिरबल विहिरीकडे निघाले. अकबर विहिरीजवळ गेले आणि त्यांनी जसं वाकून आत पाहिलं, तेव्हा ते बघतच राहिले. सगळी विहीर फक्त पाण्यानं भरलेली होती. विहिरीत शेरभरही दूध कुठे दिसत नव्हतं. अकबरांना उत्तर मिळालं होतं की, संधी मिळताच मनुष्य बेईमानीच करतो. कारण प्रत्येकानं हाच विचार केला होता की, दुधानं भरलेल्या विहिरीत मी शेरभर पाणीच नेऊन टाकलं, तरी काय फरक पडणार आहे...

—तात्पर्य—

तुम्हीही स्वतःला जर इमानदार समजत असाल, तर नाईलाजानं कराव्या लागणाऱ्या कुठल्याही कृत्याला तुमची स्वतःची इमानदारी असं कधीच समजू नका. प्रतिष्ठा, कायदा, धर्म किंवा समाजाच्या भीतीनं तुम्ही जर सरळमार्गी असाल, तर त्याला तुम्ही सरळमार्गी चालता असं म्हणणंच चुकीचं ठरेल. अमेरिकेतल्या एका शहरात एकदा वीज गेली आणि रात्री दोन वाजेपर्यंत वीजपुरवठा सुरळित होऊ शकला नव्हता. या कालावधीत तिथे चोरट्यांनी उच्छाद माजवला. मग प्रश्न हा निर्माण झाला की, अंधारात जे चोरटे इतके सक्रिय झाले होते, ते उजेडात कुठे लपून बसत होते? तर उत्तर एकदम सोपं आणि सरळ आहे... इज्जत-प्रतिष्ठा, कायदा यांना घाबरून ते सगळे चोर संभवितपणे वावरत होते. बाकी, चोर तर प्रत्येकाच्याच आतमध्ये होता. नाही, अशा इमानदारीचा तुम्हाला आयुष्यात कधीच काहीही फायदा होणार नाही. इमानदारीचा हा धडा जर तुम्ही नीट समजून घेतलात, तर तुमच्या जीवनात आनंद, मस्ती आणि शांतीची कारंजी थुई-थुई नाचणार आहेत.

■

एक चोरी अशीही

अतिशय भोळे मानले जाणारे कबीर हे भारतातील एक सुप्रसिद्ध संत. ते उपजीविकेसाठी चादरी विणत. एक तर चादर विणण्याचं काम सोपं नसतं, त्यातच कबिरांचा स्वभाव असा होता की, एखादा गरजवंत आला, की ते त्याला विणलेली चादर कुठल्याही मोबदल्याशिवाय अशीच देऊन टाकत. या सवयीमुळे त्यांच्या घरी नेहमीच दाणा-पाण्याची तंगी भासत असे. आता हे कमी पडायचं म्हणून, संध्याकाळी कुणी त्यांची भजनं ऐकायला म्हणून आलं की, न विसरता कबीर त्याला भोजनाबाबत विचारत. जो कुणी जेवायला होकार देई, कबीर त्याचंही ताट वाढायला सांगत. कबिरांच्या या सवयीमुळे अनेकदा त्यांची पत्नी लोई आणि मुलगा कमाल यांना उपाशी पोटीच झोपायला लागत असे. त्यामुळे त्यांनी अनेकदा या सवयीवरून कबिरांना टोकलं, समजावलंही. इतकच नाही, तर तुम्हाला माहिती आहे ना की, आपल्या घरात अन्न-धान्याची परिस्थिती किती यथा-तथा असते? मग तुम्ही सगळ्यांनाच जेवून जा, असा आग्रह करताच कशाला, असे प्रश्नही त्यांनी कबिरांना केले. ते काय म्हणताहेत हे कबिरांना व्यवस्थित लक्षातही आलं होतं. पण एकदा का समोर भक्तगण जमले की, ते सारं काही विसरून जात.

एके दिवशी पुन्हा तसंच झालं. भक्तांना जेवायला घातल्यानंतर कबिरांच्या घरात काहीच अन्न शिल्लक राहिलं नव्हतं. त्यामुळे कमालला भयंकर राग आला. त्यानं सरळ आपल्या पित्यावर म्हणजे कबिरांवर शाब्दिक हल्लाच चढवला. तो म्हणाला की, मला तर वाटतं की, तुम्ही तुमची ही सवय काही बदलत नाही. त्यामुळे आमचं पोट भरण्यासाठी बहुधा आम्हाला चोरीच करावी लागेल, असंच दिसतंय.

कमालचं हे वाक्य ऐकून कबिरांनी तर जोरात उडीच मारली. मग खूपच उत्साहित होत ते म्हणाले की, अरे व्वा कमाल. काय जबरदस्त कल्पना मांडली आहेस तू. अरे, हा विचार तू आधीच का केला नाहीस?

आता कबिरांची ही प्रतिक्रिया पाहून कमाल तर आश्चर्यचकितच झाला. त्याचा स्वतःच्या कानांवर विश्वासच बसेना. स्वतः कबीर चोरीची पाठराखण करताहेत? त्यामुळे तो पुन्हा एकदा म्हणाला, पिताश्री, मी चोरी करायला जातो आहे. भजन करायला नाही.

आता कबिरांनी कितीही ठामपणे सांगितलं, तरीही कमालचा काही त्यावर विश्वास बसत नव्हता. त्याला सारखं वाटत होतं की, ते आपली परीक्षा तर घेत नाहीयेत ना? त्यांना असं तर वाटत नसेल ना की, चोरीचा प्रस्ताव मांडल्यामुळे मला पश्चाताप झालेला असावा? पण त्यांना याची कल्पना नसावी की, मी या प्रस्तावाबाबत किती गंभीर आहे. कमालनं विचार केला की, या चोरीच्या प्रस्तावावर मी किती गंभीर आहे, याची कबिरांना जाणीव करून द्यायलाच हवी. त्याचप्रमाणे, ते स्वतः किती गंभीरपणे बोलताहेत, हेसुद्धा निश्चितच तपासून घ्यायलाच हवं. थोडक्यात काय तर दूध-का-दूध आणि पानी-का-पानी तर करायलाच हवं. त्यामुळे मग कमालनं त्यांना सरळच विचारलं की, तुम्हीही माझ्यासोबत चोरी करायला येण्यासाठी तयार आहात?

कबीर म्हणाले, हो.

कमालनं विचारलं, केव्हा?

त्यावर कबीर म्हणाले, केव्हा काय? आत्ताच. मला तर कधी एकदा चोरी करतोय, असं झालं आहे. याआधी मी आयुष्यात कधीही चोरी केलेली नाही. मला खात्री आहे, तो खूपच रंगतदार अनुभव असेल.

कमालही पक्काच होता. अर्थात त्याला अजूनही कबीर चोरी करतील याची खात्री पटलेली नव्हती. पण आज काही झालं तरी कबिरांना सोडायचं नाही, असं त्यानं मनाशी ठरवून टाकलं होतं. मग काय, बाप-लेक रात्रीच्या अंधारात वाराणशीच्या निर्मनुष्य गल्ल्यांमधून फिरता-फिरता एका शेठजींच्या धान्य गोदामासमोर येऊन उभे राहिले. त्या गोदामासमोर जाऊन थांबताच कमाल एकदम कुजबुजत्या स्वरात म्हणाला, चला पिताश्री, इथून आपण एक धान्याचं पोतं चोरी करून नेऊया.

आपलं हे बोलणं ऐकल्यावर वडिलांचा चोरीचा इरादा बदलेल, याची कमालला पूर्ण खात्री होती. पण झालं उलटंच, त्याचं वाक्य पूर्ण होतंय ना होतंय तोच, चोरी करण्यासाठी उतावीळ झालेले कबीर त्या गोदामात घुसले आणि इतकंच नव्हे, तर बघता-बघता एक गव्हानं भरलेलं पोतं घेऊन ते बाहेर आलेही. हे पाहून कमालची अवस्था मात्र फारच वाईट झाली. एक तर त्याचा अजूनही विश्वासच बसत नव्हता की, कबिरांनी एक पोतं भरून गव्हाची चोरी केली आहे. दुसरं म्हणजे चोरी करावी लागेल, हे तो असंच रागानं बोलून गेला होता. त्याचा स्वतःचा चोरी करण्याचा अजिबातच विचार नव्हता. पण आता तर, त्याच्याकडे काहीच उपाय शिल्लक राहिलेला नव्हता. त्यामुळे तोसुद्धा गुपचूप गोदामात

शिरला आणि धान्याचं एक पोतं घेऊन बाहेर आला. दोघांनी आपापली पोती उचलली आणि ते चार पावलं चालले ना चालले, तोच कबिरांनी आपलं पोतं खाली ठेवलं आणि म्हणाले, अरे, आपल्याकडून एक चूक झाली. आपण शेठजींना सांगायलाच विसरलो की, भगवंत नाईलाजानं आले होते आणि दोन गोण्या धान्य भगवंताकडून उचलून घेऊन गेले. जा, तू हे शेठजींना सांगून ये पाहू. नाही तर सकाळी उठल्यावर बिच्चारे उगाच चिंता करत बसतील की, दोन गोण्या धान्य कुठे गेलं... मग असं नको व्हायला की, कुणा निर्दोष व्यक्तीला ते याच्यासाठी शिक्षा करतील...

कमाल तर त्यांचं हे बोलणं ऐकून निःशब्दच झाला... आता ही कशा प्रकारची चोरी म्हणायची?

—तात्पर्य—

कबीर असे संत होते की, त्यांना सगळीकडे भगवंतच दिसत. आता अशा कबिरांच्या मनात चोरीचे भाव जागृत होणार तरी कसे? ते तर असंच म्हणणार की, एका भगवंताकडे धान्यरूपी भगवंताची कमतरता आहे. तुमच्याकडे ते जास्त प्रमाणात आहे. त्यामुळे एक भगवंत दुसऱ्या भगवंताकडून धान्यरूपी भगवंतांना घेऊन जात आहेत... कृत्यं तर सगळी कोऱ्या पाटीसारखीच. त्यात ना काही चांगलं असतं ना काही वाईट. महत्त्व कृत्यांमागील भावनांना असतं, महत्त्व मनुष्याच्या मानसिक उंचीलाही असतं... आपण दान-धर्म, दया केली तरीही सगळं काही चूकच होईल आणि कबीर आणि कृष्णांसारखी व्यक्ती चोरीही करतील तरीसुद्धा ती महान भक्तीपेक्षा कमी नसेल. त्यामुळेच तुम्हालाही जीवन मस्ती आणि आनंदानं भरून जावं असं वाटत असेल, तर आपल्या भावनांकडे लक्ष द्या, कृत्यांकडे नव्हे. त्याचप्रमाणे इतरांच्याही भावनांकडेच लक्ष द्या, कृत्यांकडे देऊ नका. कारण कुठलंही कृत्य हे चांगलं-वाईट नसतंच. ते चांगलं की वाईट हे तर त्या कृत्यामागे लपलेल्या भावांमुळे निश्चित होत असतं.

■

कहाणी
६३

श्रीमंताचं दुःख आणि संन्याशाची चाल

एक श्रीमंत माणूस होता. त्याच्याकडे फक्त अपार धन-धान्यच नव्हतं, तर त्याचा एक हसता-खेळता असा परिवारही होता. त्याचा स्वभावही एकदम मनमिळाऊ होता आणि ग्रामस्थांच्या अडी-अडचणींमध्येही तो त्यांच्यासोबत उभा रहात असे. त्यामुळे सगळ्या गावाचंच त्याच्यावर प्रेम होतं. पण अचानक काय झालं कुणास ठाऊक, तो श्रीमंत माणूस एकदम उदास राहू लागला. तसं पाहिलं तर त्यानं उदास होण्याचं खरंतर काहीच कारण नव्हतं. पण त्याच्यावर दाटलेलं औदासीन्याचं मळभ काही केल्या हटेना. त्याचं औदासीन्य इतकं वाढलं की, हळू-हळू तो बोलेनासाच झाला. दिवसाचा जास्तीत-जास्त काळ तो काहीही न बोलता, एकट्यानं-एकांतातच घालवू लागला. त्याची ही अवस्था पाहून त्याच्या परिवारातले सदस्यच नाही तर गावातले सगळे रहिवासीही चिंतीत झाले. त्या व्यक्तीची पत्नी आणि मुलांनीही त्यांना आलेल्या या औदासीन्याचं कारण जाणून घेण्याचा खूप प्रयत्न केला. पण, स्वतः त्या व्यक्तीलाच काही माहिती नव्हतं, तर तो इतरांना सांगणार तरी काय? चिंतेचा विषय तर हासुद्धा होता की, दिवसेंदिवस त्यांच्या या औदासीन्याचं प्रमाण वाढतच चाललेलं होतं.

तर त्याच दरम्यान, त्या गावाबाहेर एका संन्याशानं मुक्काम ठोकला होता. तो संन्यासी एकदम पोचलेला सायकॉलॉजिस्टही होता. समस्या, मग ती कुठल्याही प्रकारची का असो, तो त्याच्या पद्धतीनं तिचं निराकारण नक्की करत असे. मात्र, त्याच्या पद्धती अनेकदा विचित्र, दुसऱ्याला काहीच समजू नये अशा प्रकारच्या असायच्या. पण पद्धतींशी कुणाला काय करायचंय? सगळ्यांसाठी महत्त्वाचं असायचं ते त्या समस्येचं निराकरण.

त्यामुळे बघता-बघता समस्त ग्रामस्थांवर त्या संन्याशाचा प्रभाव पडला. मग काही जणांनी विचार केला की, जर या संन्याशानं इतक्या जणांच्या समस्यांवर इतक्या प्रभावी पद्धतीनं मार्ग काढला आहे, तर आपल्या लाडक्या अशा त्या श्रीमंत व्यक्तीलाही यांच्याकडेच आणायला काय हरकत आहे? मग काय, संन्याशाकडे चला, अशी विनवणी करण्यासाठी काही जण त्या श्रीमंत व्यक्तीच्या घरी गेलेही. आता हा तर आंधळा मागतो एक डोळा आणि देव देतो दोन, अशातलाच प्रकार झाला... ती श्रीमंत व्यक्ती अगदी लगेचच संन्याशाकडे जायला तयार झाली आणि घरून निघालीही. तिथे पोहोचताच संन्याशाच्या पायांवर नतमस्तक होत तो धनवान म्हणाला की, तुम्ही काहीही करा पण कधीही न संपणाऱ्या या औदासीन्याच्या फेऱ्यातून माझी सुटका करा. कृपा करा आणि माझा पूर्वी होता तसाच मौज-मजा करणारा स्वभाव मला परत मिळवून द्या.

त्या संन्याशानं ही श्रीमंत व्यक्ती जे काही सांगत होती, ते अगदी शांततेनं, लक्षपूर्वक ऐकून घेतलं. मग त्याच्या डोळ्यांत निरखून बघत त्याच्या व्यक्तिमत्वाचाही अंदाज घेतला. मग दोन मिनिटं चिंतन करून तो संन्यासी त्या धनवानाला आश्वस्त करणाऱ्या स्वरात म्हणाला, मी तुझ्या आयुष्यात पुन्हा एकदा आनंद तर नक्कीच भरू शकतो. पण त्यासाठी तुला धनाचं दान करावं लागेल. तर मला सांग, आनंदाच्या प्राप्तीसाठी तू किती दान करू शकतोस?

धनवान म्हणाला, महाराज. तुम्ही माझं मौज-मस्ती-आनंदानं भरलेलं आयुष्य परत मिळवून देत असाल तर मी काहीही करू शकतो. मी तुम्हाला दहा हजार सुवर्णमुद्रा दान करायला तयार आहे.

संन्यासी - त्यातून काय होणार? आनंद तू इतक्या स्वस्तात विकत घ्यायला बघतो आहेस का?

त्यावर तो श्रीमंत म्हणाला की, ठीक आहे, दहा हजार सुवर्णमुद्रांशिवाय एक छोटी पिशवी भरून दाग-दागिनेही मी दान करायला तयार आहे.

त्यावर संन्यासी खूपच गंभीरपणे म्हणाला की, स्वतःच्या आनंदाची तू फारच कमी किंमत लावतो आहेस. पण एक लक्षात घे, इतक्याशा दानामुळे तुझं काम काही होणार नाही... तू तुझा सगळा खजिना रिता करायला तयार असलास, तर मात्र मी तुझं जीवन पुन्हा आनंदानं भरून टाकायला तयार होऊ शकतो.

आता करणार काय? त्या श्रीमंत व्यक्तीनं विचार केला, जीवनात आनंदच नसेल तर धनाचं तरी मी काय करणार? त्यामुळे त्यानं संन्याशाचा प्रस्ताव मान्य केला आणि त्याच्याकडचं सगळं धन दान करण्यास तो तयारही झाला. त्यानं संन्याशाला सरळ प्रश्न केला, सांगा मला, माझ्या संपूर्ण खजिन्याचं दान कुणाला आणि कुठे करायचं आहे?

त्यावर संन्यासी हसत-हसत म्हणाला की, हा तरी काय प्रश्न झाला? दान तर तू मलाच करायचं आहे. उद्या सकाळी तुझा सगळा खजिना एका पोत्यात भरून माझ्या पायांशी आणून ठेवलास, की झालं. मी लगोलग तुझं जीवन पुन्हा एकदा आनंदानं भरून टाकेन.

तर मग श्रीमंत व्यक्ती संन्याशानं सांगितल्याप्रमाणे करणार, हे नक्की झालं. दुसऱ्या दिवशी प्रातःकाळीच दिलेल्या वचनानुसार आपलं सगळं धन आणि अन्य चीजवस्तू एका पोत्यात बांधून तो श्रीमंत माणूस संन्याशाकडे जाऊन पोहोचला. तिथे पोहोचताच त्यानं ते पोतं संन्याशाच्या हवाली केलं आणि म्हणाला, दिलेल्या वचनानुसार मी माझं सगळं धन तुम्हाला समर्पित केलं आहे. आता तुम्ही मला माझं जीवन खुशी आणि आनंदानं भरून द्या.

त्या संन्याशानं पोतं उचलून हातात घेतलं आणि त्या श्रीमंत माणसाकडे एकदम रहस्य आणि नाट्यमय नजरेनं क्षणभर पाहिलं... मग ते पोतं उचलून खांद्यावर टाकलं आणि सरळ धूम ठोकली. संन्यासी काय करतोय हे त्या श्रीमंत व्यक्तीला क्षणभर तर समजलंच नाही. पण तो पटकन भानावर आला आणि आरडा-ओरडा करत तोही संन्याशापाठी धावू लागला. आता तो संन्यासी तर गावापासून दूर, जंगलाकडे धावत निघाला होता. तो श्रीमंत माणूस आता चांगलाच फसला होता. तो आयुष्यात कधीही इतका चालला नव्हता. एक तर वय झालेलं, त्यात आरामशीर आयुष्याची सवय लागलेली... त्यामुळे थोडंसं पळताच त्याला धाप लागली. पण आयुष्यभराच्या पुंजीचा प्रश्न होता. त्यामुळे कसा तरी तो संन्याशाच्या मागे धावतच राहिला. पण कुठे त्या संन्याशाची स्फूर्ती आणि कुठे आयुष्याच्या अंतिम टप्प्यात जगणारा हा श्रीमंत... संन्यासी तर जोर-जोरानं धावत जंगलाच्या मध्यभागी पोहोचलाही. तो श्रीमंत माणूस त्याच्यापेक्षा बराच मागे पडला होता. पण, पाठलाग करणं मात्र त्यानं सोडलेलं नव्हतं. तिकडे संन्याशालाही याची खात्री होतीच की, आयुष्यभराची पुंजी हा श्रीमंत अशी सहजासहजी नक्कीच सोडणार नाही. पण आता मात्र हे नाट्य खूपच झालं होतं... अचानक त्या संन्याशानं खजिना भरलेलं पोतं एके ठिकाणी ठेवलं आणि स्वतः एका विशाल झाडामागे जाऊन लपला. धापा टाकत-टाकत आलेला तो श्रीमंत माणूस काहीच वेळात तिथे पोहोचला आणि ते पोतं त्याच्या नजरेस पडलं. मग मात्र त्यानं लगेचच तिथे जाऊन ते पोतं उचलून घेतलं. मग तो इकडे-तिकडे कुठे संन्यासी दिसतोय का, म्हणून शोधू लागला. पण त्याला संन्यासी काही केल्या दिसला नाही. पण, आपल्याला संन्याशाशी काय करायचं, खजिना तर परत मिळाला ना, असं म्हणून त्या श्रीमंतानं मनापासून खूश होत देवाचे आभार मानले.

ते बघताच झाडामागे लपलेल्या संन्याशानं डोकं बाहेर काढून विचारलं, तर मग मिळाला ना आनंद?

त्यावर श्रीमंत व्यक्ती हो, इतकंच म्हणू शकली.

त्यानं दिलेल्या या होकारानंतर मग संन्यासी पुन्हा एकदा खूपच नाट्यमय पद्धतीनं बोलू लागला, आता तुझं हे धनाचं पोतं घेऊन पळ. नाही तर मी पुन्हा एकदा ते घेऊन पळून जाईन. आणि लक्षात ठेव, आजनंतर कधीही उदासवाणा झालास, तर तुझा हा खजिना गेलाच म्हणून समज. बोल आता, होशील का कधी उदास?

त्यावर श्रीमंताचं उत्तर होतं, तो तर प्रश्नच येत नाही.

संन्यासी मग हसत-हसत म्हणाला, जा तर मग...

... बास. तर मग त्या दिवसानंतर त्या धनवान व्यक्तीला पुन्हा कधीही औदासीन्यानं घेरण्याचा प्रकार घडलाच नाही.

—तात्पर्य—

त्या धनवानाला परत मिळालेल्या आनंदाचं रहस्य काय, हे समजून घ्या. धन तर त्याच्याकडे होतंच. तरीही तो उदास राहू लागला होता. पण त्या संन्याशानं थोड्या वेळासाठी त्याला धनापासून दूर काय केलं, तर त्याला पुन्हा एकदा धनामध्ये आनंद वाटू लागला. आपलीही परिस्थिती अशीच आहे. आपल्याकडे जे काही असतं, त्याची आपल्याला काहीच किंमत नसते. मग ती वस्तू असो किंवा एखादी व्यक्ती. पण तीच गोष्ट वा व्यक्तीला आपण मुकलो की, आपल्याला त्रास होतो. त्या वस्तू वा व्यक्तीची कमतरता प्रकर्षानं जाणवते आणि तिची आठवणही येते. ती गोष्ट टीव्ही, वीज, गाडी असू शकते किंवा पत्नी, माता-पिता किंवा कुणी मित्र. इतकंच कशाला, शरीराच्या अवयवांशीही आपलं वागणं हे याच प्रकारचं असतं. जोपर्यंत एखादा अवयव बिघडत नाही, तोपर्यंत आपल्याला त्याची जाणीवही नसते. दुखल्यावर आपल्याला डोकं असल्याची जाणीव होते. पाय मोडल्यावर तो असल्याचं समजतं. हीच बेशुद्धी आहे आणि ही बेशुद्धीच सगळ्या औदासीन्य आणि वाईट प्रवृत्तींचं मूळ असते. बहुतांश मनुष्यांसाठी त्याच्यांकडे जे असतं ते मातीसमान असतं, पण ते हरवलं की त्याचं मोल सोन्याचं होतं. पण खऱ्या अर्थी समजूतदार व्यक्ती तर तिलाच म्हणावं लागेल, जी नवीन काही तरी मिळवण्यामागे न धावता आधी त्याच्याकडे जे काही आहे, त्याचा भरपूर आनंद घेते आणि त्यालाच महत्त्वही देते.

■

कहाणी
६४

गुरूंची आज्ञा, शिष्याकडून पालन

भारतात अनेक संन्यासी स्त्री म्हणजे पाप किंवा नरकाचं प्रवेशद्वार असंच मानून जगत असतात. हेसुद्धा विसरलेले असतात की, त्यांना त्यांचं अस्तित्वच एका स्त्रीमुळे मिळालेलं असतं. असो. भारतात कुठल्याही युगात गुरूकुलांची कमतरता राहिलेली नाही. काही गुरूकुलं ही ज्ञानी मंडळींची होती, तर उरलेली अज्ञानी मंडळींची. तर आत्ता मी तुम्हाला एका ज्ञानी गुरूकुलातला दृष्टान्त सांगणार आहे. तिथल्या ज्ञानी गुरूंची ज्ञान देण्याची स्वतःची अशी एक पद्धत होती. इनव्हॉल्व्हमेंट कमी होण्यासाठी ते शिष्यांना दर महिन्यास कुठल्याही एका गोष्टीत इनव्हॉल्व्ह न होण्याची आज्ञा देत असत. तर त्या महिन्यात या गुरूंनी शिष्यांना स्त्रीमध्ये इनव्हॉल्व्ह न होण्याची आज्ञा केली होती. या गुरूकुलांचं आणखी एक वैशिष्ट्यही होतं. ते म्हणजे शिष्य सहसा गुरूंच्या आज्ञा मोडायचे नाहीत.

तर झालं असं की, स्त्रीबाबत गुरूंनी आज्ञा देऊन काही दिवसच झाले होते, तोच एके दिवशी चार-पाच शिष्य फिरत-फिरत नदीकिनाऱ्याने चालले होते. पावसाळ्याचे दिवस होते. त्यामुळे नदीचा प्रवाह अत्यंत वेगानं वहात होता. आता निसर्गाची करणी बघा, नेमकी त्याच वेळी एक महिला किनाऱ्यावर अडकून पडली होती. तिला पैलतीरी जायचं होतं, कारण तिचं घर तिथे होतं. पण, पाण्याचा जोरदार प्रवाह बघता तिला नदी ओलांडण्याचं साहस काही होत नव्हतं. त्याच वेळी फिरत-फिरत चाललेले हे शिष्य तिथे पोहोचले. त्यांना पाहताच त्या महिलेनं नदी ओलांडण्यासाठी मदत करण्याची त्यांना विनंती केली. हे ऐकताच एक शिष्य छाती फुगवून म्हणाला की, ते शक्य नाही. गुरूंची आज्ञा आहे की, या महिन्यात आम्ही महिलांमध्ये इनव्हॉल्व्ह होऊ नये. मग उरलेल्या सगळ्यांनी त्याच्या हो ला हो केलं, फक्त एक सोडून... इतकंच नाही, या शिष्यानं ताबडतोब त्या महिलेस खांद्यावर बसवलं आणि पलीकडे सोडून तो परतही आला. त्यानं केलेला हा प्रकार आणि त्यामुळे

गुरूंच्या आज्ञेचा झालेला भंग याबद्दल बाकीच्या सर्व शिष्यांनी त्याला चांगलंच सुनावलं. बिच्चारा तो शिष्य गुरूकुलात परत येईपर्यंत संपूर्ण रस्ताभर सगळ्यांचे टोमणे झेलत होता.

पण ही गोष्ट तिथेच संपली नाही. गुरूकुलात परत येताच त्यानं केलेल्या या उद्योगाची माहिती अन्य शिष्यांनी ताबडतोब गुरूंच्या कानावर घातली. पण, शिष्यांनी सर्व सांगताच जणू चमत्कारच झाला. सगळ्यांनी अपेक्षा केली होती की, हे ऐकल्यावर गुरू त्याला चार गोष्टी सुनावतील. पण उलट गुरूंनी त्याचं तोंड भरून कौतुक करायला सुरुवात केली. इतकंच नव्हे, तर त्याला आलिंगन देत गुरू म्हणाले की, चला, किमान एकाची तरी इनव्हॉल्व्हमेंट संपली म्हणायची... हे ऐकताच बाकीच्या शिष्यांना तर आश्चर्याचा धक्काच बसला. अरे, गंगा उलटी कशी वाहू लागली, असा प्रश्न त्यांना पडला. मग सगळ्या शिष्यांना बुचकळ्यात पडल्याचं पाहून त्यांची जिज्ञासा शांत करण्याच्या उद्देशानं गुरू म्हणाले की, हा शिष्य त्या महिलेला नदी पार करवू शकला कारण, तो खरोखरच महिलांमधील इनव्हॉल्व्हमेंटच्या पुढे निघून गेलेला होता. स्त्रीचा त्याच्यावर कणभर जरी प्रभाव असता, तर तोही तुमच्याप्रमाणेच त्या स्त्रीला मदत करण्यास नकार देऊन परत आला असता. दुसरी गोष्ट जी मला स्वच्छ दिसते आहे, ती म्हणजे हा तर खांद्यावर बसवून त्या स्त्रीला नदीच्या पलीकडे सोडूनही आला, पण तुम्ही मात्र अजूनही त्या स्त्रीला खांद्यावर बसवूनच फिरताय.

—तात्पर्य—

वस्तू किंवा व्यक्तीकडे आकर्षित होणं म्हणजेच इनव्हॉल्व्हमेंट नाही. वस्तू किंवा व्यक्तीपासून दूर पळण्याचा प्रयत्न करणंही इनव्हॉल्व्हमेंटच. खरं सांगायचं तर जास्त इनव्हॉल्व्हमेंटच. तुम्हीही लक्ष देऊन बघा. तुम्ही चिंता करता ती आपल्यासह परक्यांचीसुद्धा. फरक इतकाच असतो की, आप्तजन पुढे कसे जातील याची तुम्हाला चिंता असते आणि परके आप्तजनांपुढे जात तर नाहीत ना, याचीही तुम्हाला चिंताच असते. तुम्हालाही हे चांगलं माहिती आहे की, मित्रच नव्हे, तर शत्रूंबाबतही माहिती तुम्ही मिळवत असता. त्यामुळे हे समजून घ्या की वस्तू किंवा व्यक्ती यांच्याशी त्यांना चांगलं मानून व्यवहार करा किंवा वाईट मानून... दुःख तर होणारच आहे. सुख तर मध्यावर म्हणजेच निर्विचार आणि निष्पक्ष अशा मनोदशेतच उत्पन्न होऊ शकणार आहे.

■

मनुष्याची एक चूक ज्यामुळे विश्वाचं नशीब घडता-घडता राहिलं...

अत्यंत गहिऱ्यातलं गहिरं असं सत्य प्रकट करणारी ही एक अशी गोष्ट आहे, जी स्वतःच सांगते की, विश्वाचं नशीब घडता-घडता कसं राहूनच गेलं. तर, ही गोष्ट आजपासून साधारण दोन हजार वर्षांपूर्वीची आहे. त्या काळी पृथ्वीवर जीझस नावाच्या एका अत्यंत भोळ्या, लाघवी आणि ज्ञानी अशा व्यक्तीचा जन्म झाला होता. चहूदिशांना सत्याचा प्रसार करून समस्त लोकांचा उद्धार करावा, अशी त्यांची इच्छा होती. आता सत्य काय हे सांगायचं म्हणजे, तेव्हा प्रचलित असलेल्या काही गोष्टींना विरोध करणं त्यांना निश्चितपणे भागच होतं. परंतु, तेव्हाच्या कट्टरपंथीयांना काही ते पसंत पडलं नाही आणि त्यांनी ख्रिस्तांना सुळावर लटकवून टाकलं.

आता ख्रिस्तांना सुळावर लटकवलं तर खरं, पण कट्टरपंथीयांचा हा डाव उलटाच पडला. ख्रिस्तांचं प्रेम-करूणेनं भरलेलं हृदय, त्यांच्या बोलण्यातली सच्चाई आणि त्यांचा तो प्रेमळ चेहरा, याचा कुणालाच विसर पडू शकत नव्हता. त्यामुळे मृत्युनंतरही सगळीकडे ख्रिस्तांच्या नावाचंच वारं वाहू लागलं.

हे पाहिल्यावर त्या काळातले जे कट्टरपंथी प्रीचर्स म्हणजे धर्मगुरू होते, त्यांना चिंता वाटू लागली. ते घाबरलेही. कारण तेव्हा लोकं त्यांच्यापासून दूर जाऊ लागली होती. परिणामी या सगळ्यांनी आपल्या अस्तित्वासाठी तातडीनं एक सभा बोलावली. त्यांच्यावर आलेल्या या संकटाबद्दल सभेला उपस्थित असलेल्या सगळ्यांनी जोरदार आणि गहन विचार-विनिमय केला. पण वाहू लागलेल्या ख्रिस्तांच्या वाऱ्याला रोखण्यासाठी एकही रामबाण उपाय काही कुणाला सुचवता आलाच नाही. हे पाहून एका तरुण प्रीस्टनं मग मैदानात उडी घेतली. सगळ्यांना उद्देशून तो म्हणाला, ख्रिस्ताला सुळावर चढवण्याचा

परिणाम तर आपण सर्वांनी आता पाहिलाच आहे. त्यामुळे आता ख्रिस्तांच्या नावानं सुरू असलेल्या या वादळाबाबत आपण काहीच करायला नको. कारण या वादळाला विरोध केल्यास परिस्थिती आणखी बिघडण्याची शक्यता आहे. आपल्या विरोधामुळे या वाऱ्यांना आणखी बळही मिळू शकेल. त्यामुळे आपल्यासाठी तर हेच चांगलं राहील की, आपण ख्रिस्तांच्या या वाऱ्यांचं नेतृत्व करूया आणि ख्रिस्तांना ईश्वराचंच स्वरूप देऊया.

त्यावर दुसरा एक वयस्कर आणि अनुभवी प्रीस्ट म्हणाला की, पण ख्रिस्तांनी सांगितलेल्या गोष्टी तर आपला धंदा साफ बुडवून टाकणाऱ्या आहेत. आणि आपणच या गोष्टींना महत्त्व दिलं, तर आपल्या अस्तित्वाला असलेल्या धोक्यात आणखी वाढच होणार नाही का?

त्यावर तो तरुण प्रीस्ट हसत-हसत म्हणाला की, मला वाटतं की, माझी योजना काय आहे, ते तुमच्या नीटसं लक्षात आलेलं नाही. मी असं म्हणतोय की, आपण ख्रिस्तांना ईश्वर म्हणून लोकांसमोर नक्कीच उभं करू पण त्यांनी सांगितलेल्या गोष्टींचा मात्र आपण अजिबात स्वीकार करणार नाही. त्यांनी सांगितलेल्या गोष्टींच्या ऐवजी तिथे आपण आपल्या नव्याच ग्रंथाची रचना करून टाकू. अर्थातच या नव्या ग्रंथात आपण त्याच गोष्टी लिहू, ज्या आपल्या दुकानदारीला बळ देणाऱ्या असतील. म्हणजेच, चेहरा ख्रिस्तांचा आणि जे काही सांगितलं जाईल, ते मात्र आपलं असेल.

आता हा प्रस्ताव दमदार असल्याचं मान्य होऊनही तो अनुभवी प्रीस्ट पुन्हा शंका उत्पन्न करताना म्हणाला, पण असं कसं शक्य होईल? कारण ख्रिस्तांनी सांगितलेल्या गोष्टी तर सगळ्यांनाच माहिती आहेत.

मग मात्र तो तरुण प्रीस्ट एकदम आक्रमक, आवेशपूर्ण स्वरात बोलू लागला... म्हणून काय झालं? सगळे जण त्यांना माहिती असलेल्या या गोष्टी काही काळानंतर विसरणारच आहेत. तशाही ख्रिस्तांनी सांगितलेल्या काही गोष्टी तर इतक्या स्वच्छ आणि प्रखर आहेत की, त्यानुसार चालणं कुणालाच शक्य होणार नाहीये. आणि आपण तर ख्रिस्तांच्या नावावर असं एक मसालेदार बायबल या लोकांना देऊ की, सगळे जण त्या बायबलच्याच पाठी धावत सुटतील. त्याचप्रमाणे ख्रिस्तांच्या मूर्तीसह एकापेक्षा एक सरस असे चर्चही आपण बांधू. मग ते चर्च पाहून लोक ख्रिस्तांनाच विसरून जातील. इतकंच कशाला, आपण प्रीस्ट मंडळीही पाद्र्यांचंच रूप धारण करू, मग सगळे आपल्याला ख्रिस्तांचे अनुयायीच मानू लागतील. आता यानंतरही ख्रिस्तांच्या चार-दोन गोष्टी कुणाच्या लक्षात राहिल्याच, तर करून करून त्या आपलं नुकसान असं कितीसं करू शकतील? त्यामुळे मी सांगतोय ते ऐका आणि काम सुरू करा... चर्च ख्रिस्ताचं आणि बायबल आपलं. बघाल, काही वर्षांतच संपूर्ण पृथ्वीवर आपलंच राज्य असेल.

—तात्पर्य—

...आणि आज नेमकं हेच झालेलं आहे. ख्रिस्तांनी जीवनाचा उद्धार होण्यासाठी एक संधी आपल्याला दिली होती. पण ती संधी आपण धर्मगुरूंची चलाखी आणि आपला मूर्खपणा यामुळे दवडली आहे. पण, अजूनही वेळ गेलेली नाही. ख्रिस्तांच्या गोष्टी नीट समजून घ्या. हे चर्च आणि बायबल सगळं तुम्ही विसरून जाल. त्यांच्या सरळ-साध्या गोष्टी या सगळ्यापेक्षा किती तरी उंचीच्या आहेत, हे लक्षात येईल. मग तुम्ही निश्चितच अशा दुनियेत प्रवेश कराल, ज्या दुनियेत आपणा सर्वांना घेऊन जाण्याची ख्रिस्तांना इच्छा होती. एक अशी दुनिया जिथे ना दुःख असेल, ना अपयश... बाकी तुमची मर्जी आणि तुमचा चॉइस!

■

कहाणी

६६

फकीर आणि मुलांचं प्रेम

तुर्कस्थानात एक महान फकीर रहात होते. त्यांनी एक आगळं-वेगळं म्हणावं असं गुरूकुल उघडलं होतं. हे फकीर खूपच लोकप्रिय होते. त्यांच्या गुरूकुलाचा लाभ घेण्यासाठी अनेक शिष्य तिथे रहात होते. या फकिरांच्या खासगी आयुष्याबद्दल सांगायचं झालं तर, ते पत्नी आणि दोन मुलांसह खूपच आनंदी जीवन जगत होते. त्यांचं त्यांच्या मुलांवर खूपच प्रेम होतं. इतकं की, मुलांना घरी यायला उशीर झाला, तरीही ते एकत्र भोजन घेण्यासाठी मुलांची वाट बघत थांबायचे. दुसरीकडे त्यांची मुलंसुद्धा फकिरांना काही कारणानं घरी येण्यास उशीर झाला, तर भोजनासाठी त्यांची वाट बघत थांबायची.

पण एके दिवशी संध्याकाळी अचानक त्या दोन्ही मुलांना एका अपघाताची शिकार व्हावं लागलं. खेळता-खेळता ती दोन्ही मुलं एका विहिरीत पडली. विहीर खूपच खोल असल्यामुळे त्या दोघांपैकी एकालाही वाचवणं शक्यच झालं नाही. नेमक्या त्याच दिवशी फकीर काही कामानिमित्तानं बाहेर गेले होते. त्यांना घरी येण्यास चांगलाच उशीर झाला. दूरवर प्रवास करून आल्यामुळे ते चांगलेच दमलेले होते. त्याच्या पत्नीला दोन्ही मुलांच्या मृत्यूमुळे निश्चितच प्रचंड दुःख झालेलं होतं. पण फकिरांची अवस्था पाहून तिनं काही वेळ तरी आपलं दुःख दडवून ठेवायचं ठरवलं. तिला वाटत होतं की, दिवसभर प्रवास करून दमलेल्या आपल्या पतीनं आधी काही तरी खाऊन घ्यावं, मग त्यांना मुलांबाबत सांगावं. त्यामुळे तिनं काहीच न बोलता फकिरांसाठी जेवायला ताट वाढलं. ते पाहून फकीर मात्र चांगलेच आश्चर्यचकित झाले. मुलं घरी आलेली नव्हती, त्यांनी कधीच मुलांशिवाय भोजन केलेलं नव्हतं. मग आज पत्नीला झालंय तरी काय? त्यामुळे ते पत्नीला म्हणाले, प्रिये, अगं आजवर मी कधी तरी मुलांशिवाय भोजन केलेलं आहे का? मग आज मुलं येण्यापूर्वीच तू मला जेवायला ताट का वाढलं आहेस?

पत्नी बिचारी काय बोलणार त्यावर? तरीही तिला काहीतरी बोलणं भागच होतं. वेळ मारून नेणं तर भागच होतं. त्यामुळे ती म्हणाली, खरंतर आज तुम्ही खूपच थकला आहात. मुलं त्यांच्या मित्रांसोबत शेजारच्या गावी गेली आहेत. त्यामुळे त्यांना घरी परत येण्यास खूपच उशीर होण्याचीही शक्यता आहे. आता येताना ती रस्त्यात काही खाऊन येण्याचीही शक्यता नाकारता येत नाही. म्हणून मी आज तुमच्या एकट्याचंच ताट वाढलंय. त्यावर फकीर म्हणाले, मी दमलोय हे तर खरंच. पण मी इतकाही दमलेलो नाही की, मुलांची वाटही बघू शकत नाही. आणि मुलांचं काय गं... या वयातली मुलं बाहेर काही खाऊन आली, तरीही घरी आल्यावर पुन्हा पोटभर जेवूही शकतात. त्यामुळे ते बाहेरून काही खाऊन येऊ दे किंवा कितीही उशिरानं येऊ दे, घरी आल्यावर मुलं माझ्यासोबत नक्कीच जेवतील.

आता मात्र जे घडलं होतं ते सांगण्यावाचून अन्य कुठलाही पर्याय पत्नीकडे उरलाच नव्हता. इच्छा नसतानाही तिला मुलांसोबत झालेल्या अपघाताची माहिती फकिरांस द्यावीच लागली आणि तीही तिचा पती जेवण्यासाठी वाढलेल्या ताटासमोर बसलेला असताना... पण हे काय? तिचं बोलणं पूर्ण होताच फकिरांनी शांतपणे जेवायला सुरुवात केली. त्याच्या चेहऱ्यावर मुलांच्या मृत्यूचं जरासंही दुःख दिसत नव्हतं. इतकंच नव्हे तर, मुलांच्या वाट्याचं भोजनही त्यांनी शांतपणे संपवलं. त्याहीपेक्षा आश्चर्याची गोष्ट म्हणजे जेवण सुरू असताना वा ते झाल्यानंतरही त्यांनी पत्नीशी बोलताना मुलांच्या मृत्यूबद्दल अवाक्षरही काढलं नाही. भोजनानंतर नेहमीप्रमाणेच ते फकीर शतपावली करायला म्हणून घराबाहेर गेले आणि त्यानंतर घरी येऊन नेहमीप्रमाणेच झोपूनही गेले. पोटची दोन्ही मुलं गमावल्यामुळे त्या माऊलीची अवस्था आधीच वाईट झाली होती. त्यातच पतीचं हे वागणं ही जणू तिच्या रात्रभर जागरणाचीच व्यवस्था झाली. त्यामुळे सकाळी फकीर झोपेतून जागे होताच, तिनं ताबडतोब त्यांना त्याच्या या 'अगम्य' म्हणजे काहीच लक्षात येऊ नये अशा वागण्याचं रहस्य काय, असा प्रश्न विचारला. त्यावर फकिरांनी तिला आपल्या शेजारी मोठ्या प्रेमानं बसवून घेतलं आणि ते म्हणाले, हे बघ प्रिये, जे तुमच्याकडे आहे, त्याच्यासोबत जगणं आणि त्याचा आनंद घेणं ही एक कला आहे हे नक्कीच; पण जे काही गमावलं आहे त्याबाबत सारखी विचारणा करणं, शोक करणं किंवा त्याची आठवण काढत रहाणं हा एक प्रकारचा रोगच आहे. मुलं तर अल्लानं पाठवली होती आणि त्यानंच ती परतही घेतली आहेत. आपल्या जीवनात तर मुलं अशीही पाहुणेच होते. पण एक गोष्ट तर नक्की की, मुलं होती तोपर्यंत त्यांनी आपल्याला खूपच आनंद दिला. पण आपला आनंद हा अल्लानं दिलेल्या फक्त एकाच गोष्टीचा मोताद तर नक्कीच नाहीये ना? आपल्याला तर अल्लानं, जेव्हा तुमच्याकडे जे काही आहे, त्यात आनंद कसा मानायचा, या कलेमध्ये पटाईत करून

पाठवलेलं आहे. आता आपलंच उदाहरण घे, मला आनंद देण्यासाठी तू आहेस, गुरूकुल आहे, तिथले शिष्य आहेत. म्हणजेच, अल्लानं दिलेलं माझ्याकडे इतकं काही आहे की, माझं जीवन आहे, तोवर मी त्या गोष्टींचा भरपूर आनंद घ्यायला हवा. माझ्यासाठी तर तेही खूप आहे.

फकिरांच्या मुखातून बाहेर पडलेले हे महान शब्द ऐकून, त्याच्या पत्नीच्या दुःखाचाही भार चांगलाच हलका झाला.

—तात्पर्य—

तुम्हीसुद्धा ही सुंदर गोष्ट आणि असंच महान शिक्षण घेऊन तुमच्या दुःखांपासून सुटका करून घ्या. जेव्हा कधी तुम्ही एखादी गोष्ट गमवाल, तेव्हा आपण ती गमावली आहे ही वस्तुस्थिती स्वीकारायला शिका. ते स्वीकारण्याची क्षमता स्वतःमध्ये निर्माण करा. जे काही तुम्ही गमावलं आहे आणि जे परत तुम्हाला मिळण्याची काहीच शक्यता नाही, याचं दुःख करायचं आणि स्वतःला बुद्धिवानही म्हणायचं... या दोन्ही गोष्टी एकदम कशा शक्य आहेत? सरळ-सरळ सांगायचं तर, कोण किती धार्मिक आहे, ही गोष्ट तो किती वेळा मंदिर-मशीद-चर्चमध्ये जातो यावर अवलंबून नाही. एखादी गोष्ट गमावली, तर ती गमावल्याचं तो किती वेळात स्वीकारतो, त्यावरच तो किती धार्मिक आहे, हे अवलंबून असतं.

■

कमजोर मनास

मैत्री काय आणि शत्रुत्व काय?

ही साधारण दोनशे वर्षांपूर्वीची गोष्ट आहे. एक अगदी छोटंसं गाव होतं. या गावात अक्रम आणि सलमान नावाचे युवक रहायचे आणि त्यांची मैत्री सुप्रसिद्ध होती. दोघेही 15-16 वर्षांचेच होते. पण साधारण 10 वर्षांपासून त्या दोघांचही अभ्यास, खाणं-पिणं, फिरणं हे सगळं एकत्रच होत असे. या काळात त्यांच्यात कधीही कुठल्याच गोष्टीवरून मतभेद झालेले नव्हते. पण अचानक दोघांमध्ये एक दिवस कडाक्याचं भांडण झालं. इतकं की, भांडणाची मारामारी झाली आणि दोघांनीही एकमेकांना अक्षरशः रक्तबंबाळ केलं. सुदैवानं नेमक्या त्याच वेळी काही ग्रामस्थ तिथून जात होते आणि त्यांचं या दोघांच्या मारामारीकडे लक्ष गेल्यावर त्यांनी मध्ये पडून या दोघांना बाजूला केलं. पण झालेला प्रकार हा खूपच गंभीर स्वरुपाचा असल्यामुळे या दोघांनाही अखेर ग्रामपंचयातीसमोर उभं करण्यात आलं. आता सगळं ऐकून आणि त्या दोघांचीही अवस्था पाहून पंचायतही निःशब्द झाली. त्याच वेळी दुसरीकडे या दोघांमध्ये झालेल्या भांडण आणि मारामारीचीही गोष्ट एखाद्या वादळासारखी गावभर पसरली. गोष्ट होतीच तशी सनसनाटी. कधीच एकमेकांशिवाय न रहाणाऱ्या दोन मित्रांनीच एकमेकांना रक्तबंबाळ केलं... हे ज्या कुणी ऐकलं, त्यानं हातातलं काम टाकून सरळ पंचायतीकडे धाव घेतली.

तिकडे पंचायतीमध्ये या दोघांनाही प्रश्न विचारण्यात आला की, तुम्ही एकमेकांची ही अशी अवस्था का केली आहे? त्यावर दोघांपैकी एकही जण काहीच बोलायला तयार नव्हता. पंचायतीनं तोच प्रश्न त्यांना दोन-तीन वेळा पुन्हा-पुन्हा विचारला. तरीही दोघं गप्पच. मग त्यांना उत्तर देण्यासाठी चांगलंच खडसावण्यात आलं. तेव्हा दोघेही तू बोल-तू बोल म्हणत एकमेकांवर उत्तर देण्याची जबाबदारी ढकलू लागले. कमालच झाली. भांडण-मारामारी करताना लाज वाटली नाही पण सांगायला मात्र लाज वाटत होती...

त्यावर पंचायतीनं सलमानला जरा कडक भाषेतच काय झालं, हे तू सांग अशी आज्ञा केली. मग तो लाजत-लाजत बोलू लागला. तो म्हणाला की, झालं असं की, आम्ही

दोघंही शांतपणे एका झाडाच्या सावलीत बसलो होतो. आम्ही इकडच्या-तिकडच्या गप्पा मारत होतो. तेव्हा कशावरून तरी मी अक्रमला म्हणालो की, माझ्या मनात असा विचार येतोय की, अजून किती दिवस असं आई-वडिलांच्या पैशावर आपण जगायचं? काही तरी व्यवसाय करून आपल्या शिक्षणाचा आणि इतर खर्च करता येईल इतके पैसे कमावण्याचा प्रयत्न करायला काय हरकत आहे?

पंचायतीला काही केल्या कळेना की, हा तर खूपच चांगला विचार होता. मग यामध्ये भांडण-मारामारी करण्याचा मुद्दा आलाच कुठून? तसं विचारल्यावर सलमान पुढे सांगू लागला... खरंतर मी हा प्रस्ताव मांडल्यावर अक्रमनंही त्यावर ताबडतोब अनुमोदन दिलं. तो तर असंही म्हणाला की, अरे मित्रा तू तर जणू माझ्याच मनातलं बोलला आहेस. मग थोडासा विचार करून मी म्हणालो की, मला वाटतं की, दोन म्हशी विकत घ्याव्या. दोन-तीन तासांचं काम असेल, मग त्यांचं दूध काढून ते बाजारात विकलं, की झालं. त्यावर अक्रम म्हणाला की, मीसुद्धा असाच विचार करतोय की, एखादं छोटसं शेत विकत घ्यावं. तीन-चार तास शेतात कष्ट केल्यास इतके पैसे तर नक्कीच मिळतील की, त्यातून शिक्षण आणि आपला स्वतःचा खर्च भागवता येऊ शकेल. त्याचं बोलणं ऐकताच मी पटकन म्हणालो की, हे तर खूपच बरं होईल. मग मला माझ्या म्हशी चरायला कुठे लांब जाण्याची गरजच पडणार नाही. त्यांना चरण्यासाठी मी तुझ्याच शेतात आणेन. पण मी हे बोलताच त्यानं या गोष्टीला एकदम तीव्र शब्दांत विरोध केला. या इतक्याशा गोष्टीसाठी त्यानं आमची मैत्रीही पणाला लावली. मग तो मोठ्या आवाजात मला म्हणाला, खबरदार तुझ्या म्हशी माझ्या शेतात घुसल्या तर... मग मलाही राग आला. मी त्याच्यापेक्षाही मोठ्या आवाजात म्हणालो की, माझ्या म्हशी तर चरण्यासाठी तुझ्याच शेतात येणार. मीसुद्धा बघतो तू काय करतोस ते? हे ऐकल्यावर त्याच्या रागाचा कडेलोटच झाला. तो म्हणाला, तुझ्या म्हशी माझ्या शेतात चरण्यासाठी घुसू तर दे, बघ मी त्यांचं तंगडंच मोडतो की नाही. मित्राच्या तोंडून ही भाषा ऐकून मग माझाही राग अनावर झाला. मी त्याला म्हणालो की, तू माझ्या म्हशींना हात तर लाव, बघ मी तुझं डोकं फोडतो की नाही ते... बस. माझ्या या वाक्यानंतर आमचा दोघांचाही तोल गेला आणि आमची मारामारी सुरू झाली. मारामारी करताना आमचं भानच जणू हरपलं आणि आम्ही दोघांनी एकमेकांची ही अशी अवस्था करून टाकली.

—तात्पर्य—

मनुष्याचा मित्रभाव असो वा वैरभाव... दुसऱ्यांच्या स्वभाव आणि वागणुकीपेक्षाही या भावना मनुष्याच्या स्वतःच्या विकृतीवर अधिक प्रमाणात अवलंबून असतात. बाह्य

जगातल्या तमाम भांडणं, मारामाऱ्या आणि धावपळीला प्रत्येक मनुष्याचं स्वतःच मन सर्वात जास्त प्रमाणात जबाबदार असतं. ज्याच्या मनामध्ये विकृतीच नाही, त्याला शत्रू तर सोडूनच द्या, त्याला साध्या वाईट व्यक्तीही दिसत नाहीत. मग त्याला हे जग आणि दुनियादारीतही कधीच काही वाईट दिसत नाही. म्हणूनच तर कबीर म्हणतात की,

मी जेव्हा वाईट बघायला निघालो, तेव्हा कुणी वाईट दिसलंच नाही।
पण स्वतःच्या मनाकडे पाहिलं, आणि माझ्यापेक्षा वाईट कुणी दिसलंच नाही।।

■

कहाणी

६८

गाढवाची कबर

एक धोबी होता. त्या धोब्याकडे एक गाढव होतं. ते गाढव धोब्याचं प्रत्येक काम एकदम चपळाई आणि तत्परतेनं करत असे. धोब्याचं दुर्भाग्य असं की, त्याला स्वतःचा असा काही परिवारच नव्हता. त्याचा मित्र-परिवार म्हणा किंवा पत्नी आणि मुलं-बाळं... जे काही होतं, ते सगळं हे गाढवच होतं. एके दिवशी तो त्या गाढवासह एका दूरवरच्या गावी प्रवासाला गेलेला होता, तेव्हा नेमकं ते गाढव आजारी पडलं. बरं, आजारी पडलं तर असं पडलं की, ते थेट मृत्युमुखीच पडलं. गाढवाच्या मरणामुळे धोब्यानं तर जणू सर्वस्वच गमावलं. त्याला एकदम जोरदार धक्काच बसला. त्यानं त्या अनोळखी ठिकाणी, कुणाच्याही मदतीशिवाय कशी-बशी त्या गाढवाला मूठ-माती दिली खरी, पण त्याचबरोबर त्यानं गाढवाची एक कबरही तयार केली. आता, तसं पाहिलं तर त्या धोब्यानं गाढवाप्रति त्याचं सगळं कर्तव्य पूर्ण केलं होतंही, पण काही तरी असं कारण होतं की, त्याचा त्या जागेवरून पायच निघत नव्हता. खरं सांगायचं तर, तो धोबी त्या गाढवाशिवाय स्वतःच्या आयुष्याची कल्पनाच करू शकत नव्हता. गाढवाला मरून आता दहा दिवस झाले होते, तरीही धोबी गाढवाच्या कबरीजवळच तळ ठोकून होता. दुःखाच्या सागरात तर तो इतका खोल बुडाला होता की, त्याच्या गळ्यातून आवाजही बाहेर फुटेनासा झाला होता. त्याची बोलण्याची क्षमताच निकामी झाली होती. त्या धोब्याला लिहिता-वाचता तर असंही येतच नव्हतं. म्हणजेच काय, तर बघता-बघता त्याचं सारं जीवनच एकदम कठीण होऊन गेलं होतं.

तर तो धोबी गाढवाच्या कबरीजवळ बसून सारखा रडत होता. बघता-बघता त्या अनोळखी गावात एक माणूस कबरीजवळ बसून रडत असल्याची माहिती सगळ्यांना समजली. त्यामुळे प्रत्येक जण कबरीजवळ जाऊन त्याला विचारत होतं की, मृत्यू कुणाचा झालाय? पण धोब्याला तर कुणाला उत्तर देण्याचीही शुद्ध नव्हती. त्यातच बोलण्याची क्षमताही तो हरपून बसला होता. त्यामुळे कुणीही काहीही प्रश्न विचारो, तो फक्त कबरीवर डोकं टेकून शोक करत होता. रडत होता. लाखातली एक गोष्ट सांगायची, तर काही केल्या तो धोबी प्रिय गाढवाच्या मृत्यूमुळे बसलेल्या धक्क्यातून बाहेर पडू शकत नव्हता. पण इकडे त्या गावातले सगळे रहिवासी धोब्याची ती अवस्था पाहून हैराण झाले होते. सगळे जण आपसात चर्चाही करू लागले होते. सगळ्यांना हेच समजत नव्हतं की, अशा कुणाचा मृत्यू झाला असावा की, त्या दुःखातून ही व्यक्ती स्वतःला सावरूच शकत नाहीये? आता, प्रश्न उभे राहिले की, उत्तरं देण्यासाठी तिथे बुद्धिवान व्यक्ती येणं ओघानं आलंच. अशाच एका बुद्धिवान व्यक्तीनं मग अंदाज व्यक्त केला की, नक्कीच कुठल्या तरी महापुरुषाचं निधन झालं असणार. त्यामुळेच ही व्यक्ती इतकी शोकाकूल झाली असणार. त्याचं हे म्हणणं सगळ्यांनाच पटलं. मग काय, सगळ्यांनीच वर्गणी काढून तिथे बघता-बघता एक मशीद बांधून टाकली. मग ही गोष्ट शेजार-पाजारच्या सगळ्या गावांमध्येही पसरली. मग झालं असं की, धोबी बिचारा तिथे रडत राहिला आणि त्या मशिदीत येणाऱ्यांची गर्दीही दिवसेंदिवस वाढतच राहिली. इतकंच नव्हे, काही दिवसांनी त्या धोब्यालाही मौलवींची वस्त्रं आणून देण्यात आली आणि त्याला मौलवी अशी उपाधीही देण्यात आली... आता, धोबीच तर एकमेव व्यक्ती होती, जिनं त्या महापुरुषासोबत काही काळ व्यतीत केला होता.

असो. तर एकीकडे त्या मशिदीची भव्यता रोज वाढत चालली होती आणि दुसरीकडे त्या मशिदीची माहिती दूर-दूरची गावंच नव्हे, तर अगदी देशभर पसरत चालली होती. खूप लांब-लांबच्या अंतरावरच्या गावांतून लोकं त्या मशिदीत येऊ लागले होते. मग मशिदीच्या चारी बाजूंनी भला-मोठा बाजारही उभा राहिला होता... धन्य ते गाढव आणि धन्य त्याचं भाग्य... त्यापेक्षाही जास्त धन्य ती सगळी लोकं, ज्यांनी मेलेल्या गाढवाच्या आशीर्वादाच्या भरोशावर त्यांच्या जीवनात आशेचे रंग भरून जगण्याचा प्रयत्न चालवला होता.

—तात्पर्य—

ही गोष्ट कुठल्याही एखाद्या धर्मापुरती मर्यादित नाही. सगळ्यांच धर्मांत आणि सगळ्यांच देशांतही या घटनेशी मिळते-जुळते प्रसंग घडलेले आहेत. अजूनही घडतच आहेत. तुम्हाला सगळ्यांनाच हे माहिती आहे की, सगळ्याच धर्मांमध्ये अशा तऱ्हेची

आसरे आणि आश्वासनांची दुकानं दणकून चाललेली आहेत. असू दे. पण तुम्ही तर समजूतदार आहात. मग तुम्ही कुठल्या आशीर्वादांच्या भरोशावर जगत आहात? तुम्ही तर भाव आणि कर्मांवर भरवसा ठेवून जगत आहात. मग तुम्हाला काळजी करण्याचं कारणच काय? कुणाच्याही कबरी तयार होवो, कुणीही तिथे जावो... तुम्हाला त्याच्याशी घेणं-देणंच काय?

■

कहाणी ६९

कृष्णांचं रणछोड स्वरूप

ही त्या वेळेची गोष्ट आहे, जेव्हा कृष्ण त्याचा मामा कंस याने दिलेल्या आमंत्रणानुसार मथुरा उत्सवात सहभागी होण्यासाठी वृंदावन सोडून मथुरेत येऊन दाखल झाले होते. पण काही कारणांमुळे तिथे, त्या उत्सवातच कृष्णांना कंसमामाची हत्या करावी लागली होती. आता कंसहत्या तर व्हायची होती, ती झालीही. पण कंसाचे सासरे राजे जरासंध. ज्यांना त्या काळचे सर्वात शक्तिशाली राजे मानलं जात होतं. त्यांच्या एकाच नाही, तर दोन-दोन मुलींचा विवाह कंसाशी झालेला होता. साहजिकच आपल्या मुलींचा संसार कृष्णांकडून अशा रीतीनं उजाड करण्यात आल्याचं दुःख त्यांच्या सहनशक्तीपलीकडचं होतं. मग काय, जरासंधांनी कृष्णांशी उभा दावा मांडला आणि कृष्णांचा वध करण्यासाठी थेट मथुरेवर आक्रमणही केलं.

आता आपल्या चतुर आणि चलाख रणनीतीमुळे कृष्ण एकदा तर जरासंधांच्या हल्ल्यातून वाचले. पण, जरासंध राजांनी व्यवस्थित तयारी करून पुन्हा एकदा आक्रमण केल्याची बातमी समजताच कृष्णांच्या मुखातून शब्दच बाहेर येईना... मग, बरेच दिवस खूप विचार-विनिमय करूनही काही मार्ग सुचत नाही म्हटल्यावर कृष्ण आपला भाऊ बलरामासह सरळ मथुरा सोडून पळूनच गेले. त्यामुळे बलराम खूपच नाराज झाले. जरासंधाला घाबरून कृष्णांनी अशा पद्धतीनं युद्धभूमी सोडून पळ काढणं, त्यांना अजिबातच पसंत पडलेलं नव्हतं. युद्धभूमीतून पळ काढल्यामुळे ते कृष्णांवर प्रचंड संतापले होते. पण या सगळ्यानंतर कृष्णांचं म्हणणं एकच होतं, ती 'वेळ'च तिथून पळून जाण्याची होती. आता अशा प्रसंगी काळ जे काही सांगतोय ते न ऐकता निष्कारण जीव गमावण्यात हशीलच काय?

आता कृष्णांचं हे 'रणछोडदास' स्वरूप नंतर खूपच प्रसिद्ध झालं. इथपर्यंत तर सगळं ठीकच. पण नंतर जेव्हा महाभारताचं युद्ध झालं, तेव्हा कौरवांचं महाप्रचंड सैन्य

पाहून अर्जुन घाबरला होता. त्यालाही युद्धभूमीतून पळ काढायचा होता. तेव्हा कृष्णांनी फक्त अर्जुनाला विरोधच केला असं नाही, तर मनुष्य जीवन, निसर्गाची रहस्यं अशा सगळ्याच गोष्टींचे हवाले देत, घाबरवत-समजावत त्याला युद्धासाठी राजीही केलं. कृष्णांच्या वागण्यातला हा विरोधाभास बहुतांश मनुष्यांच्या आकलनशक्तीच्या पलीकडचा ठरला आहे. पण एकदम सरळ गोष्ट सांगायची तर, हा सगळा खेळ वेळेचाच आहे आणि अर्जुनाने युद्धभूमीतून पळ काढण्याची ती वेळ नक्कीच नव्हती.

—तात्पर्य—

काही करणं किंवा काही न करणं, युद्धभूमी सोडून पळ काढणं आणि पळ न काढणं यात चांगलं किंवा वाईट असं काहीच नाही. खरंतर कुठलंही शारीरिक कर्म हे चांगलं किंवा वाईट याचं परिमाण होऊच शकत नाही. केलेलं कुठलंही कर्म हे चांगलं की वाईट, हे त्या क्षणाचा योग आणि त्या वेळची परिस्थिती या दोन्ही घटकांवरच अवलंबून असतं. एखाद्या क्षणी, एखाद्या विशिष्ट परिस्थितीत करण्यात आलेलं एखादं काम हे महान आणि ऐतिहासिक ठरू शकतं, तर अन्य एखाद्या क्षणी आणि वेगळ्या परिस्थितीत केलेलं तेच कर्म हे वाईटही ठरू शकतं. त्यामुळे जो वेळ आणि परिस्थिती, म्हणजेच टाइम आणि स्पेसच्या सिद्धांताचं गणित नीट जाणतो आणि समजूनही घेतो, त्याच्याकडून नेहमी सत्कर्मच घडतात. नेमकी हीच गोष्ट समजावून देण्यासाठी मी तुम्हाला कृष्णांच्या रणछोडदास स्वरुपाची ही गोष्ट इथे थोडक्यात सांगितली आहे.

■

कहाणी
७०

धोबी आणि त्याचं गाढव

ही जुन्या जमान्यातली गोष्ट आहे. म्हणजे, त्या जमान्यातली, जेव्हा धोबी गाढवावर कपडे लादून ते घाटावर धुवायला नेत असत. तर अशाच प्रकारे एका गाढवावर कपडे लादून एक धोबी घाटाकडे निघाला होता. स्वाभाविकच कपडे गाढवावर बांधून ठेवलेले होते. म्हणजेच, कपड्यांचं वजन गाढवानं उचललेलं होतं आणि तो धोबी गाढवाचा लगाम हातात घेऊन चालला होता. तो अशा रीतीनं काही अंतर चालून गेला न गेला, तोच समोरून एक जण आला. त्यानं धोब्याकडे बघत टिपण्णी केली की, अरे हा माणूस आहे की गाढव? याच्याकडे गाढव आहे आणि तरीही हा खुश्शाल पायीच चाललाय.

त्याचं म्हणणं धोब्याला समजलं. तो गाढवावर चढून बसला आणि त्यानं कपड्यांचं गाठोडं पुढ्यात घेतलं. मग तो पुढे जात असताना रस्त्यात एक धाबा होता. त्या धाब्यापाशी बसलेल्या काही जणांनी गाढवावर बसलेला धोबी आणि धोब्याच्या पुढ्यातलं गाठोडं हे दृश्य पाहिलं आणि त्यांना खूपच आश्चर्य वाटलं. अखेर त्यातल्या एकानं शेरा मारलाच, बघा काय माणूस आहे हा... स्वतः तर गाढवावर बसलाच आहे. वरून त्याच गाढवावर सामानही लादलंय. या मनुष्यात काही माणुसकीच दिसत नाही.

बिचाऱ्या धोब्याला ही गोष्टही पटली. त्या माणसाचा शेरा ऐकून धोब्यालाही खात्री पटली की, खरंच त्या गाढवावर हा मोठाच जुलूम आहे. मग तो पटकन खाली उतरला आणि भरीस भर म्हणून ते कपड्यांचं गाठोडंही त्यानं स्वतःच्याच डोक्यावर ठेवलं. असं करून तो काही अंतर चालून गेला तोच, तिथे आणखी काही जण उभे होते. त्यातल्या एकानं हे दृश्य पाहून पुन्हा शेरा लगावला की, अरे हा माणूस तर गाढवापेक्षाही बिनडोक दिसतोय. अरे, याला तर हेसुद्धा माहिती नाहीये की, गाढवं तर असतातच वजन उचलून नेण्यासाठी... हे ऐकून धोबी इतका हैराण झाला की, दुसऱ्या दिवसापासून त्यानं गाढव

न घेताच घाटावर कपडे नेण्यास सुरुवात केली. आणि हे वेगळं सांगायला नकोच की, या सगळ्या प्रवासात कपड्यांचं गाठोडंही तो स्वतःच्या डोक्यावर उचलूनच वाहून नेऊ लागला होता.

—तात्पर्य—

दुसऱ्यांच्या बोलण्याला गरजेपेक्षा जास्त महत्त्व दिल्यामुळे आपलीही अवस्था त्या धोब्यासारखीच झालेली आहे. जीवनातल्या संधी, निसर्गाची वरदानं आणि आपापले गुण कुठे तरी कुलुपबंद होऊन जातात आणि तऱ्हे-तऱ्हेच्या बिनकामांच्या गोष्टींचं ओझं आपल्या डोक्यावर घेऊन आपणही असेच फिरतो. जीवनाला खरंतर घेणं-देणं असायला हवं ते आपली बुद्धी आणि भावनेला. जर या दोन्ही गोष्टी ठीक असतील, तर दुसरे काय म्हणतील या गोष्टीला महत्त्वच काय उरतं?

■

मृत्यू होतो?

सॉक्रेटिस यांचं नाव तर तुम्ही नक्कीच ऐकलेलं असेल. त्यांना कुठल्याही गोष्टीवरून लोकांशी चर्चा करण्याचा आणि त्यांना चार गोष्टी समजावून सांगण्याचा छंदच होता. अर्थात ते ज्ञानी होते आणि गोष्टी नेमकेपणानं सांगतही. ते जे काही सांगायचे, त्यात सच्चाई असायची. साहजिकच त्यामुळे अनेकदा त्यांचं सांगणं हे चुकीच्या पण प्रचलित मान्यतांच्या विरोधातही जायचं. त्यामुळे हळू-हळू सामान्य जनताच नव्हे तर, अगदी राज्यकर्तेही त्यांच्यावर संतप्त झाले. तुम्ही अशा प्रकारच्या चर्चा-उपदेश करू नका, अशी समजही त्यांना अनेकदा देण्यात आली. पण त्यांनी काही या सवयी सोडल्याच नाहीत. शेवटी काहीच पर्याय उरला नाही म्हटल्यावर त्यांना अटक करून न्यायालयापुढे उभं करण्यात आलं. आता सॉक्रेटिस यांच्यासारख्या स्पष्टवक्त्या आणि निर्भिडपणानं बोलणाऱ्या व्यक्तीला आरोपीच्या पिंजऱ्यात उभं राहिलेलं बघायला कुणाला आवडणार नाही? त्यामुळेच मग न्यायालयात भरपूर गर्दी जमली. तिकडे सरकारी पक्षाकडून त्यांच्यावर लावण्यात आलेल्या सगळ्या आरोपांचं जाहीर वाचन करण्यात आलं. आरोप तर एकदमच स्पष्ट होता की, सॉक्रेटिस प्रचलित असलेल्या परंपरांच्या विरोधात जनसामान्यांना भडकावण्याचा प्रयत्न करतात आणि हा प्रयत्न करताना ते आपले विचार जबरदस्तीनं इतरांवर लादतात. आता हा आरोप ऐकताच जे न्यायाधीश होते, त्यांच्या रागाचा पारा चांगलाच चढला. कारण ते स्वतः प्रचलित असलेल्या रुढी-परंपरांचे कट्टर अनुयायी होते. त्याचप्रमाणे सॉक्रेटिस जे काही करायचे, त्याबद्दलही त्यांना बऱ्यापैकी माहिती होती. त्यामुळे ते सॉक्रेटिस यांच्यावर आधीपासूनच नाराजही होतेच. परिणामी आरोप सुनावून होतात न होतात तोच, त्यांचा जणू तीळपापडच झाला. न्यायाधीशांनी मग सॉक्रेटिस यांना करारी आणि संतप्त आवाजात प्रश्न केला की, हा आरोप तुम्हाला मान्य आहे?

त्यावर सॉक्रेटिस हसत-हसत म्हणाले, होय न्यायाधीश महाराज.

तरीही न्यायाधीश म्हणाले, ठीक आहे. आजवर जे काही झालं ते झालं. ते सोडून देऊ. तुम्ही जर न्यायालयाला हे आश्वासन दिलं की, यापुढे तुम्ही आजवर जे करत

आला आहात, तसं काही करणार नाही, तर न्यायालय तुमच्यावर दया करण्याबाबत विचार करू शकेल.

पण सॉक्रेटिस कुठे बदलणार होते? त्यांचा तर उद्देशच जगातल्या अंधकारापासून सगळ्या लोकांना मुक्ती मिळवून देण्याचा होता. त्यामुळे त्यांनी खूपच नम्रपणे न्यायाधीशांना उत्तर दिलं, न्यायाधीश महाराज, मला नाही वाटत की, मी स्वतःला बदलू शकेन.

त्यावर न्यायाधीशांनी त्यांना सांगितलं की, अजूनही विचार करा. तुम्ही जर स्वतःमध्ये बदल करण्याचं आश्वासन दिलं नाहीत, तर नाईलाजानं मला तुम्हाला विषाचं सेवन करायची शिक्षा द्यावी लागेल.

पण सॉक्रेटिस यांचं उत्तर होतं, आता यात विचार करण्यासारखं काय आहे? मी बदलणार नाही, ही काळ्या दगडावरची पांढरी रेघ आहे. तुम्हीसुद्धा तुमच्या विवेकबुद्धीनं निर्णय घेण्यास पूर्णपणे स्वतंत्र आहात.

त्यांच्या या उत्तरामुळे संतप्त झालेल्या न्यायाधीशांनी मग सॉक्रेटिस यांनी विषाचं सेवन करावं, अशी शिक्षा त्यांना फर्मावली. शिक्षा फर्मावताच तातडीनं सॉक्रेटिस यांना अटक करण्यात आली आणि तुरुंगात डांबण्यात आलं. त्यामुळे त्यांचे काही शिष्य आणि हितचिंतक वगळता बाकी सर्वत्र आनंद आणि जल्लोषाचं वातावरण होतं. या वातावरणाचा ताण थोडा कमी व्हावा, या उद्देशातून सॉक्रेटिस यांचे शिष्य मग नियमितपणे त्यांना भेटायला येऊ लागले. स्वाभाविकच हे सगळे शिष्य दुःखी आणि चिंतेत होते. पण सॉक्रेटिस यांच्यावर मात्र ही शिक्षा फर्मावली गेल्याचाही काहीच परिणाम झाला नव्हता. उलट, तेच इतरांना आश्वस्त करण्याचा प्रयत्न करत होते. ते म्हणायचे की, अरे तुम्ही का दुःखी होताय? अरे विष देणं हे भलेही त्यांच्या हातात असेल, पण मरायचं की मरायचं नाही, हे तर माझ्याच हातात आहे. त्यामुळे तुम्ही अजिबात चिंता करू नका. त्यांनी विष जरी पाजलं, तरीही मी काही मरणार नाहीये.

आता सॉक्रेटिस यांच्या या बोलण्यामुळे त्यांच्या शिष्यांचं समाधान तर अजिबातच होत नव्हतं. पण या विषयावर सॉक्रेटिस यांच्यासोबत यापेक्षा अधिक चर्चा करण्यातही काहीच अर्थ नव्हता. आणि विषाचं सेवन करण्याची शिक्षा झाल्यानंतरही सॉक्रेटिस नेहमीप्रमाणेच मस्तीत जगत होते, त्यामुळे शिष्य विचारातही निश्चितच पडले होते. नेमकं काय चाललंय, हे खरंतर त्यांच्या नीटसं लक्षातही येत नव्हतं. अशा वातावरणातच दिवस चालले होते आणि बघता-बघता सॉक्रेटिस यांनी विषसेवन करण्याच्या शिक्षेची अंमलबजावणी करण्याचा दिवसही येऊन ठेपला. त्यांचे अनेक शिष्य या अंतिम क्षणासाठी म्हणून त्यांच्या अवती-भवती जमले होते. त्यातले अनेक जण तर रडतही होते. पण सॉक्रेटिस मात्र या सगळ्यांपेक्षा वेगळ्याच मनोवस्थेत होते. ते फक्त उत्साहीच दिसत नव्हते, तर विषाचं सेवन

करण्यासाठी जणू उतावीळही झाले होते. त्यांना पूर्ण विश्वास होता की, हे विष त्यांना मारू शकणारच नाही. विष घोळून तयार करण्याचं काम करणाराही सॉक्रेटिस यांचा उत्साह आणि मस्ती पाहून दंगच राहिला होता. इतकंच काय, अशा मस्त-मौला व्यक्तीला विषसेवन करावं लागणार आहे, याचं त्याला मनोमन खूपच दुःखही झालं. आता, तो यात फार काही करू तर शकतच नव्हता. मग त्यानं इतकंच केलं की, विषाचा घोळ तयार करण्याचं काम जितकं सावकाश करता येईल तितकं सावकाश करायला सुरुवात केली. त्यामागे त्याचा हेतू स्वच्छ होता, सॉक्रेटिस यांना जितका अधिक काळ जगता येईल, तितका अधिक काळ जगता यावं... पण सॉक्रेटिस तरी कुठे कमी होते? त्यांनी त्या विष घोळणाऱ्या व्यक्तीचा हेतू आणि भावना या दोन्ही गोष्टी ताडल्या. विषाचं सेवन करण्यासाठी तर ते इतके उतावीळ झाले होते की, त्यांना एका क्षणाचा उशीरही जणू सहन होत नव्हता. मग ते त्या विष घोळणाऱ्यास म्हणाले, अरे तू कशाला वेळ वाया घालवतो आहेस? तू कशाला दुःखी होतो आहेस? तू काही मला विष देतच नाहीयेस, परंपरांचे तथाकथित पाईक मला हे विष देत आहेत. तू तर फक्त तुझं कर्तव्यच करतो आहेस. त्यामुळे तू तुझं जे काही कर्म आहे, ते प्रामाणिकपणानंच कर आणि सत्वर मला ते विष सेवन करण्यासाठी दे.

अखेर विष घोळण्याचं काम पूर्ण झालं आणि ते घोळणाऱ्यानं सॉक्रेटिस यांना ते विष सेवन करायला दिलंही. आता तयार झालेलं विष होतंही खूपच जालीम. त्यामुळे त्या विषानं अगदी लगेचच त्याचा प्रभाव दाखवायला सुरुवात केली. काही वेळातच सॉक्रेटिस यांचे पाय सुन्न पडले. पण त्यामुळेही सॉक्रेटिस यांना कुठे काय फरक पडणार होता? त्यांनी तर त्यावरही स्वतःच्या अनोख्या अशा पद्धतीची टिप्पणी केली. ते म्हणाले की, बघा माझे पाय सुन्न पडले आहेत. तरीही मी मात्र पूर्णपणे जिवंतच आहे. तोपर्यंत ते विष हात आणि त्यांच्या पोटापर्यंतही पसरलं. नंतर ते त्यांच्या हृदय आणि मस्तिष्कापर्यंतही गेलं. ते पूर्णतः सुन्न झाले. तरीही त्यांचे अंतिम शब्द मात्र होते, ऐका सगळ्यांनी. या जगात रहाणाऱ्यांनी माझ्या बोलण्याकडे लक्ष द्या. या विषानं माझं जवळपास 100 टक्के शरीर आता खराब करून टाकलं आहे. पण मी मात्र अगदी होतो तस्साच आहे. म्हणजेच काय, तर मृत्यूपेक्षा मोठं असत्य या जगात दुसरं काहीही नाही. ...तर या अखेरच्या शब्दांनंतर सॉक्रेटिस यांनी प्राण त्यागले.

—तात्पर्य—

मनुष्याची समस्या ही आहे की, तो स्वतःला आणि स्वतःच्या जीवनालाही शारीरिक पातळीवरच बघतो आणि खरंतर मनुष्य स्वतः आणि त्याचं जीवनही फक्त मानसिक पातळीवरच असतं. शारीरिक मृत्यू तर सगळ्यांनाच येतो आणि तोही फक्त एकदाच येत

असतो. त्यामुळे त्याला काही फारसं महत्त्व नाहीच. कारण वास्तवात त्या मृत्यूचा अनुभव मनुष्याला स्वतः भोगायचाच नसतो कारणं मृत्यू येणं ही घटनाच क्षणभराची असते. त्यामुळे हे समजून घ्या की, मनुष्याचं जीवन हे पूर्णतः मानसिकच आहे आणि मनुष्यांमधले फरकही मानसिकतेचेच असतात. सामान्यतः बहुतांश लोक मानसिक पातळीवर हजारो वेळा मरतात आणि त्याच वेळी काही सॉक्रेटिस यांच्यासारखेही असतात, ज्यांना मृत्यू आल्यावरही जे मरण पावत नाहीत. त्यामुळे या जीवनात कोण काय आहे किंवा कुणाकडे काय आहे, याचा त्याच्या आयुष्याशी काहीही संबंध नाही. आयुष्याचं जर काही परिमाण असेल तर ते हेच की, कोण आपलं आयुष्य किती उत्साहानं जगला आणि कोण दररोज हजारो वेळा मरत-मरत जगत राहिला.

■

लाओत्से आणि त्यांची इमानदारी

लाओत्से अगदी नियमितपणानं त्यांच्या एका मित्रासोबत रोज सकाळी फिरायला जात. एके दिवशी त्यांच्या त्या मित्राचा मित्र त्याला रस्त्यात भेटला आणि सोबत चालू लागला. तो प्रथमच लाओत्से यांना भेटत होता. त्यामुळे शिष्टाचाराचा भाग म्हणून त्यानं लाओत्से यांना नमस्कार केला. पण लाओत्से यांनी त्याला काहीच प्रत्युत्तर दिलं नाही. त्या मित्रानं विचार केला की, कदाचित त्यांना ऐकू गेलं नसावं, म्हणून त्यानं पुन्हा एकदा लाओत्से यांना नमस्कार केला. पण लाओत्से यांनी या वेळीही त्याला प्रत्युत्तर दिलंच नाही. मग त्यानं आणखी एक-दोनदा लाओत्से यांना अभिवादन केलं. पण लाओत्से यांच्याकडून त्याला कुठलाच प्रतिसाद मिळाला नाही. हे पाहून नेहमी चालण्यासाठी सोबत असणारा त्यांचा मित्र अखेर म्हणाला की, लाओत्से, अहो माझा मित्र तुम्हाला नमस्कार करतो आहे.

त्यावर लाओत्से म्हणाले, हो मी ऐकलंय ते.

मग त्या मित्रासह सगळेच आश्चर्यचकित झाले. मित्राच्या मित्रानं न रहावून विचारलं, मग तुम्ही मला काहीच उत्तर का नाही दिलंत?

त्यावर लाओत्से हसत-हसत म्हणाले, उत्तर यायला तर हवं ना...

—तात्पर्य—

एकदम बरोब्बर. एखाद्याच्या नमस्काराला प्रत्युत्तर द्यायचं, तर ते उत्तर हृदयातून यायला तर हवं ना? पण तुम्हाला अगदी लहानपणापासून शिकवलं जातं की, शिष्टाचारी व्हा. मग तुम्हीसुद्धा सारखं-सारखं नमस्कार, काय म्हणताय? कसे आहात? काय चाललं आहे, असं समोरच्यांना विचारत रहाता. तुम्ही ज्यांच्याशी बोलता, त्या व्यक्तीही मग

मी छान आहे, सगळंच मस्त चाललंय, तुमची कृपा आहे अशी घोकून पाठ केलेली उत्तरंच देतो.

जगात जर इतक्या मोठ्या प्रमाणात दुःख आणि अपयश आहे, तर त्याचं एकमेव कारण हे आहे की, मनुष्य खोटारडा आहे. खोटं बोलणं ही काही अशी गोष्ट नाही की, मनुष्य ती फक्त दुसऱ्यासोबत करतो किंवा दुसऱ्यालाच त्यातून धोका देतो. कारण तो बाह्य जगतात जेव्हा कधी खोटं बोलत असतो, तेव्हा तो त्याच्या अंतरंगात, स्वतःशीही खोटं बोलतच असतो. आता सगळ्यात मोठं खोटं काय तर मनापासून न वागणं, करणं किंवा बोलणं. या गोष्टीतून हेच शिकायचं आहे की, ज्ञानी, यशस्वी आणि सुखी असे जे असतात, ते तर कुणाला खोटा नमस्कारही करत नाहीत. ते तर जेव्हाही, जे काही करतात, ते हृदयापासून करतात. आणि आपण? आपण तर ईश्वराची पूजाही मनापासून करत नाही किंवा काही तरी अपेक्षा ठेवूनच करतो.

■

कहाणी

७३

हेलन केलरच्या ऐतिहासिक यशाची कथा

हेलन केलर यांचा जन्म झाला तो 27 जून 1880 रोजी. त्या जन्मतःच खूप सुंदर आणि चंचल होत्या. पण मानवाच्या जीवनात कधी काय होईल, याची कुणाला कल्पना असते? फक्त दीड वर्षांचं वय असताना हेलन यांना ताप आला. त्या तापानं हेलन यांची बघण्याची, ऐकण्याची आणि बोलण्याचीही क्षमता कायमची हिरावून घेतली. आता याला म्हणता येईल जीवनानं मानवाला दिलेला अनपेक्षित मार. पण अशा प्रकारे जीवनाच्या थपडा खाऊनही त्यावर विजय मिळवणं आणि त्या धक्क्यांच्या वर निघून जाणं, यालाच म्हणतात मनुष्याचं स्पिरिट. जीवनाच्या अशा थपडा खाल्ल्यावर हताश होऊन जाणं किंवा त्या थपडांना घाबरून विविध आसरे शोधणं हे काही खऱ्या मनुष्याचं लक्षणच नाही.

असो. हेलन यांनी मात्र आपल्या इंद्रियांची क्षमता अशा रीतीनं गमावल्यानंतरही सर्वसामान्यांसारखंच आयुष्य जगायला सुरुवात केली. आईचा हात पकडून त्यांनी हे जग बघायला-समजून घ्यायला सुरुवात केली होती. इशाऱ्यांची भाषाही त्या शिकू लागल्या. अशा रीतीनं आपल्या अंगभूत आकलनशक्तीच्या जोरावर त्यांनी अन्य सगळ्यांशीही संपर्क आणि संभाषण प्रस्थापित करण्यात यश मिळवलं होतं. म्हणजे, जर त्यांनी सरळ तोंड हलवलं तर नकार आणि खाली-वर हलवलं तर होकार... मग चार वर्षांच्या होईपर्यंत त्यांनी घरकामात मदत करायलाही सुरुवात केली होती. कपड्यांच्या घड्या करण्याचं काम त्यांच्या विशेष आवडीचं झालं होतं. आश्चर्याची गोष्ट म्हणजे, कपड्यांच्या भल्या-मोठ्या ढीगातूनही त्या स्वतःचे कपडे अचूक वेगळे काढू शकत होत्या.

याच कालावधीत त्यांच्या स्वयंपाक्याची मुलगी मार्था आणि पाळीव कुत्रा हे त्यांचे मित्र झाले होते. त्यांची सोबत मिळाल्यावर तर हेलन यांना जणू नवजीवनच मिळालं.

या दोन सवंगड्यांच्या जोडीनं त्या घराचा बगिचा आणि तबेल्यातही फिरू लागल्या होत्या. हेलन यांच्यासाठी तर हा नवा अनुभव स्वर्गसुखापेक्षा काही कमी नक्कीच नव्हता. इतकंच नव्हे तर, आपसातलं संभाषण आणखी प्रभावी होण्यासाठी त्या दोघांनीही नवे इशारे आत्मसात करण्यासही सुरुवात केली होती. उदाहरणार्थ हेलन यांना जर आइस्क्रीम खायची इच्छा झाली, तर त्या अंग थरथर कापत असल्यासारखा अभिनय करायच्या. मग मार्था त्यांना लगेचच आइस्क्रीम आणून देत असे. थोडक्यात, हेलन यांच्या आयुष्यातली मस्तीच वाढत नव्हती, तर त्यांचं जीवन आता अधिक सुलभ-सोपंही होऊ लागलं होतं.

असो. हे सगळं सुरू असताना हेलन सात वर्षांच्या झाल्या. त्यांची प्रतिभा पाहून आईच्या मनात आपल्या मुलीनं शिक्षण घ्यावं, अशी इच्छा निर्माण झाली. हेलन यांनी त्याला नकार देण्याचा प्रश्नच नव्हता. जीवन पुढेही असंच प्रवाहित व्हावं, अशी त्यांचीही इच्छा होतीच. मग वीस वर्षांच्या ॲन नावाच्या शिक्षिकेनं हेलन यांना घरीच शिकवायला सुरुवात केली. ॲन यांचं पहिलं काम हे होतं की, हेलन कुठलीही वस्तू त्या-त्या वस्तूच्या नावानं ओळखायला शिकतील, हे बघणं. त्यासाठी त्या एखादी वस्तू हेलन यांच्या हातात ठेवून देत आणि दुसरीकडे त्या वस्तूचं नाव त्यांना लिहून दाखवत. कधी त्या हेलन यांच्या हातात बाहुली ठेवत तर कधी आणखी काही... पण ऐकता, बघता आणि बोलताही न येणारी मुलगी अखेर समजून समजणार तरी काय? पण हेलन तर हेलन होत्या. एके दिवशी हेलन खाली पडणाऱ्या पाण्याच्या प्रवाहाशी खेळत होत्या. तेव्हा ॲन यांनी ताबडतोब त्यांचा हात हातात घेत त्यावर आपल्या बोटानं वारंवार वॉटर म्हणजेच पाणी असा शब्द लिहायला सुरुवात केली. मग हेलन समजून गेल्या की, हाताला लागणारी ही थंड वस्तू म्हणजे वॉटर...

मग काय, रिकाम्या खोक्यावर वर आलेल्या (एक प्रकारचं एम्बॉसिंग) अक्षरांवर हात फिरवून फिरवून हेलन यांचं पुढचं शिक्षण सुरू झालं. हेलन यांची प्रतिभा आणि एकाग्रता इतकी प्रभावी होती की, बघता-बघता त्या हजारो शब्द शिकल्याही. मग तर खोक्याच्या पृष्ठभागावर आलेल्या अक्षरांवर हात फिरवत फिरवत त्यांनी पुस्तकं वाचायलाही सुरुवात केली. त्यानंतर शालेय शिक्षण त्यांनी पूर्ण केलंच आणि तेवढ्यावरच न थांबता विद्यापीठात प्रवेश मिळवून पदवीही प्राप्त केली. या प्रतिभेबद्दल मग सगळ्या जगानं त्यांना सलाम केला. मग त्या एका रात्रीत जगप्रसिद्ध आणि जिच्याबद्दल सर्वाधिक चर्चा होते, अशा तरुणी ठरल्या. पण हेलन यांना अजूनही किती तरी पुढे जायचं होतं. म्हणूनच त्यांनी टायपिंगही शिकून घेतलं. त्याच टायपिंगच्या मदतीनं मग हेलन यांनी तब्बल एक डझन पुस्तकंही लिहिली. म्हणजेच, बघता, ऐकता आणि बोलताही येत नसणाऱ्या एका मुलीनं भावना आणि विचार यांना शब्दांचं रूप मिळवून देण्यात अखेर यश मिळवलंच. ही गोष्ट

एखाद्या चमत्कारापेक्षा कमी तर नक्कीच नव्हती. पण हेलन यांचं अजूनही समाधान झालेलंच नव्हतं. संपर्काचं वर्तुळ जसं विस्तारलं, तशी त्यांना जगात त्यांच्याप्रमाणेच असलेल्या किती तरी व्यक्तींबाबत माहितीही मिळाली. मग त्यांच्या मनात ज्ञानेंद्रियं गमावलेल्या हजारो-लाखो व्यक्तींसाठीही काही तरी करायला हवं, या इच्छेनं जोर धरला. त्या दिशेनं प्रयत्न म्हणून त्यांनी खूप कष्ट घेत ओठांची हालचाल करायलाही शिकून घेतलं... मग काय? 66 वर्षांच्या हेलन यांनी जगातल्या 35 देशांचे दौरे केले. हेलन ज्या कुठल्या देशात जात, त्या देशाचे राष्ट्राध्यक्षच नव्हे तर अन्य क्षेत्रातले मान्यवरही त्यांना सलाम करायला आवर्जून उपस्थित रहात होते. हे सगळं कार्य करत असतानाच हेलन यांनी वयाच्या 88व्या वर्षी मग जगाचा निरोप घेतला.

—तात्पर्य—

भलेही हेलन यांनी जगाचा निरोप घेतला असेल, पण त्यापूर्वी त्यांनी या जगाला जे काही शिकवायचं होतं ते नक्कीच शिकवलं होतं. मनुष्य त्याच्या स्पिरीटद्वारे जगात काय करू शकतो, हे त्यांनी सिद्धच केलं होतं. जीवनात अचानक अडचणी आणि संकटं तर नेहमीच येतात आणि त्यालाच जीवन असं म्हणतात. पण त्या संकटांना घाबरून, पराभव पत्करून गप्प बसणं मनुष्याला शोभत नाही. ना, त्या संकटांना घाबरून मंदिर-मशीद-चर्चमध्ये जात आसरे शोधण्यात वेळ घालवणं मनुष्याला शोभतं. मनुष्याला स्वतःच्या स्पिरिटच्या आधारे या तमाम संकटांवर मात करून पुढे वाटचाल करणंच शोभतं.

आपण मात्र छोट्या-छोट्या गोष्टींवरूनही डोक्याला हात लावून बसून रहातो. छोटे मोठे फायदे-तोटे, एखादं आजारपण किंवा आपल्या प्रियजनांशी झालेली छोटीशी वादावादी यामुळेही आपल्याला जीवन अर्थहीन वाटू लागतं. मग आपण मंदिर-मशिदीत आसरा शोधायला जातो. मौलवी-पाद्री यांचं लांगूलचालन सुरू करतो. दोरा, ताईत वा कुणी जे काही सांगेल, त्या गोष्टी अंगावर वागवायला सुरुवात करतो. पण हेलन यांनी मात्र यातलं काहीच केलं नाही. ना त्या निराश किंवा हताश झाल्या आणि ना त्यांनी ईश्वराकडे त्यांच्यावर ओढवलेल्या परिस्थितीबद्दल तक्रारी केल्या. ना त्यांनी स्वतःच्या नशिबाला दूषणं दिली ना त्यांनी कुठल्या पाद्र्याकडून आपली परिस्थिती सुधारेल असं आश्वासन मिळण्याची अपेक्षा केली. ईश्वरानंच मानवाला कधीही हार न मानण्याचं जे स्पिरिट दिलेलं आहे, त्याच्या आधारे हेलन यांनी नेहमीच पुढे वाटचाल सुरू ठेवली.

मी तर अशा महान स्पिरिटचं दर्शन घडवणाऱ्या हेलन यांच्याकडे एखाद्या स्पिरिटच्या देवीप्रमाणेच बघतो. मी असा निश्चयही केला आहे की, भविष्यात जर कधी माझ्यावर एखादं संकट आलंच, तर मी त्याची तुलना हेलन यांच्यावर आलेल्या संकटाशी

नक्कीच करून पाहीन. जीवनात जो काही संघर्ष करावा लागेल, जे काही नुकसान सहन करावं लागेल; त्यापैकी काहीच हेलन यांनी तिन्ही ज्ञानेंद्रियं गमावून जे नुकसान झेललं, त्यापेक्षा मोठं नसेल. मग मी ते संकट अगदीच क्षुद्र आहे असा विचार करून त्याच्यावर माझ्या स्पिरिटच्या आधारे निश्चितच मात करून पुढेही जाईन. आणि तुम्ही? बहुधा तुम्हीही तसंच कराल आणि तसंच करायलाही हवं. अन्यथा मनुष्याचं स्पिरिट म्हणजे काय हे सिद्ध करून दाखवणाऱ्या या हेलनरूपी देवींची अथक धडपड आणि त्यांच्या आयुष्याची कहाणीही व्यर्थच जाईल...

■

दयानंदांच्या बालपणीची कहाणी

दयानंद सरस्वती यांचा समावेश भारताच्या महान संतांमध्ये होतो. त्यांचे वडील हे श्रीशंकराचे भक्त होते. दयानंद बाल्यावस्थेत असताना त्यांचे वडील एकदा त्यांना आपल्यासोबत घेऊन गणपतीच्या मंदिरात गेले होते. हिंदू धर्मीयांमध्ये गणेशाला नैवेद्य म्हणून लाडू अर्पण करण्याची खूप जुनी परंपरा आहे. त्याच परंपरेला अनुसरून मंदिरात येणारे गणेशभक्त तेथील गणेशाच्या मूर्तीला लाडूंचा नैवेद्य दाखवत होते. त्याचवेळी दयानंद यांनी पाहिलं की, एक लहानसा उंदीर गणपतीला वाहिलेले लाडू अगदी मजेत खात होता. हे पाहून दयानंद यांनी आपल्या वडिलांना एक सरळ-साधा प्रश्न केला की, हे लाडू नक्की कुणाला अर्पण केलेले आहेत?

वडिलांनी त्यांना उत्तर दिलं, अर्थात गणेशाला.

त्यावर दयानंद म्हणाले की, मग तर उंदीर गणेशांचा हक्क हिरावून घेत आहेत. आता गणपतींना नक्कीच राग येणार आणि ते त्या लाडू खाणाऱ्या उंदराला नक्कीच योग्य असा धडाही शिकवणार.

त्यावर वडील म्हणाले की, असं काहीही होणार नाही.

दयानंद यांचा त्यावर प्रश्न होता, का? गणेशांमध्ये उंदराला धडा शिकवण्याची शक्ती नाहीये का?

त्यावर वडील गप्पच बसले आणि दयानंदही पुढे काहीच बोलले नाहीत. दयानंद हे समजून चुकले की, मंदिरातील मूर्ती ही अन्य दगडांप्रमाणेच एक आहे. दगडाशिवाय दुसरं तिथे काहीच नाही. त्यामुळे त्यांनी त्यानंतर स्वतः कधीही मूर्तीपूजा केली नाहीच आणि पुढे आयुष्यभर मूर्तीपूजेला विरोधही केला. याच विरोधाच्या आधारावर त्यांनी नंतर आर्य समाजाची स्थापना केली. या आर्य समाजात कधीही मूर्तीपूजा होत नाही आणि आज हा आर्य समाज भारताच्या काना-कोपऱ्यात फैलावलेला आहे.

—तात्पर्य—

कोण किती बुद्धिवान आहे हे त्याच्या पदव्या, त्याची स्टाइल किंवा त्याच्या पुस्तकी ज्ञानामधून नक्कीच सिद्ध होत नाही. त्याच्यामध्ये स्वतःला बदलण्याची किती क्षमता आहे, यातून तो किती बुद्धिवान आहे हे स्पष्ट होतं. अखेरच्या श्वासापर्यंत शिकणं आणि बदलत रहाणं, यालाच तर जीवन म्हणतात. गोष्ट एकदम सरळ आहे, जो स्वतःला चांगल्यासाठी जितक्या लवकर बदलू शकतो, त्याचं जीवन तितकंच सुफळ आणि यशस्वी होत जातं. यालाच ग्रास्पिंग किंवा ज्ञान ग्रहण करणं असं म्हणतात आणि हे ग्रास्पिंग हाच सगळ्या ज्ञानांचा राजा आहे.

■

कहाणी

७५

जगात उपाय कुठल्या गोष्टीवर नाही?

एकदा एका व्यक्तीला पैशांची अकस्मात गरज निर्माण झाली. त्यानं आपल्या मित्राला आपली गरज सांगून तीन महिन्यांसाठी दीड लाख रुपये उधार देण्याची विनंती केली. त्यांची मैत्रीही घट्ट होती... शिवाय त्याच्या मित्राकडे पैशांची अजिबात कमतरता नव्हती आणि व्यवहाराला चांगला, अशी या व्यक्तीची ख्यातीही होती. त्यामुळे मित्रानं काहीही आढेवेढे न घेता पैशांची गरज असलेल्या या व्यक्तीला तीन महिन्यांसाठी दीड लाख रुपये देऊनही टाकले.

पण नंतर झालं असं की, काही कारणांमुळे तीन महिने उलटून गेल्यानंतरही उधार घेतलेले पैसे परत देण्याची काहीच व्यवस्था या व्यक्तीला करता आली नाही. मग त्यानं आपल्या मित्राकडून आणखी एक महिन्याची मुदत मागून घेतली. पण एक महिना निघून जायला असा कितीसा वेळ लागतो? तो वाढीव मुदतीचा एक महिनाही निघून गेला तरीही दुर्दैवानं पैसे परत करण्याची व्यवस्था झाली नाही ती नाहीच. मग पैसे देणारा मित्र, मुदत वाढवून द्यायलाही काही केल्या तयार होईना... तेही ठीक, पण आता पैसे परत दे म्हणून तगादा लावणंही त्यानं सुरू केलं. इतकंच कशाला, अगदी चार-चौघांतही त्यानं उधार घेतलेले पैसे कधी परत करणार, असं विचारायलाही सुरुवात केली. त्यामुळे पैसे उधार घेतलेली ही व्यक्ती हैराण झाली. मित्राकडून होणारा हा अपमान त्याला सहनही होत नव्हता. पण करणार काय बिचारा? जिथे रोज मावळणाऱ्या दिवसागणिक पैशांसाठीचा तगादा वाढतच चालला होता आणि तिथे ही व्यक्ती इच्छा असूनही, प्रयत्न करूनही पैशांची जमवाजमव काही करू शकत नव्हती. त्यामुळे चौफेर मानहानी मात्र होऊ लागली होती.

या सगळ्या प्रकारामुळे थकून गेलेल्या या व्यक्तीनं अखेर एके दिवशी विचार केला की, यावर आता काही ना काही मार्ग तर काढावाच लागेल. कारण, हे जर असंच सुरू राहिलं, तर शहरभर बदनामी होईल. हा विचार मनात येताच एक युक्तीही त्याला

सुचली. मग काय, संध्याकाळीच तो आपल्या मित्राकडे जाऊन पोहोचला. तिथे पोहोचताच त्याचे पैसे वेळवर देऊ न शकल्याबद्दल त्यानं आधी मित्राची माफी मागितली. त्याचसोबत त्यानं जे औदार्य दाखवलं होतं, त्याबद्दल त्याचे मनःपूर्वक आभारही मानले. मग तो पुढे म्हणाला की, हे बघ, तुला चांगलं माहिती आहे की, मी व्यवहार करू नये, अशी व्यक्ती नक्कीच नाहीये. सध्या परिस्थिती खराब असल्यामुळे माझ्यावर हे असे दिवस आले आहेत. त्यामुळेच मी तुझे पैसे आजवर परत करू शकलेलो नाही. पण आता मात्र पैसे परत करण्याची व्यवस्था झालेली आहे. पुढच्याच महिन्यात एका ठिकाणाहून पाच लाख रुपये मला मिळणार आहेत. आता तू माझ्यासाठी इतकं केलं आहेस, तर अजून एक उपकार कर. तू मला एका महिन्यासाठी आणखी 50 हजार रुपये उधार दे. पुढच्या महिन्यात मी तुला एकदम दोन लाख रुपये परत करतो.

आता त्या मित्राकडे आधीच सांगितल्याप्रमाणे पैशांची तर काहीच कमतरता नव्हती. त्यातच या व्यक्तीनं म्हणणं अशा पद्धतीनं मांडलं होतं की, नाही म्हणणंही त्या मित्राला खूपच अवघड झालं. मग एक-दोन दिवसांत तुला 50 हजार रुपये देतो, असं त्यानं सांगितलं. ते ऐकून आणखी पैसे उधार मागणारी ती व्यक्ती आनंदात निघून गेली. पण पैसे देतो असं सांगणारा मित्र मात्र अडकला. कारण त्याला आणखी 50 हजार रुपये अडकवण्याची अजिबात इच्छा नव्हती. त्यामुळे जरी पैसे देतो असं सांगितलं, तरीही कुठल्याही परिस्थितीत पैसे द्यायचेच नाहीत, असं त्यानं मनोमन ठरवून टाकलं. इथपर्यंत तर ठीकच... पण पैसे मागणाऱ्या त्या व्यक्तीनं नंतर कमालच केली... जिथे कुठे या दोघांची गाठ-भेट होऊ लागली, तिथे दीड लाखांचा विषय निघण्याआधीच, मला 50 हजार कधी देतोयस, असं ही व्यक्ती विचारू लागली. तो मित्र कुणासोबत आहे, काय करतो आहे या कशाचाही विचार न करता 50 हजारांची विचारणा होत होती. आता अशा परिस्थितीत मित्र करणार तरी काय? देतो लवकरच तुला पैसे, असं म्हणून तो कशी-बशी वेळ मारून नेऊ लागला.

असं पाच-सहा वेळा घडलं. मग तो पैसे देणारा मित्रच घाबरून गेला. काय चाललं आहे, तेच त्याला समजेनासं झालं. हा तर चोरच पोलिसावर रुबाब दाखवतो किंवा चोरावर मोर, अशातला प्रकार होऊन बसला होता. मग त्याला काहीच सुचेनासं झाल्यावर तो सरळ एके दिवशी सकाळीच त्या व्यक्तीच्या घरी गेला. तिथे पोहोचताच तो म्हणाला, हे बघ, तू जे माझ्याकडे सारखे 50 हजार रुपये मागतो आहेस ना, त्यामुळे आता मी त्रस्त झालो आहे.

त्यावर ही व्यक्ती त्याला म्हणाली की, ते ठीक आहे. पण मी कुठे काही चुकीचं करतोय? पैसे देईन, असं तू मला सांगितलं नव्हतंस का?

त्यावर पैसे देण्याचं आश्वासन देणारा मित्र म्हणाला की, अरे ते तर मी तुला असंच म्हणालो होतो. तुला आणखी काही पैसे उधार देण्याचा माझा अजिबात विचार नाही. असो. आपण एक काम करू, तुला जेव्हा कधी शक्य होईल तेव्हा तू माझे दीड लाख रुपये परत कर. मी तुझ्यामागे त्यासाठी अजिबात तगादा लावणार नाही पण त्या बदल्यात कृपा करून समोर कोण आहे वगैरे न बघता माझ्याकडे जे 50 हजार रुपये मागतो आहेस, ते मागणं तूसुद्धा बंद कर. ठीक आहे?

आता, त्या व्यक्तीला हेच तर हवं होतं. त्याचं काम झालं होतं.

—तात्पर्य—

हाच जीवनाचा खेळ आहे. तुमचे हेतू स्वच्छ असतील, नियतही चांगली असेल तर स्वतःचा बचाव करण्यासाठी असे छोटे-छोटे उपाय शोधणंही शिकून घ्यायला हवं. मात्र, लक्षात ठेवा, नियत स्वच्छ असेल, तरच. नियत स्वच्छ नसेल तर अशा प्रकारच्या उपायांचा वापर करणं उलट त्रासदायकच होईल. कारण, अखेर जे चुकीचं असतं, ते कायम चुकीचंच असतं.

■

कहाणी

७६

काळ हाच सत्ताधीश

ही एक खूपच प्राचीन अशी गोष्ट आहे. हिंदू धर्मामध्ये श्रीशंकर हे खूपच लोकप्रिय आहेत. त्यांचा भोळेपणा, पराकोटीचा संताप आणि मस्ती या सगळ्या गोष्टी भक्तांना शतका-नु-शतकं आकर्षित करणाऱ्या ठरल्या आहेत. तर शंकर आपली पत्नी पार्वतीसह हिमालयाच्या बर्फाच्छादित शिखरांमध्ये वास्तव्य करत होते. इथे महत्त्वाची गोष्ट ही की, त्या काळी अन्य देव मात्र भव्य आणि सुंदर महालांमध्ये अनेक दास-दासींच्या सेवेचा आणि जीवनाचा यथेच्छ उपभोग घेत असल्याचं चित्र, त्या काळातल्या अनेक गोष्टींमध्ये रंगवलेलं दिसतं. आणि शंकर मात्र रहात होते, ते हिमालयावर. ही गोष्ट, नेमक्या त्याच फरकावर आधारलेली आहे.

तर एके दिवशी नारदांनी याच फरकावर बोट ठेवत पार्वतींना डिवचण्याचा प्रयत्न करताना विचारलं की, तुम्हीही एक भव्य-सुंदर असा महाल बांधून देण्याची मागणी शंकरांकडे का करत नाही? या बर्फाळ गुहांमध्ये जीवन जगत रहाण्यात काय अर्थ आहे? जर बाकीचे सगळेच देव शानदार अशा महालांतून दास-दासींच्या सेवेचा लाभ घेत ऐश्वर्यसंपन्न असं जीवन जगत आहेत, तर तुम्ही एकट्यानंच असं गुहेतलं, कष्टप्रद जीवन का जगायचं?

नारदांचं म्हणणं पार्वतींनाही पटलं. त्यांनी तत्क्षणी शंकरांकडे एक भव्य-दिव्य महाल बांधून देण्याची मागणी केली.

त्यावर शंकर म्हणाले की, माझी त्याला काहीच हरकत नाही. पण खरंतर कुणी कुठे आणि कसं रहायचं, हे तर वेळ किंवा काळ निश्चित करत असतो. आणि काळानं ठरवल्यानुसार आपण जिथे आहोत, तिथे ठीकच आहोत. काळाच्या विरोधात जाऊन, आपला अहंकार सुखावण्यासाठी काही तरी करणं हे मला तरी उचित वाटत नाही.

त्यावर पार्वती त्यांना म्हणाल्या की, तुम्ही तर ईश्वर आहात. सगळं जग तुमची पूजा करतं आणि तुम्हाला शरण जातं. मग काळ काय तुमच्यापेक्षा मोठा आहे का?

मग शंकर म्हणाले, नाही प्रिये. हा तर तुझा गैरसमज आहे. ईश्वर म्हणजे फक्त मनाची एक उंची. शेवटी ईश्वरही असतो तर एक मनुष्यच. आणि मग मनुष्य असो, चंद्र-तारे असोत किंवा आणखी कुणी... शेवटी सगळेच काळाच्याच अधीन आहेत.

पार्वती हे ऐकून म्हणाल्या की, ते काहीही मला माहिती नाही. मला महाल पाहिजे, म्हणजे पाहिजे. मला तर इतकंच माहिती आहे की, जर तुमची महाल बांधायची इच्छा असेल, तर काळही त्यात काहीच विघ्न आणू शकणार नाही, हे नक्की.

आता यावर शंकर बोलणार तरी काय? त्यांनी पार्वतींच्या जिद्दीपुढे शरणागती पत्करली आणि महालाच्या निर्मितीचं काम सुरू केलं. मग पार्वती चांगल्याच खूश झाल्या. बघता-बघता महालाचं काम पूर्ण होण्याची घटिकाही आली. पण शंकर-पार्वती त्या महालात रहायला जाण्याच्या आधीच, रंगासारखी काही कामं सुरू असतानाच, तो महाल अचानक कोसळला. असं काही तरी होणार, याची शंकरांना तर कल्पना होतीच, पण महाल कोसळल्याचं पाहून पार्वतींना मात्र धक्काच बसला.

पण, महाल कोसळण्याचं कारण काळ आहे, हे पार्वतींना मान्य झालं नाही. चांगला मुहूर्त काढून महाल बांधण्याचं काम सुरू केलं नव्हतं, ही गोष्ट त्यांना निर्णायक वाटत होती. आता मुहूर्त हेसुद्धा काळाचंच एक स्वरूप... पण शंकर तरी पार्वतींना काय समजावणार? आता महाल बांधण्याची ही वेळच नाही, काळच त्यासाठी अनुकूल नाही, तर त्याचं काम सुरू करण्यासाठी चांगला मुहूर्त कुठून काढता येणार? पण हे सगळं समजत-उमजत असूनही शंकर काहीही न बोलता गप्पच राहिले. मग पार्वतींच्या आदेशानुसार एक चांगलासा शुभमुहूर्त साधून महालाचं काम पुन्हा सुरू करण्यात आलं. या वेळी मात्र महाल बांधून पूर्णतः सज्जही झाला. पण पार्वतींची कुठल्याही प्रकारचा धोका पत्करायची इच्छा आणि तयारीही नव्हती. त्यामुळे त्यांनी महालात रहायला जाण्यापूर्वी एका ब्राह्मणास बोलावून गृहप्रवेशाचा विधीही करवून घेतला. तो विधीही झाला. मग वेळ झाली ती, त्या ब्राह्मणास दक्षिणा देण्याची... आणि इथेच घात झाला. त्या ब्राह्मणाला महाल इतका आवडला, इतका आवडला की, दक्षिणा म्हणून त्यानं तो महालच मागून घेतला. म्हणजे हातातला घास मुखापर्यंत आला आणि मुखात जाण्याआधीच खाली पडला. इतका छान बांधलेला महाल दक्षिणा म्हणून त्या ब्राह्मणासच द्यावा लागला.

आता श्रीशंकरांना असं काही ना काही होणारच याची आधीपासून कल्पना होतीच. पण पार्वती मात्र त्यामुळे एकदमच उदास झाल्या होत्या आणि त्यांची ती अवस्था शंकरांना बघवत नव्हती. त्यामुळे त्यांनी पुन्हा एकदा पार्वतींची समजूत काढण्याचा प्रयत्न करून

पाहिला. ते म्हणाले की, मी तुला आधीच सांगितलं होतं की, सगळं काही काळाच्याच हातात असतं. त्याच्या विरोधात जाऊन कुणालाही काहीच मिळू शकत नाही. त्यामुळे महालात रहाण्याचं स्वप्न सोडून देऊ आणि पुन्हा आपल्या जीवनातल्या मौज-मस्तीसह जगायला सुरुवात करू. पण पार्वती काही महालात रहाण्याचं स्वप्न सोडून द्यायला तयार नव्हत्या. त्यांनी शंकरांना एकच गोष्ट सांगितली की, हे सगळं जर काळामुळेच होत असेल, तर तुम्ही त्या काळाला आपलं वागणं बदलायला सांगून टाका... तुम्ही सांगितलेलं न ऐकण्याची भले कुणाची हिंमत होऊ शकेल?

त्यावर शंकरांनी पार्वतींना पुन्हा हे सांगण्याचा प्रयत्न केला की, काळ तर आपली गणितं आणि आपली कारणं यानुसार चालत असतो. कुणाच्या सांगण्यावरून वा कुणासाठीही त्यानं आजवर आपली चाल बदललेली नाही. त्यामुळे मी काही सांगेन आणि काळ ऐकेल, ही आशा ठेवण्यातही काहीच अर्थ नाही.

पण पार्वती मात्र काहीही ऐकायलाच तयार नव्हत्या. मग काय करणार? शंकरांना पुन्हा एकदा पार्वतींच्या हट्टापुढे नमतं घ्यावं लागलं. ठरलं असं की, एकदा महाल बांधून पूर्ण होऊ दे. मग त्या महालात वास्तव्यास जाण्यापूर्वी शंकर काळाची भेट घेतील. मग पार्वतींसह त्या महालात निर्विघ्नपणानं रहाणं शक्य व्हावं, यासाठी ते काळाला विनंती करतील... पुन्हा एकदा, महालाच्या बांधकामाचं चक्र जोरात सुरू झालं आणि बघता-बघता तो महाल बांधून पूर्णही झाला. आता महालात जाण्यापूर्वी श्रीशंकरांनी काळाची भेट घेण्याची वेळ आली होती. त्यामुळे त्या भेटीला जाण्यापूर्वी शंकरांनी पार्वतींना एक गोष्ट सांगितली, हे बघ प्रिये. तुझ्या सांगण्यावरून मी आता काळाची भेट घेण्यासाठी जातो आहे खरा, पण एक गोष्ट मात्र लक्षात ठेव. जर काळानं माझी विनंती मान्य केली नाही, तर या वेळी आपण स्वतः या महालाला आग लावून देऊ. कारण तुझ्या स्वप्नाचा अन्य कुणामुळे वा अन्य कुणाच्या हातून चक्काचूर झालेला बघण्यायची माझी इच्छा नाही. त्यामुळे जर माझी विनंती काळानं मान्य केली नाही, तर मी तांडव नृत्य सुरू करेन. मग माझं तांडव पाहून तू हे समजून जा की, काळानं माझी विनंती मान्य केलेली नाही. हे समजलं की, तूच हा महाल भस्म करून टाक.

शंकर काय सांगताहेत, हे पार्वतींच्याही नीट लक्षात आलं. मग दुसऱ्या दिवशी सकाळीच शंकर काळाच्या भेटीला त्याच्याकडे जाऊन पोहोचले. त्यांनी काळाला पार्वतींची इच्छा काय आहे याची कल्पना दिली आणि त्यांची इच्छा पूर्ण होण्यासाठी तू आपली चाल थोडी बदल, ज्या योगे महालात वास्तव्याची पार्वतींची इच्छा पूर्ण होऊ शकेल, असंही सांगितलं. त्यावर काळ जे काही म्हणाला, त्यामुळे शंकरांनाही आश्चर्य वाटलं. तो म्हणाला की, तुम्ही सांगितलेलं काही मी कसं काय टाळू शकेन बरं? फक्त माझी एक अट आहे...

तुम्ही मला तुमचं सुप्रसिद्ध असं तांडव नृत्य एकदा करून दाखवा आणि मग मी माझी चाल बदलतो. आता शंकरांकडे इलाजच नव्हता. त्यांनी आपलं तांडव नृत्य सुरू केलं... आणि ते पाहून पार्वतींना वाटलं की, काळ काही शंकरांचं म्हणणं ऐकून आपली चाल बदलायला तयार नाही असं दिसतंय. मग त्यांनी खूपच उदास होत तो पूर्णपणे तयार झालेला महाल स्वतःच्याच हातांनी भस्म करून टाकला. म्हणजेच, कारण भले काहीही असो, पण काळानं चाल बदलण्याचं मान्य केल्यानंतरही शेवटी घडलं तर तेच, जे काळाच्या चालीनुसार होणार होतं.

—तात्पर्य—

काळाची पावलं समजून घेण्यापेक्षा मोठं असं कुठलंच ज्ञान मनुष्याच्या जीवनात असूच शकत नाही. मनुष्य काळाची पावलं ओळखू-समजू लागला, तर सुख आणि यशानं त्याचं आयुष्य काठोकाठ भरून जाईल. प्रत्येक मनुष्याला हे समजून घ्यावं लागेल की, पुढे जाणं, मागे येणं, थांबणं, वेगानं पुढे जाणं, कष्ट करणं आणि आराम करण्यापासून सगळ्याच गोष्टींचा विशिष्ठ असा एक वेळ असतो. आणि योग्य वेळी योग्य कार्य करणारी व्यक्ती कुठल्या-कुठे जाऊन पोहोचू शकते. मनुष्यानं योग्य वेळेच्या अथवा काळाच्या विरोधात जाऊन केलेल्या कुठल्याही गोष्टीचा कधीच काही चांगला परिणाम येऊ शकत नाही. आजवरच्या इतिहासात ज्या कुणी ऐतिहासिक आणि महान व्यक्ती झाल्या आहेत, त्या सगळ्यांना काळाशी पावलं जुळवून चालल्यामुळेच ती महानता गाठणं शक्य झालं आहे. त्यामुळे, आयुष्यात कुणीतरी बनण्याची इच्छा असेल, तर काळाबाबतचं तुमचं ज्ञान वाढवण्याकडे लक्ष द्या.

■

युधिष्ठिराचे बोल आणि भीमाचा ढोल

हा किस्सा आहे भारताचा प्राचीन ग्रंथ असलेल्या महाभारतातला. ही त्या वेळेची गोष्ट आहे, जेव्हा पांडव नावानं ओळखले जाणारे पाच भाऊ वनवासात दिवस कंठत होते. आता ही गोष्ट तर एकदम स्वाभाविकच की, ते राजमहाल सोडून रानो-माळ भटकत होते, तर त्यांचं आयुष्य चांगलंच कष्टप्रद असणार होतं. पांडव वनवासात असतानाच एके दिवशी त्यांच्या दारी एक संन्यासी भिक्षा मागण्यासाठी आला. हा संन्यासी आला, तेव्हा पांडवांचा सगळ्यात मोठा भाऊ युधिष्ठीर दरवाजातच उभा होता. आता भारतीय परंपरेनुसार जर कुणी दरवाजात भिक्षा मागण्यास आलं, तर त्याला रिकाम्या हाती न पाठवण्याचा रिवाजच. त्यात दारात साक्षात युधिष्ठीर, ज्याला धर्मराज म्हणूनही ओळखलं जायचं... पण दुर्दैवानं परिस्थिती मात्र अशी होती की, त्या संन्याशाला देण्यासाठी तेव्हा पांडवांच्या घरात काहीही नव्हतं. आता, जर घरात काही नव्हतं, तर काही नव्हतंच. त्याला परंपरा आणि धर्मराज हे दोघेही काय करू शकणार होते? तरीही या गोष्टीमुळे धर्मराज युधिष्ठिराला खूपच वाईट वाटलं. संन्याशाला रिकाम्या हाती परत पाठवावं लागतं आहे, याची त्यांना टोचणी लागली होती. पण आता काहीच उपाय नाही, हे लक्षात आल्यानंतर युधिष्ठिरानं हात जोडले आणि संन्याशाला म्हणाला, मी क्षमायाचना करतो की, या क्षणी आमच्याकडे तुम्हाला देण्यासाठी काहीही नाही. पण तुम्ही उद्या आमच्याकडे नक्की या. उद्या मी आपल्या भोजनाची व्यवस्था करण्याचं वचनच तुम्हाला देतो. युधिष्ठिराचं बोलणं ऐकून संन्यासी निघून गेला.

इथपर्यंत तर सगळं ठीक झालं. पण तिकडे बाकी भाऊ आणि द्रौपदीसोबत बोलत बसलेल्या भीमाला संन्याशाची ही गोष्ट समजली. ही गोष्ट समजताच त्याला काय

झालं कुणास ठाऊक, तो घरात ठेवलेला ढोल घेऊन बाहेर आला आणि त्यानं जोर-जोरानं ढोल बडवायला सुरुवात केली. साहजिकच ढोलाचा आवाज ऐकून बाकीचे सगळेही बाहेर आले. सगळे जण बाहेर आलेले पाहून भीमाला आणखीच जोश आला आणि त्यानं आणखी जोर-जोरानं ढोल बडवायला सुरुवात केली. योगायोगानं त्याच वेळी पांडवांचे मित्र असलेले श्रीकृष्ण आपल्या मित्रांची ख्याली-खुशाली विचारण्यासाठी तिथे आले होते. श्रीकृष्णांना आलेलं बघताच सगळ्यांनीच पुढे सरसावत त्यांचं स्वागत केलं. पण भीम मात्र ढोल बडवण्यातच मश्गुल होता. हा प्रकार काय चाललाय, ते कृष्णांना काही कळेना. अखेर त्यांनी काय चाललंय हे विचारलंच. त्यावर युधिष्ठीर आणि अर्जुन म्हणाले की, खादाड भीम भुकेमुळे बहुधा वेडा झाला असावा. पण कृष्णांच्या मनात नेहमीच भीमाच्या अंतस्थ हेतूंबद्दल सन्मानाचीच भावना असे. त्यामुळे ऐकीव माहितीवर विसंबून आपलं मत तयार करण्याऐवजी त्यांनी थेट भीमालाच प्रश्न विचारणं उचित मानलं.

भीम तर आपल्याला कृष्ण असा काही प्रश्न कधी विचारतायत, याचीच वाट बघत होता. त्यामुळे तो लगेचच बोलू लागला... कृष्ण, अहो, आज तर कमालच झाली आहे. माझे मोठे भाऊ युधिष्ठीर यांनी तर साक्षात काळावर विजय मिळवला आहे. आत्ताच युधिष्ठिरांनी एका संन्याशाला भिक्षा मागायला उद्या या, असं निवेदनच केलं नाही, तर उद्या तुम्हाला भरपेट जेवायला घालू, असं वचनही दिलं आहे. तुम्हीच विचार करून बघा, त्यांना येणाऱ्या 'उद्या'चं, म्हणजेच भविष्यकाळाचं किती ज्ञान प्राप्त झालं आहे. म्हणजे बघा, उद्या तो संन्यासी आणि आपण स्वतः, असे दोघेही जिवंत असतील, याची युधिष्ठिरांना खात्री आहे. उद्या त्या संन्याशाची आमच्याकडे येऊन भोजन घेण्याची इच्छा असेल, त्याचीच नव्हे तर युधिष्ठिरांचीही त्याला भोजन देण्याची इच्छा असेल... इतकंच नव्हे तर, युधिष्ठिरांना याचाही विश्वास आहे की, संन्याशाला भरपेट भोजन देण्यासाठी उद्या आमच्या घरी अन्नही उपलब्ध असेलच. आता तुम्हीच सांगा कृष्ण, जी घटना अन्य हजारो घटनांवर अवलंबून आहे, त्याबाबत युधिष्ठिरांना मात्र किती विश्वास आहे ना? आता मला सांगा, ज्याचा मोठा भाऊ इतका महान ज्ञानी होईल, त्याला अपार आनंद होणार नाही का? भीमाचं हे बोलणं ऐकून कृष्ण जिथे जोर-जोरानं हसू लागले, तिथे युधिष्ठिराच्या चेहऱ्याचे मात्र रंगच उडाले.

—तात्पर्य—

मनुष्याचं जीवन म्हणजे फक्त वर्तमानकाळ. भविष्यात काय वाढून ठेवलेलं आहे, हे नेहमीच अनिश्चित असतं. भविष्यकाळात घडणारी छोट्यात-छोटी घटनाही हजारो अन्य घटनांवर अवलंबून असते. त्यामुळे भविष्याबाबत विचार करणं फक्त बेईमानीच नाही, तर आपल्या सर्वच चिंतांचंही प्रमुख कारण असतं. मनुष्य आहे त्या क्षणात म्हणजेच वर्तमानात

जगायला शिकला आणि भविष्याची काळजी न करण्याचं त्यानं शिकून घेतलं, तर त्याचं आयुष्य मौज-मस्तीनं भरून जाईल. आणि चिंतामुक्त होत मस्तीभरं आयुष्य जगणं, हाच तर मनुष्याच्या जीवनाचा एकमेव हेतू आहे. आता विचार करा, युधिष्ठिरानं भविष्याबाबत दिलेल्या एका छोट्याशा वचनानंतर जर भीम इतक्या जोरानं ढोल बडवत असेल, तर तुमची-माझी आपल्या भविष्याबाबतची लांबच-लांब उड्डाणं किंवा मग धर्मगुरू आणि शास्त्रांत लिहिलेल्या स्वर्ग-नरकाच्या गोष्टींवर भीमानं किती मोठ-मोठ्यानं ढोल बडवला असता? नेमकं हेच कारण आहे की, जे धर्माची खरीखुरी सायकॉलॉजी मानतात, ते महाभारताच्या युगात कृष्णांनंतर भीमालाच ज्ञानी म्हणून मान देतात.

■

रामकृष्ण परमहंस आणि अतिशहाणा संन्यासी

त्या काळी रामकृष्ण परमहंसांचा आश्रम एका नदीकाठी वसलेला होता. एके दिवशी सकाळी ते नेहमीप्रमाणेच आश्रमाबाहेर बसून आपल्या शिष्यांसोबत चर्चा करत होते. तेव्हाच एक अत्यंत शिष्ठ, अतिशहाणा संन्यासी तिथे आला. तोसुद्धा त्याच गावचा रहिवासी होता. ...कारणं काय, हे त्यालाच ठाऊक, पण नेहमीच तो रामकृष्णांच्या विरोधातच भूमिका घेत असे. आता इथपर्यंत तर सगळं ठीकच होतं, पण त्या संन्याशाबाबत एकदम महत्त्वपूर्ण गोष्ट तर ही होती की, काही वर्षांपासून तो पाण्यावर चालण्याची कला आत्मसात करण्याचा प्रयत्न करत होता. त्या दिवशी त्यानं ती कला आत्मसात करण्यात यश मिळवलं होतं. तर याच आनंदात, रामकृष्ण परमहंसांना कमी लेखण्याच्या प्रयत्नात तो तिथे आश्रमाजवळ आला होता. त्यामुळे हे सांगायची तर काहीच आवश्यकता नाही की, पुढे काय-काय करायचं आहे, हे सगळं तो मनाशी नीट ठरवूनच आला होता. त्यामुळेच तिथे येताच तो सरळ रामकृष्णांना उद्देशून अगदी उर्मट स्वरात म्हणाला, तुम्ही स्वतः इतके ज्ञानी असल्याचा आव आणून फिरता, मग पाण्यावर कसं चालायचं, हे तुम्हाला माहिती आहे की नाही?

त्यावर रामकृष्ण परमहंसांनी एकदम साधेपणानं उत्तर दिलं, नाही बंधो. मला काही पाण्यावर चालता येत नाही. पण पाण्यावर चालता येत नसल्यामुळे आजवर माझं कुठलंही काम अडलेलं मात्र नाही. हो, आता जमिनीवर कसं चालायचं ते मात्र मला एकदम नीट माहिती आहे आणि त्याचा मला दैनंदिन जीवनात चांगलाच उपयोगही होतो आहे.

यावर संन्यासी थोडा आणखीच रुबाब दाखवत म्हणाला, हे बघा, तुमच्यातली जी कमतरता आहे ना, ती छान-छान शब्द वापरून लपवायचा प्रयत्न करू नका. मी काय सांगतोय ते ऐका, मला पाण्यावर चालण्याची कलाही साध्य झालेली आहे.

त्याच्या या बोलण्यावर मात्र तिथे असलेले सगळेच शिष्य आश्चर्यचकित झाले. पण रामकृष्ण मात्र एकदमच विचित्र नजरेनं त्या संन्याशाकडे बघू लागले. इतकंच नव्हे तर, खूपच कुतुहलयुक्त आवाजात ते पुढे म्हणाले की, खरंच तुम्हाला पाण्यावर चालता येत असेल, तर दाखवा पाहू पाण्यावर चालून... आम्हालाही तुमच्या या कलेचा आनंद घ्यायला निश्चितच आवडेल.

परमहंसांचं हे बोलणं ऐकल्यावर तो उर्मट संन्यासी सगळ्यांना सोबत घेऊन नदीकिनारी गेला. तिथे पोहोचल्यावर तो खरोखरच पाण्यावर चालत या किनाऱ्यावरून त्या किनाऱ्यावर गेला आणि परतही आला. हे पाहून सगळ्यांनाच आश्चर्याचा जोरदार धक्काच बसला. पण रामकृष्णांची प्रतिक्रिया मात्र इतरांपेक्षा वेगळी होती. ते मात्र सौम्यपणे हसत पुन्हा त्या संन्याशाच्या डोळ्यांत डोकावून बघत होते. त्यांनी संन्याशाची ना स्तुती केली, ना आणखी काही बोलले. फक्त उभं राहून ते शांतपणे, सौम्य हसतच होते. त्या संन्याशानं बेचैन होत रामकृष्णांच्या त्या हास्याचा अर्थ समजून घेण्याचा प्रयत्न केला. पण रामकृष्णांनी त्याला काहीच उत्तर दिलं नाही. त्यांनी नदीकडे चाललेल्या एका नाविकाला थांबवून प्रश्न केला की, बंधो, तू मला नदीच्या समोरच्या किनाऱ्यापर्यंत फिरवून आणशील का?

आता, नाविकाचा तर तो व्यवसायच होता. त्यामुळे त्यानं पटकन होकार दिला आणि रामकृष्णांना बोटीत बसवून पलीकडच्या तीरापर्यंत नेलं आणि परतही आणलं. इकडे संन्यासी आणि रामकृष्णांचे शिष्यही या प्रकारामुळे स्तंभित झाले होते, तोच तिकडे रामकृष्ण एकदम थाटात नावेतून खालीही उतरले आणि त्यांनी नाविकाला नदीतून फिरवून आणण्याचं मोल किती झालं, असा प्रश्न विचारला. नाविकानं त्यांना दोन पैसे झाले, असं उत्तर दिलं. ते रामकृष्णांनी त्या नाविकाला लगेच देऊन टाकले. मग ते त्या संन्याशाजवळ गेले आणि त्यांनी त्याच्या खांद्यावर हात ठेवून विचारलं, तर मित्रा, हे सांग की, तुला पाण्यावर चालण्याची ही कला साध्य करून घ्यायला किती वर्षं लागली?

त्यावर तो संन्यासी म्हणाला की, वीस वर्षं.

त्याचं हे उत्तर ऐकताच रामकृष्ण जोरजारोनं हसू लागले आणि हसत-हसतच म्हणाले की, 20 वर्षांच्या अथक प्रयत्नांनतरही कला शिकलास कसली, तर फक्त दोन पैशांची.

—तात्पर्य—

मनुष्याच्या जीवनाचा पूर्ण खेळ हा वेळ आणि ऊर्जेचा आहे. प्रत्येक मनुष्याला हे लक्षात ठेवायला हवं की, जर त्याला 80 वर्षं जगायचं असेल, तर त्यातली 25 वर्षं ही झोप, बाकी शिक्षण, जबाबदाऱ्या आणि नित्यक्रम यामध्येच अशीही जाणार आहेत. मग

अशा परिस्थितीत उरलेल्या कालावधीत जर तो वेळ आणि ऊर्जेचा अपव्यय बिनकामाच्या गोष्टींमध्ये करत राहिला, तर स्वतःला सुख आणि यश प्राप्त होण्यासाठी काही करायचं म्हटलं तरी, तो करेल कधी? ही गोष्ट पक्की ध्यानात ठेवा की, इथे प्रत्येक गोष्ट तुम्हाला तुमचा बहुमूल्य वेळ आणि ऊर्जा खर्च केल्यानंतरच प्राप्त होणार आहे. त्यामुळे कुठलीही गोष्ट मिळवण्याचा प्रयत्न करण्यापूर्वी त्यासाठी लागणारा वेळ आणि ऊर्जा यांचं एक समीकरण नक्कीच मांडून बघा. व्यवहार फायद्याचा ठरण्याची शक्यता असेल, तरच ते प्रयत्न करा. सुख आणि यश प्राप्त करण्याची ही जणू एक किमया वा गुरूकिल्लीच आहे.

■

वारे मना,

तुझी तोडच नाही...

एकदा एका तरुणानं संध्याकाळी सात वाजता त्याच्या वडिलांना सांगितलं, बाबा, उद्या तुम्ही मला पहाटे पाच वाजता उठवा. मी सकाळी मॉर्निंग वॉक घ्यायला जाणार आहे. परंतु तो हे बाबांना बोलत नाही, तोच दुसरं मन त्याला म्हणालं, का सांगितलंस पाच वाजता उठवायला? माहिती आहे ना की, उद्या कॉलेजात प्रॅक्टिकल आहे? आता इतक्या लवकर उठलास तर प्रॅक्टिकलच्या वेळेस झोप येणार नाही का? तितक्यात तिसरं मन बोलू लागलं... अरे, असं काय म्हणतोयस? सकाळी उठायलाच हवं लवकर. सकाळी लवकर उठून पुन्हा एकदा उजळणी केली तर, प्रॅक्टिकलही चांगलंच जाईल.

तर आता इथपर्यंत तर ठीक झालं. पण रात्री नऊ वाजता जसं त्यानं जेवण घेतलं, तशी त्याला सुस्ती चढली. मग चौथ्या मनानं त्याचं दार वाजवलं, अरे मला काही सकाळी-सकाळी लवकर उठायचं नाहीये. त्यानं पुन्हा बाबांना सांगितलं की, मला पहाटे पाच वाजता नकाच उठवू. पण निर्णयातला ठामपणाच हरवून बसलेल्या व्यक्तीचा मूर्खपणा लगेच संपतो कुठे? त्यामुळे रात्री टीव्ही वगैरे पाहून अकरा वाजता तो जेव्हा झोपायला निघाला, तेव्हापर्यंत त्याची सुस्ती बऱ्यापैकी कमी झाली होती. मग पाचव्या मनानं त्याला पुन्हा हाक मारली, ते म्हणालं की, उद्या पहाटे उठायलाच हवं. पहाटे उठून परीक्षेची नीट तयारी केली नाही, तर रिझल्टमध्ये उगाच गडबड व्हायची. आता त्यानं पुन्हा बाबांना मला उद्या पहाटे पाच वाजता उठवाच, अशी विनंती केली.

आता, हेसुद्धा ठीकच. पण दुसऱ्या दिवशी पहाटे जसं त्याला बाबांनी पाच वाजता उठवलं, तर त्याच्या सहाव्या मनाला राग आला. त्यामुळे तो तरुण वडिलांना म्हणाला, ही काय वेळ आहे का उठवून ठेवायची? आता मी इतक्या पहाटे उठून प्रॅक्टिकल सुरू असताना दिवसभर काय झोपा काढत बसू का?

हे ऐकून त्याचे बाबाही हैराण झाले. स्वतःच उठवायला सांगतो आणि उठवल्यावर याला राग येतो, असा विचार त्यांनी स्वतःशी केला. इकडे हा तरुण पुन्हा एकदा डाराडूर झोपी गेला. आता झोपला तर झोपला, पण नंतर उठून आंघोळ वगैरे आटोपून जेव्हा न्याहारी करायला बसला, तेव्हा मात्र त्याला लवकर उठलो नाही, याचा चांगलाच पश्चाताप झाला होता. मग तो पुन्हा बाबांना म्हणाला, मी झोपेत असताना कितीही उठवू नका म्हणालो, तरी तुम्ही मी पूर्ण जागा होईपर्यंत मला उठवायलाच हवं होतं. तुम्हाला माहिती आहे ना की, माझी प्रॅक्टिकलची परीक्षा आहे? मग त्यासाठी सकाळी उठून परीक्षेची तयारी करणं किती आवश्यक होतं? आता यावर त्या मुलाचे बाबा बोलणार तरी काय? त्यांनी फक्त डोक्यावर हात मारून घेतला...

—तात्पर्य—

मानवाचं मन हे अत्यंत वेगानं बदल होत रहाणारं असं इन्स्ट्रूमेंट आहे, जे कधीच कुठल्याही बाबतीत स्थिर नसतं. कारण मानवाला एक नव्हे, तर अनेक मनं आहेत. जोपर्यंत मनुष्य आपल्या मनाची खोली समजून घेत नाही, तोपर्यंत त्यानं स्वतःबाबत काहीच आधीपासून ठरवू नये. मनाची खोली व्यवस्थित समजेपर्यंत तर त्यानं मनाच्या फ्लो किंवा प्रवाहासोबत प्रवाहित होणंच अधिक हितकारक आहे.

■

कहाणी
८०

माझे अंतिम शब्द – बुद्ध

तुम्ही विश्वास ठेवा अगर ठेवू नका, पण मी बुद्ध बोलतो आहे. मला अजूनही चांगलंच आठवतं आहे. तेव्हा माझी तब्येत फारच खराब झाली होती. मला हे समजलंही होतं की, माझा अंतिम समय जवळ आला आहे. त्या वेळी 25 वर्षांपासून सदैव माझ्यासोबतच राहिलेला शिष्य आनंदही माझ्यासोबत होताच. साहजिकच, माझी अवस्था पाहून आनंद खूपच दुःखी झालेला होता. तर त्याची झालेली अवस्था पाहून मला आश्चर्य वाटू लागलं होतं की, माझ्या संभाव्य मृत्यूचं जर त्याला इतकं दुःख झालं असेल, तर जीवनभर माझ्यासोबत राहून तो शिकला तरी काय? आता 25 वर्षं माझ्या सदैव सोबत असणाऱ्या शिष्याचीही जर दुःखापासून सुटका झालेली नसेल, तर इतर सगळ्यांनी मग माझ्याकडून ग्रहण केलं तरी काय असेल?

गमतीचा भाग तर हा की, मी या आश्चर्याच्या धक्क्यातून सावरतो न सावरतो, तोच आनंदनं मला आश्चर्याचा आणखी एक मोठा धक्का दिला. त्यानं मला विचारलं की, मला एक असं सत्य सांगा की, ज्यायोगे माझा कायमसाठी उद्धार होऊन जाईल. मग मला कळेना, मी काय आयुष्यभर असत्य सांगत बसलो होतो, म्हणून मी अंतिम समयी माझ्या प्रिय शिष्याला एखादं महान सत्य देऊन जाईन? आणि मग कुणालाही सत्य देणारा मी होतोच कोण? मी तर फक्त मार्ग दाखवू शकत होतो. बाकी, योग्य मार्गावर चालून 'सत्य'प्राप्ती तर मनुष्यालाच करायची होती. कुठल्याही मनुष्याकडे कुणाला काही देण्याची किंवा कुणाकडून काही हिरावून घेण्याची क्षमताच मुळात असते कुठे? त्यामुळे मी आनंदला म्हणालो, बंधो आनंद, 'अप्प दीपो भव', अर्थात स्वतःचा दीपक हो.

आता, मी सदेह अस्तित्वात होतो, तेव्हा माझे अखेरचे शब्द हेच होते की, स्वतःच स्वतःचे दीपक व्हा. आज, पंचवीसशे वर्षांनंतरही मी तुम्हाला तेच सांगतो आहे

की, स्वतःच स्वतःचा दीपक व्हा. आणि खरं सांगू का, माझ्या मुखातून निघालेल्या सर्व शब्दांचं, माझ्या वर्तणुकीचं सार हेच आहे. मी अगदी खात्रीपूर्वक सांगू शकतो की, तुम्ही या गोष्टीची खूणगाठ बांधू शकलात, तर त्याच क्षणी तुमचा उद्धार होईल. मला तर फक्त मार्गच दाखवायचा होता. त्यामुळे तो मार्ग दाखवून मी निघून गेलो आहे. आता त्या मार्गावर चालून तुमचं सत्य तर तुम्हालाच प्राप्त करून घ्यायचं आहे. आता, यापेक्षा जास्त मी काहीच करू शकत नाही. तुम्ही आता याचाही विचार करा की, जेव्हा मी प्रत्यक्ष इथे होतो, तेव्हाही मी काहीच करू शकत नव्हतो, तर आता माझ्या मूर्तींमुळे किंवा माझ्यासारखी वस्त्रं परिधान केल्यामुळे काय संभव होणार आहे? त्यामुळे या सगळ्या तमाशांपासून दूर रहा आणि स्वतःलाच संभ्रमित करणं टाळा. मी सरळ-सरळ असा जो काही मार्ग तुम्हाला दाखवला आहे, त्या मार्गावरून मार्गक्रमण करत आपल्या जीवनाचं सत्य शोधण्यास तुम्ही सुरुवात करा. विश्वास ठेवा की, स्वतःचा उद्धार स्वतःच करण्याशिवाय तुमच्याकडे अन्य कुठलाही पर्यायच नाही. तुम्हाला स्वतःच दीपक होऊन स्वतःला, स्वतःच्या आयुष्यालाही प्रकाशमान करावंच लागणार आहे.

■

चिमुकल्याचं अनोखं भजन

लहान मुलं स्वभावतःच एकदम निरागस असतात. त्यांना जर बाथरूमला जायचं असेल, तर ते अजिबातच हा विचार करत नाहीत की, तिथे आणखी कुणी बसलं आहे का किंवा कुणी काय म्हणेल... लहान मूल सरळ आईला सांगून टाकतं की, आई मला शू करायला जायचं आहे. आता ही गोष्ट खरंतर एकदम साधारण आणि नैसर्गिकच असते. पण आई-वडिलांना मात्र अनेकदा वाटतं की, मुलाच्या अशा बोलण्यामुळे पाहुण्यांसमोर त्यांना मान खाली घालावी लागते. मग काय, अशाच प्रकारे विचार करणाऱ्या एका आईनं तर अशा पेचप्रसंगातून सुटण्यासाठी रस्ताही शोधला. तिनं आपल्या अडीच वर्षांच्या मुलाला समजावलं की, जेव्हा कधी तुला शू लागेल, तेव्हा मला सांगायचं की, आई मला भजन म्हणायचं आहे. कारण सगळ्यांसमोर मला शू लागली आहे, असं तू सांगतोस ते काही योग्य नाही.

आता मुलांना काय घेणं-देणं, काहीही नाव घेतलं, तरी त्यांना काय फरक पडणार? त्यांना त्यांचं काम झाल्याशी मतलब. मग झालं असं की, काही दिवस ही व्यवस्था एकदम छान चालू लागली. पण एके दिवशी या मुलाच्या आई-वडिलांना अचानक त्याला सोबत न घेता दोन-तीन दिवसांसाठी बाहेरगावी जावं लागलं. आता आई-वडील बाहेरगावी गेल्यावर त्या चिमुकल्याला आपल्या आजोबांसोबत थांबावं लागलं. आता तेही ठीकच. पण मध्यरात्री त्या मुलाला शू लागली. त्यामुळे त्यानं आजोबांना जागं केलं आणि सांगितलं की, आजोबा चला मला भजन म्हणायचं आहे.

आता ऐन मध्यरात्री नातवानं झोपेतून उठवल्यामुळे आजोबा आधीच वैतागले होते. त्यात नातवाची ही भजन म्हणण्याची इच्छा ऐकल्यावर त्यांना काय बोलावं तेही सुचेना. त्यांनी नातवाला थोडंसं वैतागूनच सांगितलं की, आता गुपचूप झोपून जा बघू... इतक्या रात्री कुणी भजन म्हणत नसतं.

हे ऐकल्यावर त्या छोट्या मुलाला एकदम आश्चर्यच वाटलं. मग तो म्हणाला की, भजन म्हणण्याची अशी काही वेळ कुठे असते? भजन म्हणावसं वाटलं की ते म्हणावंच लागणार ना?

आता मात्र आजोबांना राग आला. ते चिडूनच म्हणाले, एकदा सांगितलं ना तुला, आत्ता भजन नाही म्हणायचं... म्हणजे नाही म्हणायचं.

त्यावर तो चिमुकला बोलणार तरी काय? तरीही गयावया करत तो म्हणाला, आजोबा, हे तर होऊच शकत नाही. मला भजन तर म्हणावंच लागेल. नाही म्हटलं तर मात्र गडबड होऊन जाईल. आता मात्र आजोबा पुरतेच त्रस्त झाले. काय करावं या छोट्या मुलाचं, हे त्यांना समजेनासं झालं. त्यांना त्याच्या आई-वडिलांचाही चांगलाच राग आला. पण, त्या मिनिटाला ते करू तरी काय शकत होते? त्यामुळे त्या चिमुकल्याच्या हट्टापुढे त्यांनी शरणागती पत्करायचं ठरवलं. मग ते त्याला म्हणाले, हे बघ आता तुला भजन म्हणायचंच आहे, तर म्हण. पण तू एक काम कर, माझ्या कानात भजन म्हण. म्हणजे माझी तर झालीच आहे, पण इतरांची तरी झोपमोड होणार नाही.

मग काय, त्या चिमुरड्याला तर असंही थांबणं असह्यच झालं होतं. मग त्यानं आजोबांच्या कानात गरमागरम भजन म्हणूनच टाकलं...

—तात्पर्य—

तुम्हीही आयुष्यभर हेच करत असता. चुकीच्या ठिकाणी चुकीच्या पद्धतीनं भजन गात असता. तुम्ही शब्द हेच सर्वकाही असं मानून जगता. तुम्ही हे लक्षात घेतच नाही की, शब्दांचं महत्त्व दृश्य गोष्टींना नावं देण्यापुरतं ठीक आहे. पण अदृश्य म्हणजेच सायकॉलॉजीचा जिथे विषय येतो, तिथे त्या शब्दांना योग्य परिभाषा देण्याचीही तितकीच आवश्यकता असते. तुमची सुखं-दुःखं असो किंवा धर्म, मित्र, ईश्वर वा मग समृद्धी असो किंवा व्यवसाय, पाप-पुण्य असो वा चांगलं-वाईट... हे सगळे तर निव्वळ शब्दच आहेत. जोपर्यंत या शब्दांची तुम्ही एक परिभाषा तयार करत नाहीत, तोपर्यंत तर जणू तुम्ही या सगळ्या शब्दांसोबत हवेतले प्रयोगच करत असता. थोडक्यात सांगायचं, तर या गोष्टीत सांगितल्याप्रमाणे बाथरूमला जाणं म्हणजे भजन म्हणणं समजता. जे फारच धोकादायक आहे. तरीही तुम्ही मोठ-मोठ्या शब्दांसोबत हा धोकादायक खेळ नेहमीच खेळतच

रहाता... मग तुमच्या जीवनात सकारात्मक परिणाम येतील तरी कुठून? हेच कारण आहे ज्यामुळे तुम्हाला मित्र, परिवार, धर्म, ईश्वर, व्यवसाय अशा सगळ्या गोष्टी दगाच देतायत. कारण तुम्ही या सगळ्याच गोष्टींवर अन्य कुणी तरी निश्चित केलेल्या परिभाषेनुसारच प्रयोग करताय. पण सायकॉलॉजिकल दृष्टीकोणातून, रोजच्या आयुष्यात वापरल्या जाणाऱ्या शब्दांसाठी तुम्ही तुमची स्वतःची अशी परिभाषा ज्या दिवशी निश्चित कराल, त्या दिवसानंतर तुमचा प्रत्येक प्रयोग हा जीवनात सुख, समृद्धीच घेऊन येईल... अन्यथा तोपर्यंत तुम्हीसुद्धा त्या चिमुकल्याप्रमाणेच शू-शू करण्याच्या नावाखाली इकडे-तिकडे भजन म्हणत फिरणार आहात.

■

संतुष्टता हेच सुख

एका छोट्याशा शहरामध्ये एक व्यापारी रहात होता. अनेक वर्षांपासून चालत असलेला व्यवसाय असल्याने त्याचा चांगलाच जमही बसलेला होता. त्यामुळे तो सर्वार्थानं खाऊन-पिऊन सुखी होता. त्याचा व्यावसायिक जम इतका उत्तम बसलेला होता की, व्यवसायासाठी त्याला दिवसातून सहा तास वेळ दिला, तरी ते पुरेसं ठरत होतं. त्यामुळे त्याच्याकडे बराच वेळ असायचा. साहजिकच त्याचं खाणं-पिणं, व्यायाम हे तर नियमित होतंच, पण संगीत आणि वाचन असे व्यक्तिगत छंद जोपासण्यासाठीही त्याला वेळ मिळत होता. त्याचप्रमाणे परिवार आणि मित्र-मंडळींसोबतही वेळ देऊन तो आयुष्य मजेत-मस्तीत जगत होता.

दुसरीकडे त्याचा एक मेहुणा होता. तो सॉफ्टवेअर इंजिनिअर होता. हा मेहुणा खूपच महत्त्वाकांक्षी आणि उपद्रवीसुद्धा होता. जीवनात प्रगती करण्याच्या ध्यासापोटी आजवर त्यानं चार-पाच नोकऱ्याही बदलून झाल्या होत्या. एकदा कुठे तरी चांगला, मोठा हात मारण्याची संधी कधी मिळते, याचीच सदैव चिंता करत तो इकडे-तिकडे फिरत असे. एके दिवशी भावोजी आणि मेहुणा असेच निवांत बसले होते. मग भावोजींनी ही संधी साधत आपल्या मेहुणेसाहेबांना विचारलंच की, मी अनेकदा विचार केला, पण तुला आयुष्यात नेमकं करायचं तरी काय आहे, हे मला काही केल्या समजलेलंच नाही.

त्यावर मेहुणा थोडासा आखडूपणा दाखवत म्हणाला, काहीही करून एकदाचा मला माझा स्वतंत्र व्यवसाय सुरू करण्याचा मार्ग शोधायचा आहे. व्यवसाय सुरू केला की, त्यात जरा जम बसवीन. मग जम बसल्यावर त्यातून चांगले पैसे मिळू लागले की झालं आयुष्य सेट. आता यात तुम्हाला न समजण्यासारखं आहेच काय?

हे ऐकून भावोजी थोडेसे हैराणही झाले. म्हणाले, अरे पण सगळं काही तुला हवंय तसंच जरी चालत राहिलं, तरीही तू हे जे काही सांगतो आहेस ना, ते तुला मिळेपर्यंत तुझं वय साठ झालेलं असेल. बरं, तेही जाऊ दे. पण मग त्यानंतर पुढे काय?

त्यावर मेहुणा म्हणाला की, मग काय? मग मी सुख आणि शांतीचं आयुष्य जगेन.

त्यावर भावोजी जरा हसत-हसतच म्हणाले की, आता तसं जीवनच जगायचं तर तू एखाद्या ठिकाणी लागलेल्या नोकरीत टिकून राहिलास, तरीही तुला ते शक्य होणार आहे. मग त्यासाठी तीस वर्षं थांबण्याची किंवा इतकी मोठी जोखीम पत्करायचीही तुला गरजच काय आहे?

आता या प्रश्नाचं उत्तर ना त्या मेहुण्याकडे होतं, ना कदाचित तुमच्याकडेही असेल. आता तुम्हाला समजत असेल, तर हा इशारा तुमच्यासाठीही पुरेसा ठरावा. अन्यथा बिनकामाच्या महत्त्वाकांक्षांना महत्त्व देऊ नये हे कळण्याइतकं समंजस आज-काल असतं तरी कोण?

—तात्पर्य—

संतोष हेच परमधन आहे. ते अशासाठी की, जो मनुष्य संतुष्ट असतो, तो आज त्याच्या हातात जे काही आहे, ते फेकून देत जे अनिश्चित आहे, ते मिळवण्यासाठी कधीच प्रयत्न करत नाही. आता सगळ्या आयुष्यभर काही मिळवण्या-हरवण्यातच धावपळ करत राहिलात किंवा सुख-दुःखातच जीवन घालवलंत, तर मनाच्या तरलपणाचा अनुभव तुम्ही कराल तरी कधी? आता मुद्दा यश मिळवण्याचाच असेल, तर निष्कारण उगाचच इकडे-तिकडे, खाली-वर भटकणाऱ्यास यश कधीही मिळणार नाहीच. सरळ-सरळ सायकॉलॉजिकल सत्य समजून घ्या की, फक्त संतुष्ट मनोवृत्ती असलेली व्यक्तीच सुख आणि यशाचे झेंडे फडकवू शकते. आपल्या खऱ्या-खुऱ्या सायकॉलॉजीचं ज्ञान सामान्य माणसाला नाही. त्यामुळेच संतुष्टतेचा अभावच लोकांच्या प्रगतीतला मुख्य अडसर ठरतो आहे. सत्य तर हेच आहे की, सायकॉलॉजिकल अज्ञान हेच मानवाच्या सर्वच प्रकारच्या अपयशांचं प्रमुख कारण आहे. संतुष्टता हा यशाचा वैरी अजिबातच नाही, उलट तो तर यशाचा परममित्रच आहे. त्यामुळेच तुम्ही सगळ्यांनी संतोष या भावनेचा आश्रय घ्यायला हवा. त्यामुळे एक तर तुम्हाला मनाची शांती प्राप्त होईल आणि दुसरं म्हणजे, कायम संतुष्ट राहिलात की, यशाकडे जाण्याचा मार्गही तुमच्यासाठी आपसूकच खुला होईल. कारण हेसुद्धा लक्षात घ्या की, एका जागी स्थिर असलेल्या व्यक्तीलाच संधी दिसू लागतात आणि संधीचं सोनं करण्याची ऊर्जाही त्याच्याकडेच असते. असंतुष्ट माणूस तर असाही इकडे-तिकडे धावपळ करून, धक्के खाऊन थकलेला, घाबरलेला आणि शक्तीपात झालेलाच असतो.

■

८३

दारूडा नवरा आणि सायकॅट्रिस्ट

एक माणूस अगदी नियमितपणे दारू पित असे. दारू पिणं हाच त्याचा एकमेव छंद होता. आता खरं तर, दारू प्यायल्यानंतरही तो स्वतःच्या मर्यादेतच रहात असे. दारू पिऊन तो बहकलाय, त्यानं गोंधळ घातलाय, असं कधीच झालेलं नव्हतं. तरीही त्याच्या पत्नीला मात्र त्यानं अशा रीतीनं नियमितपणे दारू पिणं काही केल्या पसंत पडत नव्हतं. काहीही करून तिला आपल्या पतीची ही दारू पिण्याची सवय सोडवायचीच होती. त्यामुळे तिनं अनेक वेळा पतीला समजावण्याचा प्रयत्न केला, दारू प्यायल्यामुळे होणाऱ्या आजार-रोगांचीही माहिती दिली. तरीही ती पतीचं दारू पिणं थांबवण्यात यशस्वी काही होऊ शकली नव्हती.

मग एके दिवशी कुणी तरी तिला पतीला घेऊन सायकॅट्रिस्टकडे जाण्याचा सल्ला दिला. तिलाही तो सल्ला पटला. पण पतीला घेऊन सायकॅट्रिस्टकडे जाणं तितकंसं सोपं कसं असेल? कारण, दारू सोडवण्यासाठी माझ्यासोबत सायकॅट्रिस्टकडे चल, असं सरळ सांगितल्यावर पती तिच्यासोबत जाण्याची काही शक्यताच नव्हती. पण ती पत्नीही चांगलीच चतुर होती. तिनं सायकॅट्रिस्टकडे आधीच सगळी व्यवस्था करून घेतली. सायकॅट्रिस्टना भेटून तिनं पतीची दारू पिण्याची सवय आणि ती सुटण्यासाठी त्याला त्यांच्याकडे घेऊन येण्याचा हेतू अशी सगळी सविस्तर कल्पना दिली. मग तिनं त्या सायकॅट्रिस्टना हेसुद्धा स्पष्टपणानं सांगून टाकलं की, माझ्यावर उपचारांचा बहाणा करून मी पतीला सोबत घेऊन येणार आहे. पुढे मग कसं काय करायचं, त्याच्याशी कसं बोलायचं आणि दारू पिण्याची सवय कशी सोडवायची वगैरे वगैरे गोष्टींची जबाबदारी सायकॅट्रिस्ट महाशयांचीच असेल.

ठीक आहे, असं म्हणून त्या सायकॅट्रिस्टनंही हे आव्हान स्वीकारलं. मग आधीच ठरलेल्या योजनेनुसार पत्नी आपल्या पतीला घेऊन त्या सायकॅट्रिस्टकडे गेली. काही काळ

मग पत्नीच्या आजाराबाबतचं नाटक चाललं आणि अचानक त्या सायकॅट्रिस्टनं दारूचा विषय काढला आणि चर्चा सुरू केली. आता त्यांची वाणी तर अशी अमोघ होती की, अगदी कट्टर दारूड्यालाही दारू सोडून द्यावी, अशी इच्छा व्हायलाच हवी. पण प्रस्तुत गोष्टीतला हा पती मात्र चांगलाच पक्का होता. त्याचीही दारू पिण्याची इच्छा काहीशी कमकुवत झाली होती खरी, पण दारू प्यायचीच नाही, असं काही वाटण्याचा प्रश्नच नव्हता. दुसरीकडे सायकॅट्रिस्टही काही कच्च्या गुरूचा चेला नव्हता. त्यानं आपलं संभाषण वाढवत त्या दारू पिणाऱ्या पतीला बोलण्यात आणखी गुंगवलं आणि काहीही करून दारू पिणं सोडून देईनच, असं म्हणण्यापर्यंत त्याचं मन वळवलं. लगोलग पत्नीनंही त्याच वेळी पतीकडून दारू पिणार नाही, असं वचनच मागितलं. बिच्चारा तो पती... चारी बाजूंनी प्रभावाखाली आला होता. मग त्या मनस्थितीत त्यानं ते वचनही देऊन टाकलं.

मग काय, तिथून ती पत्नी सरळ घरी गेली आणि पती थेट दुकानात गेला. इथपर्यंत तर सगळं काही ठीक झालं. पण रात्री दुकानातून घरी परतण्याची वेळ झाल्यावर मात्र तो द्विधा मनस्थितीत अडकला. आता त्याचा हा शिरस्ताच होता की, घरी जायच्या रस्त्यावरच असलेल्या एका रेस्टॉरंटमध्ये बसून दोन पेग घ्यायचे आणि मगच पुढे घरी जायचं. आता सकाळी त्यानं सायकॅट्रिस्टच्या प्रभावाखाली येऊन दारू न पिण्याचं वचन

तर देऊन टाकलं होतं. पण बुद्धीनं दिलेल्या वचनाचा, मनावर कसा प्रभाव पडणार? त्यामुळे दुकानातून बाहेर पडल्यावर त्याला नेहमीप्रमाणंच दारू पिण्याची आठवण झाली. पण सकाळी दिलेलं वचन त्याच्या रस्त्यात आडवं येत होतं. कुठे त्या सायकॅट्रिस्ट आणि पत्नीच्या बोलण्यात फसलो आणि दारू न पिण्याचं वचन देऊन बसलो, असं स्वतःशीच म्हणत तो दुःखीही झाला. तरीही त्यानं मन थोडं घट्ट केलं. आज सकाळीच तर वचन दिलं आहे. ते असं लगेचच कसं तोडता येईल? आणि संकल्प नावाची काही गोष्ट असते की नाही? दारू न पिण्याचा संकल्पच मी केलाय ना, असा विचार करत तो गुपचूप घराकडे चालू लागला. इथपर्यंत तर ठीक, पण जसं त्याला रस्त्यात ते रेस्टॉरंट लागलं, तसं त्याचं मन पुन्हा कमकुवत झालं. पण नाही म्हणजे नाही... तो दारू न पिण्याच्या निश्चयावर ठाम राहिला. मग बुद्धी आणि मन यांच्या संघर्षात हेलकावे खात तो रेस्टॉरंटकडे बघत घराकडे चालत पुढे निघालाही. पण दहा-वीस पावलं चालून होत नाहीत, तर पुन्हा थांबला... मग त्यानं काय विचार केला कुणास ठाऊक. त्यानं स्वतःच्या पाठीवर स्वतःच शाबासकी दिली आणि म्हणाला की, शाब्बासकी आहे तुला. आज तू दिलेल्या वचनाचा मान ठेवण्यासाठी रेस्टॉरंटच्या समोरून चालत गेलास, पण आत जाऊन दारू काही प्यायला नाहीस. दारू न पिताच त्या रेस्टॉरंटसमोरून गेल्याबद्दल तुला मानयालाच हवं. तू खरंच शब्दाचा पक्का आहेस. वचनावर अढळ रहाण्याची ही तुझी बांधीलकी पाहून मला खूपच आनंद झाला आहे. चल, या आनंदात मी तुला दोन पेग पाजतो... असं म्हणून अखेर तो त्या दिवशीही दोन पेग पिऊनच घरी गेला.

—तात्पर्य—

मनुष्य जसा काही असेल, तसा तो परिपूर्ण भलेही नसेल. पण बाह्यप्रभाव किंवा दबावांखाली येऊन तो स्वतःमध्ये कधीच कायमस्वरूपी बदल घडवून आणू शकत नाही. आता शारीरिक पातळीवर त्यानं स्वतःमध्ये बदल घडल्याचं नाटक रंगवलंही, तरी अशा प्रभाव आणि दबावांखाली घडवून आणलेला बदल हा त्याच्या मनापर्यंत कधीही पोहोचू शकत नाही. आणि जोपर्यंत मनात बदल होत नाही, तोपर्यंत काहीही झालं तरी ते बिनकामाचंच असेल. त्यामुळे जर तुम्ही मनापासून एखाद्या गोष्टीत बदल करण्यास उत्सुक असाल आणि हा बदल कायमच्या स्वरुपात हवा, अशीही तुमची इच्छा असेल; तर मग त्या बदलासाठी मन पूर्णतः तयार होत नाही तोपर्यंत स्वतःमध्ये शारीरिक पातळीवर अर्धे-मुर्धे बदल करण्याचा प्रयत्नही कधीच करू नका.

■

कहाणी

८४

जैन मुनी आणि मासा

हे तर तुम्हालाही माहितीच असेल की, जैन मंडळींच्या सगळ्याच गोष्टी आणि त्यांचा धर्मही फक्त अहिंसेच्याच अवती-भवती फिरतो. त्यामुळे आता हेसुद्धा वेगळं सांगायची गरजच नाही की, जैन मुनींची सगळी प्रवचनंही अहिंसा या एकाच शब्दाभोवती फिरतात. तर ही अशाच एका जैन मुनींची गोष्ट आहे, जे एकदा अहिंसेबाबत प्रवचन देत होते. योगायोगानं नेमक्या त्याच वेळी एक अनोखीच म्हणावी अशी घटना घडली. तर झालं असं की, त्या दिवशी त्यांचं प्रवचन ऐकायला एक मुस्लिम युवकही आला होता. इकडे प्रवचनात ते मुनी अहिंसेबाबत सांगताना प्राण्यांच्या होणाऱ्या वधाबाबत बोलू लागले. ते या विषयावर अत्यंत मार्मिक भाष्य करत असतानाच हा मुस्लिम तरुण उठून उभा राहिला आणि मोठ्या आवाजात बोलू लागला की, माझं नाव साजिद खान आहे. आज मी प्रथमच मुनीजींचं प्रवचन ऐकलं आणि त्यांच्या बोलण्यानं मी खूपच प्रभावितही झालो आहे. त्यांनी प्राण्यांसोबत होणाऱ्या हिंसेबद्दल केलेल्या गोष्टींमुळे तर माझं हृदय अगदी विदीर्ण झालं आहे. खरं सांगायचं तर, माझाही अनुभव हाच आहे की, प्राणी अत्यंत उपयुक्त असतात. इतकंच कशाला, तर एकदा माझे स्वतःचे प्राण एका माशामुळेच वाचले होते...

त्याचं हे बोलणं ऐकून प्रवचनाला उपस्थित सगळेच स्तब्ध झाले. भक्तांच्या मनातला मुनींबाबतचा प्रेमादर शतगुणांनी वाढला. सगळ्यांचा अहंकार हे ऐकून सुखावला की, चक्क एक मुस्लिम तरुण आपल्या जैन मुनींचं प्रवचन ऐकायला येऊन बसलाय. प्रत्यक्ष त्या मुनींचं तर विचारूच नका, कारण ते तर अहंकाराच्या सातव्या आकाशावर गेले होते. मग प्रवचन संपताच मुनींनी त्या मुस्लिम युवकाला जवळ बोलावलं. गोड बोलून आणि आमीषं दाखवून मुनींनी त्या युवकाला आपला शिष्य होण्यासाठी राजी केलं. त्याला एकच

काम करायचं होतं. ते म्हणजे जिथे कुठे मुनी जाणार असतील, तिथे जायचं. आपला परिचय द्यायचा आणि त्यानंतर माशानं त्याचा जीव वाचवला होता, ते या सभेत सांगितलं, तसंच सांगायचं... हे गणित एकदम छान बसलं. जैन मुनींच्या सभेला मुस्लिम युवकाची उपस्थिती ही गोष्ट रंगतदार ठरली. त्यामुळे मुनींच्या सभेला ते कुठेही गेले, तरी प्रचंड गर्दी होऊ लागली. इतकंच कशाला, त्या मुनींची गणना थोर जैन मुनींमध्येही होऊ लागली. बघता-बघता अशा प्रकारे त्या मुस्लिम युवकासोबत मुनींच्या सभा होऊ लागण्यास वर्षही उलटून गेलं. मग एके दिवशी संध्याकाळी असंच बसल्या बसल्या त्या जैन मुनींच्या मनात विचार चमकला की, बाकी सगळं तर ठीक आहे. पण माशानं या युवकाचा जीव कसा वाचवला, हे तर मी त्याला कधीच विचारलंही नाही. मग काय, त्यांनी ताबडतोब त्या युवकाला बोलावून घेतलं आणि माशानं त्याचा जीव कसा वाचवला होता, हे सविस्तर सांगायचा आदेशच त्याला दिला.

हे ऐकल्यावर त्या युवकाच्या अंगात एकदम उत्साहच संचारला आणि त्यानं लगेचच आपली ती अविस्मरणीय गोष्ट सांगायला सुरुवातही केली. तो म्हणाला की, मुनीवर, त्याचं असं झालं की, एकदा मी काही मित्रांसोबत जंगलात फिरायला गेलो होतो. पण दुर्दैवानं माझी आणि त्या मित्रांची ताटातूट झाली. मला काही केल्या रस्ताही सापडेनासा झाला होता. मी जंगलात असाच तहानलेला आणि भुकेला होऊन फिरत होतो. पण दोन दिवस उलटले तरी मला ना मित्र सापडले ना जंगलातून बाहेर जायचा रस्ता. तितक्यात माझी नजर एका छोट्याशा तलावावर पडली. त्या छोट्याशा तलावात काही मासेही पोहत होते. आता मी तहान-भुकेनं व्याकूळ तर झालेला होतोच. मग काय, एक मोठासा मासा पकडला आणि तो चांगला खरपूस भाजून खाल्लाही. खरंच सांगतो, त्या कठीण प्रसंगी त्या माशानंच माझा जीव वाचवला, हे निःसंशय.

त्या मुस्लिम युवकाची ही गोष्ट ऐकून जैन मुनींचा तर चेहराच उतरला. पण ते मुनीही होते तसे पक्के. त्यामुळे त्यांनी त्या तरुणाला सांगितलं की, हे बघ, तू सभेत येऊन जे काही बोलतो आणि करतो आहेस, ते तू तसंच पुढेही सुरू ठेव. पण माशानं तुझा जीव कसा वाचवला होता, याबाबत तू विस्तारानं कधी कुणाला काही सांगितलंस ना, तर त्याच दिवसापासून मी दिलेली ही नोकरी तू कायमची गमावून बसशील.

आता तो युवकही मुनींप्रमाणेच समजूतदार आणि प्रॅक्टिकलही होता. आता फक्त दोन वाक्यं बोलण्यासाठीच मुनी त्याला इतका बक्कळ पगार देत होता, म्हटल्यावर त्यानं ही आरामाची नोकरी सोडून देण्याचा तर काहीच प्रश्न नव्हता. त्यामुळे या दोघांचंही हे युगलगीत वर्षानुवर्षं तसंच पुढे सुरू राहिलं आणि फळस्वरूप मुनींची उंची आणि रुबाब या दोन्ही गोष्टीही दिवसेंदिवस वाढतच राहिल्या.

—तात्पर्य—

बहुतांश धार्मिक संत, मग ते कुठल्याही धर्माचे का असेनात, त्यांचं आणि त्यांच्या भक्तांचं नातं, हे अशाच स्वरुपाचं असतं. दोघेही मोठ-मोठ्या गोष्टींचा आधार घेत अखेरीस स्वतःची आणि स्वतःच्या धर्माची उंचीच कशी श्रेष्ठ आहे, हेच सिद्ध करण्याच्या प्रयत्नात नेहमी व्यस्त असतात. मोठाल्या सिद्धान्तांच्या आंतरिक खोलीशी कुणालाही काहीच देणं-घेणं नसतं. अगदी खरंच बोलायचं तर, पाखंडाच्या जीवावर अहंकाराची तृप्ती हाच बहुतांश धर्मगुरू आणि त्यांचे सांप्रदायिक चेले अशा दोघांचाही उद्देश राहिलेला आहे. मनाच्या सखोल उंचीमध्ये कुणालाच काहीही स्वारस्य राहिलेलं नाही. अशा धर्मगुरू आणि त्यांच्या चेल्यांपेक्षा तर ती मंडळी चांगली, जी मोठाल्या सिद्धान्तांच्या गोष्टी करण्याऐवजी आपल्या मनाच्या वास्तवात जगत असतात.

■

पित्याची मुलाला अजब शिक्षा

एके दिवशी एक व्यक्ती ऑफिसमधून घरी आली. घरी येताच त्यानं पाहिलं की, चार-पाच वर्षांचा त्याचा मुलगा हॉलमध्ये खेळण्यासोबत खेळत होता. मग ती व्यक्तीही हात-पाय धुवून, कपडे बदलून हॉलमध्येच येऊन बसली. आता, खेळणाऱ्या लहान मुलासोबत काही वेळ व्यतीत करण्यास कुणाला आवडत नाही? पण त्या छोट्या मुलासोबत पाच-दहा मिनिटं खेळल्यावर त्या व्यक्तीला अचानक काय सुचलं, कोण जाणे? त्यानं त्या मुलाला उचलून सात फूट उंचीच्या कपाटावर नेऊन बसवलं... तो छोटा मुलगा तर एकदम स्तब्धच झाला. मग तो सारखा बाबा, मला खाली उतरवा असा धोशा करू लागला. आता चारेक वर्षांच्या मुलासाठी सात फूट उंच कपाटावरून खाली बघणं म्हणजे, एखाद्या दरीत वाकून बघितल्यासारखंच होतं, त्यामुळे तो चांगलाच घाबरलाही होता. पण बाबा काही केल्या त्याचं काहीही ऐकायला तयार नव्हते. खाली उतरवणं तर लांबच राहिलं, उलट बाबा त्याला एकच गोष्ट सारखी-सारखी सांगत होते, तू उडी मार, मी तुला झेलतो. आता, तो मुलगा लहान असला, तरी मूर्ख मात्र नक्कीच नव्हता. तो कसा उडी मारणार? त्याला माहिती होतं की, उडी मारली आणि बाबांनी झेलण्यात काही चूक केली, तर आपली हाडंच मोडतील. त्यामुळे त्याची इच्छा होती की, बाबांनी आपल्याला सरळ, नीट खाली उतरवावं, ज्यासाठी त्याचे बाबा अजिबातच तयार नव्हते. मग वडिलांनी त्याला भावनिक करायचं ठरवलं. ते म्हणाले की, अरे बाळ, तू कसला इतका विचार करतो आहेस? माझ्याकडून तुला झेलण्यात काही चूक होण्याची शक्यता असती, तर मी तुला उडी मारायला सांगितलं तरी असतं का? अरे, तुला इतकंसं खरचटलं तरी माझी इकडची दुनिया तिकडे होऊन जाते. मग तुझा आपल्या बाबांवर विश्वास नाही का? आणि आता जर विश्वास नसेलच, तर मग बस रात्रभर तिकडेच. ना मी तुला तिथून खाली उतरवणार आहे, ना दुसऱ्या कुणाला तुला खाली उतरवू देणार आहे.

आता, हे ऐकल्यावर मात्र त्या मुलाकडे बाबा सांगताहेत ते ऐकण्यावाचून दुसरा काही पर्यायच उरला नव्हता. कारण त्यानं बाबांच्या भावनेला हात घालून पाहिलं होतं आणि त्यांच्यावर रागावून-धमक्या देऊनही पाहिलं होतं. आता यापेक्षा जास्त काहीही करणं हे त्याच्या हातात अजिबातच राहिलेलं नव्हतं आणि त्याचे बाबा तर ते जे काही सांगत होते, त्यावरून तसूभरही मागे-पुढे व्हायला तयार नव्हते. त्यामुळे खाली हात पसरून उभ्या राहिलेल्या बाबांकडे उडी मारण्याशिवाय अन्य काहीच पर्याय त्याच्याकडे उरलेला नव्हता. त्यामुळे शेवटी खूपच हिंमत करून, डोळे बंद करून त्यानं बाबांकडे उडी मारली... आता, त्यानं उडी मारली आणि न जाणो काय विचार करून बाबांनी सरळ त्यांचे हात बाजूला केले. त्यामुळे बिचारा धडामकन जमिनीवर पडला आणि त्याला खूपच मारही लागला. मग त्यानं बाबांना नावं ठेवत जोर-जोरानं रडायला सुरुवात केली. पण त्याचे बाबा काही वेगळ्याच मूडमध्ये होते. ते त्या मुलालाच ओरडून म्हणाले, चूप हो एकदम. तुझी ही रडा-रड ताबडतोब बंद कर. असंही तुला काही फार लागलेलं नाही. तू आधी मी काय सांगतोय, ते ऐक... या प्रसंगातून तुला घ्यायचा धडा हाच आहे की, जीवनात जर तुला प्रगती करायची असेल, तर स्वतःच्या वडिलांवरही कधी विश्वास ठेवू नकोस.

—तात्पर्य—

तुम्हीही थोडसं आपल्या परिवारात डोकावून पहा. तुमच्या हे लक्षात येईल की, अशा प्रकारचं शिक्षण मुलांना खरोखरच दिलं जातंय. मुलांनी आपल्या वडिलांवरही विश्वास ठेवू नये, असं शिक्षण त्यांना दिलं जातंय, परंतु सगळंच्या सगळं जीवन हे विश्वासावरच आधारलेलं आहे. तुम्ही विमा काढता, तेव्हा तुम्ही या विश्वासावरच काढता ना की, पुढची पन्नास वर्षं सूर्य ठरल्याप्रमाणे उगवणार आहे? हवेतून तुम्हाला ऑक्सिजन मिळत रहाणारच आहे... सांगायचं तात्पर्य हे की, निसर्ग असो किंवा तुमचं जीवन, दोन्ही गोष्टी चाललेल्या तर फक्त विश्वासावरच आहेत. त्यामुळे आपल्यालाही हा विचार करायलाच हवा की, लहान मुलांना प्रॅक्टिकल होण्याचं शिक्षण देण्याचा प्रयत्न करतानाच आपण त्यांना अनैसर्गिक शिक्षण देऊन त्यांनी, विकृत आणि अपयशी होण्याचा पायाही स्वतःच्या हातांनी घालत तर नाही ना?

■

८६

गॅलिलिओचा मूर्खांशी सामना

आता, हे तर तुम्हाला सगळ्यांनाच माहिती आहे की, 'पृथ्वी' सूर्याभोवती प्रदक्षिणा घालते, ही गोष्ट सर्वप्रथम सांगणारी व्यक्ती होती, गॅलिलिओ. पण त्यांनी ही गोष्ट काय सांगितली, त्यांच्या जीवावरच बेतलं होतं. का माहिती आहे? कारण बायबलमध्ये लिहिलेलं आहे की 'सूर्य पृथ्वीभोवती फिरतो' (ओल्ड टेस्टामेंट, इक्लिझियास्टिक 1-5). मग आता बायबलमध्ये लिहिलेलं चुकीचं कसं असू शकेल? आणि गॅलिलिओ सांगत होते, ते तर सरळ-सरळ बायबलच्या विरुद्ध होतं. गॅलिलिओ यांचं म्हणणं मान्य केलं असतं, तर बायबलमध्ये लिहिलेली 50 पेक्षा जास्त गॉस्पेल खोटी ठरली असती. मग पाद्री मंडळींना हे कसं सहन होणार? साहजिकच त्यांनी गदारोळ केला. मग हा विषय थेट न्यायालयापर्यंतही गेला. तिथे जे न्यायाधीश होते, तेसुद्धा कट्टरच होते आणि साहजिकच बायबलचे कडवे समर्थकही होते. आता पाद्रीही हटूनच बसले होते. त्यांची एकमुखी मागणी होती की, गॅलिलिओ यांनी आपले शब्द मागे घ्यावेत आणि माफीही मागावी. दुसरीकडे हा खटला सुरू असताना न्यायालयाबाहेरही खूप मोठी गर्दी जमली होती. त्यातले बहुतांश लोक गॅलिलिओ यांच्याविरोधात जोरदार घोषणाही देत होते.

असो, तर एकदाचं न्यायालयाचं कामकाज सुरू झालं. न्यायाधीशांनी अगदी कठोर भाषेत गॅलिलिओंना सांगितलं, तुम्ही तुमचे शब्द मागे घ्या आणि माफी मागा. अन्यथा मी तुम्हाला सरळ मृत्युदंडाची शिक्षा सुनावणार आहे. त्यांचं हे वाक्य ऐकताच गॅलिलिओ यांनी न्यायालयात सगळीकडे नजर फिरवली. न्यायाधीशच नव्हे तर पाद्री आणि कट्टरपंथीयांनी खचाखच भरलेल्या त्या न्यायालयातलं वातावरण क्रौर्याची परिसीमा गाठण्यासाठी जणू उतावीळ झालेलं होतं. गॅलिलिओ यांच्या हे लगेचच लक्षात आलं की, न्यायाधीशांनी सांगितल्यानुसार माफी मागून शब्द मागे घेतले नाहीत, तर त्यांना खरोखरच

मृत्युदंडाची शिक्षा सुनावण्यात येईल. गॅलिलिओ समंजसही होते. त्यामुळे दोन्ही हात जोडून ते म्हणाले, महाराज, मी जे काही बोललो आहे, त्याबद्दल मी माफी मागतो. मी म्हणालो होतो की, पृथ्वी सूर्याभोवती प्रदक्षिणा घालते. मी माझे ते शब्द मागे घेतो आहे. बायबलमध्ये योग्य आणि बरोबरच लिहिलेलं आहे की, सूर्यच पृथ्वीभोवती फिरतो आहे... त्यांचं हे बोलणं ऐकून चहूदिशांना आनंदाची जणू एक लाटच उसळली. न्यायालयाच्या परिसरात बायबलचा एकच जयजयकार झाला. गॅलिलिओ यांना सोडून देण्यात आलं. पण गॅलिलिओही गॅलिलिओच होते. न्यायालयाच्या बाहेर येताच समोर दिसणाऱ्या गर्दीला उद्देशून ते म्हणाले की, मी माझे शब्द नक्कीच मागे घेतले आहेत. पण मी माझे शब्द मागे घेतल्यानं खरोखरच सूर्य काही पृथ्वीप्रदक्षिणा करणार नाहीये. सत्य तर हेच आहे की, पृथ्वीच सूर्याभोवती प्रदक्षिणा घालते आहे.

—तात्पर्य—

या एका घटनेतून अनेक गोष्टी आपण शिकण्यासारख्या आहेत. पहिली गोष्ट ही की, वेळप्रसंगानुसार मनुष्यानं शरणागती पत्करायला हवी. जेव्हा मूर्खांवर कौर्याचाही अंमल चढलेला असतो, तेव्हा ज्ञानाचे ढोल पिटून काहीच फायदा होणार नसतो. कारण म्हणतात ना, आपण असू तरच आपलं जग असेल. जिद्द किंवा अहंकारापोटी गॅलिलिओ यांनी शब्द मागे घेण्यास नकार दिला असता, आपल्या म्हणण्यावर ठामच राहिले असते, तर भविष्यात केलेले अनेक प्रयोग करणं त्यांना शक्यच झालं नसतं. दुसरी गोष्ट ही की, आज हे विज्ञानानंही मान्य केलेलं सत्य आहे की, पृथ्वीच सूर्याभोवती प्रदक्षिणा घालते आहे. तरीही गॅलिलिओ यांना दिलेल्या वागणुकीबद्दल पाद्री मंडळींनी काही माफी मागितलेली नाही आणि ती ते मागणारही नाहीत. धार्मिक कट्टरपणाचा पायाच मुळी अहंकारावर आधारलेला असतो. त्यानंतरची आणखी एक महत्त्वाची गोष्ट म्हणजे विज्ञानानं सिद्ध केल्यानं बायबलमध्ये लिहिलेल्या कितीतरी गोष्टी आता चुकीच्या ठरल्या आहेत. त्यानंतरही बायबलची सत्यता, लोकप्रियता आणि विश्वसनीयता या तिन्ही गोष्टींवर कसलाही परिणाम झालेला नाही. सर्वसाधारण माणसाची हीच तर कमाल आहे, जिच्यामुळे तो समंजस मंडळींच्या यादीत सरसकट जाऊन बसूच शकत नाही.

■

एडिसन यांची चिकाटी

आपण वापरतो त्या बल्बचा शोध महान वैज्ञानिक थॉमस अल्वा एडिसन यांनी लावला, हे तर तुम्हालाही निश्चितच माहिती असेल. आजवर लागलेल्या विविध शोधांपैकी मनुष्यासाठी सर्वाधित उपयुक्त शोध हा कदाचित बल्बचाच असावा. विचार करा, बल्बचा शोधच लागला नसता, तर एकदा संध्याकाळी सात वाजून गेले आणि अंधार पडला की, मनुष्यानं काय केलं असतं? आजच्या जगात तर नुसता हा विचार केला, तरी वेड लागायची वेळ येईल. असो. हा शोध जितका उपयुक्त आहे, तितकीच त्याची कहाणीही मनोरंजक आहे. म्हणूनच आज मी तुम्हाला हे संपूर्ण जगच उजळवून टाकणाऱ्या बल्बच्या शोधाची गोष्ट थोडक्यात सांगणार आहे.

तर, बल्बचा शोध लावण्याचं स्वप्न घेऊन एडिसन त्यांच्या सहकारी शास्त्रज्ञांसह प्रयोगशाळेत दाखल झाले. दाखल झाले असं म्हणण्यापेक्षा, तिथे पोहचताच ते संपूर्ण बल्बमयच होऊन गेले, असंच म्हणावं लागेल. एकापाठोपाठ एक प्रयोग सुरू झाले. एकामागोमाग एक फिलामेंट वापरल्या जाऊ लागल्या, पण बल्ब मात्र काही केल्या प्रकाशमान होत नव्हता. एक-एक करून दिवसही जात होते. सरणाऱ्या प्रत्येक दिवसागणिक एडिसन यांच्या सहकारी शास्त्रज्ञांच्या संयमाचा बांधही ढासळू लागला होता. त्या शास्त्रज्ञांपैकी अनेक जण एडिसनपेक्षा तरुण होते. पण एडिसन यांचा उत्साह मात्र कायमच आणि तरुणांनाही लाजवणारा होता. त्यांनी बल्बचा शोध लावण्याचं कार्य हाती घेतलं होतं आणि आता त्यांना ते पूर्ण करायचंच होतं. पण तो बल्ब मात्र काही केल्या प्रकाशमान होण्याचं नावच घेत नव्हता. असेच 20 दिवस निघून गेले. चार हजारांवर फिलामेंटची चाचणी

करून झाली होती. मग मात्र एडिसन यांच्या सहकाऱ्यांच्या संयमाचा बांध फुटलाच. त्यांच्यातल्या अनेकांनी एडिसन यांना सांगितलं की, आता आपण थांबू या. वाटत नाही की, हा बल्ब प्रकाशमान होऊ शकेल, कारण आपण आतापर्यंत हजारो फिलामेंटचा वापर करून पाहिला आहे. आम्हाला वाटतंय की, आपण अपयशी ठरलो आहोत, हे आपल्याला मान्य करायला लागेल.

हे ऐकल्यावर एडिसन हसत-हसतच म्हणाले की, आपण अजिबातच अपयशी ठरलेलो नाही. उलट आपण यश मिळवण्याकडे घोडदौड करतो आहोत. कारण आपण आतापर्यंत असे हजारो फिलामेंट शोधले आहेत, ज्यांतून बल्ब प्रकाशमान होऊ शकणार नाही. आता बल्ब प्रकाशमान करू शकणाऱ्या फिलामेंटची वेळ आली आहे. मी सांगतोय ते ऐका, आपण एव्हाना यशाचा दरवाजा नक्कीच वाजवलाही आहे...

आणि अखेर, 27व्या दिवशी साधारण सहा हजार फिलामेंट बल्ब उजळवण्यात अपयशी ठरल्यानंतर त्या कार्बन फिलामेंटचा शोध लागलाच, ज्यानं बल्ब प्रकाशमान केला. आणि अंधारातही पृथ्वी प्रकाशानं उजळून निघण्याचाही पाया घातला गेला.

—तात्पर्य—

27 दिवस नेटानं प्रयत्न करणारे, प्रयोगशाळेतच खाणं-पिणं करून झोपणारे, अपयशातही उत्साह आणि आशा निर्माण करणारे, हजारो गुण ठायी असणारे एडिसन यांना बल्ब शोधल्याबद्दल आज मी सलाम करतो. एडिसन यांचे हे सारे गुण तुम्हीही जीवनात उतरवा, अशी विनंतीही मी सगळ्या मानवांना या निमित्तानं करतो. कारण जीवन फलद्रूप होतं ते उत्साह, आत्मविश्वास, ध्यान आणि दूरदृष्टीमुळेच. नुसती बडबड करून वा पदव्या घेऊन ते साध्य होत नाही. कुणाच्या आशीर्वाद आणि आश्वासनांमुळेही ते शक्य होत नाहीच. त्यामुळेच आज आपणही मुलांमध्ये एडिसन यांचे गुण निर्माण करण्याचा प्रयत्न करूया आणि घरोघरी एडिसन जन्मतील, असा संकल्पही करूया.

■

डाकू आणि निवृत्त सैनिक

प्रवाशांनी भरलेली एक बस एकदा एका जंगलातून जात होती. त्या बसमधून परवाना असलेली बंदूक घेऊन एक निवृत्त सैनिकही प्रवास करत होता. रस्त्यात एके ठिकाणी काही लोकांनी हातांनी इशारे करून बस थांबवली आणि पुढे डाकूंनी मुक्काम ठोकला आहे, अशी माहिती दिली. ही माहिती ऐकून बसचा ड्रायव्हर, कंडक्टर आणि अन्य प्रवाशांचीही पाचावर धारण बसली. मग त्या सगळ्यांनी तिथेच त्या रात्रीसाठी मुक्काम करण्याचा निर्णय घेतला. पण सगळ्यांनी घेतलेला हा निर्णय निवृत्त सैनिकाला मात्र अजिबातच पसंत पडला नाही. मी बसमधून प्रवास करत असतानाही सगळ्यांनी घाबरून पुढे न जाण्याचं ठरवणं, हा जणू माझाच अपमान आहे, असा ग्रह त्या निवृत्त सैनिकानं करून घेतला. मग त्यानं सगळ्यांना स्वतःच्या बहादुरीचे किस्से ऐकवले आणि मुक्काम न करता तसाच प्रवास पुढे सुरू ठेवून ठरलेल्या ठिकाणीच तो पूर्ण करूया, असा सल्लाही दिला. बसवर डाकूंनी हल्ला केलाच, तर मी त्यांना ठिकाणी लावीन असंही त्यानं छातीठोकपणे सांगून त्याच्या बंदुकीतून एक-दोन गोळ्या हवेत झाडल्या. त्याचं हे बोलणं आणि गोळ्या झाडणं वगैरे पाहून मग प्रवाशांपैकी काही जणांचं धैर्यही जागं झालं. बरं, असंही वेळेत स्वतःच्या घरी पोहोचायला कुणाला आवडत नाही? त्यामुळे मग त्या निवृत्त सैनिकाच्या भरवशावर सगळ्यांनीच पुढचा प्रवास सुरू करायचं ठरवलं आणि तो पुढे सुरू झालाही. आता प्रवास सुरू झाला, तरीही बसमधलं भीतीचं वातावरण काही कमी झालेलं नव्हतं. निवृत्त सैनिकानं भलेही सगळ्यांना आश्वासन दिलं होतं, पण प्रत्येकाच्या मनातली भीती काही संपूर्णतः निघून गेलेली नव्हतीच आणि डाकूंच्या संभाव्य हल्ल्याची शक्यताही होतीच. तिकडे तो माजी सैनिक मात्र सगळ्यांना सारखं एकच सांगत होता, अरे मी इथे बसलेला आहे ना? तुम्ही कशाला चिंता करताय मग?

असो. तर पुढे निघालेली बस यथावकाश जंगलाच्या मध्यभागी पोहोचली. मग त्या बसवर डाकूंनी एकदम हल्ला करून चारही बाजूंनी वेढा घातला. ते पाहून सगळ्यांची बोबडीच वळाली. पण त्या निवृत्त सैनिकानं पुन्हा आश्वस्त करणाऱ्या स्वरात सांगितलं, चिंता कशाला करताय? आत्ताशी त्यांनी बस थांबवलीच आहे ना? एखाद्यानं बसमध्ये चढण्याची हिंमत तर दाखवू दे, मग मी बघून घेईन एकेकाला... तिकडे एकेक करून डाकू बसमध्ये चढूही लागले. ते पाहून दोन–तीन प्रवाशांनी त्या निवृत्त सैनिकाला सांगितलं की, महाराज, अहो डाकू बसमध्ये चढलेही आहेत.

त्यावर तो सैनिक पुन्हा धीर देत म्हणाला, मग तुम्ही चिंता कशाला करताय? मी बसलो आहे ना इथे? बसमध्ये चढलेत ते तर चढू दे. त्यांनी लुटालूट करण्याचा प्रयत्न केला, तर त्यांना बघून घेईन.

तोपर्यंत तिकडे डाकूंनी लुटालूट सुरूही केली होती. मग बसमधले यच्चावत प्रवासी एकमुखानं ओरडले, डाकूंनी लुटालुटही सुरू केली हो...

त्यावर तो सैनिक पुन्हा सगळ्यांना धीर देत म्हणाला की, काहीही चिंता करू नका. करू द्या त्यांना काय हवं ते, खूश होऊ द्या त्यांना. त्यांनी सामान लुटल्यामुळे काय होणार आहे? लुटलेलं सामान घेऊन जाण्याची हिंमत त्यांना दाखवू दे. मग पाहून घेईन एकेकाला... तर इथे तो सैनिक आश्वासनांवर आश्वासनं देत राहिला आणि डाकू लूटमार करून निघूनही गेले. ते पाहून चिडलेले सगळे प्रवासी एकदम त्या सैनिकावर तुटून पडले आणि म्हणाले, ते डाकू सगळं सामान लुटून ऐटीत निघूनही गेले आणि तुम्ही मात्र आम्हाला फक्त आश्वासनंच देत राहिलात?

त्यावर मात्र तो निवृत्त सैनिक काहीसा उदास होत म्हणाला, खरंच. कमालच केली त्या डाकूंनी. एका निवृत्त सैनिकाचा त्यांनी अजिबातच, काहीही मानच ठेवला नाही. असो. काही हरकत नाही, आपण सगळे किमान आपापल्या घरी तरी वेळेत पोहोचू... त्याचं हे बोलणं ऐकल्यावर मात्र प्रवाशांनी डोक्यावर हात मारून घेतला.

—तात्पर्य—

आज जगभरात चोर आणि धर्मांचे ठेकेदारही नेमकं हेच करत आहेत. देवाशी आपला थेट संपर्क असल्याचे दावे करून ते प्रत्येक गोष्टीत आसरे आणि आश्वासनं वाटत फिरताहेत आणि आपणही त्यांच्या लोभस, आकर्षक बोलण्याला फसतोय. पण जेव्हा जीवनातल्या समस्या कमी होत नाहीत आणि मनातले विकारही कमी होत नाहीत; तेव्हा आपण त्यांच्याकडे पुन्हा एकदा, परत–परत जाऊन सांगतो की, महाराज, तुम्ही जे काही सांगितलं, ते सगळंच्या सगळं आणि तस्संच्या तस्सं आम्ही केलं आहे. तरीही आमचं काम

काही होत नाहीये. तुम्ही सांगितलंत त्यानुसार वेळ, धन असं सारं काही आम्ही तुम्हाला दिलंय. तरीही आमची रोज फक्त लूटमारच सुरू आहे... तर असं का? नेमकं काय कारण आहे यामागे? त्यावर ते म्हणतात, हो. तुम्ही म्हणताय, ते तर मीसुद्धा बघतोच आहे... खरोखरंच, मी असूनही हे असं घडतंय ही तर कमालच झाली.

मी तुम्हाला सांगतो आहे की, ही अशी कमाल तर नेहमीच होत राहील. जोपर्यंत स्वतःचं जीवन घडवण्याची जबाबदारी तुम्ही स्वतःच्या हातात घेत नाही, तोपर्यंत हे असंच होत राहील. जोपर्यंत तुम्ही स्वतःच थेट देवाशी संपर्क निर्माण करत नाही, तुमच्या जीवनात गडबड ही तर होतच रहाणार. इतकी स्वच्छ आणि सरळ गोष्ट तुम्हाला का समजत नाही की, जी व्यक्ती तुमच्या दान-दक्षिणेच्या आधारे जगते आहे, त्या व्यक्तीनं दिलेल्या आधार आणि आश्वासनांच्या आधारे तुम्ही कसे जगू शकणार आहात? खरं सांगायचं तर प्रत्येक मनुष्याच्या जीवनाचा रस्ता याच एका गृहितकावर टिकायला हवा.

■

कहाणी

८९

देवाला...

शोधला कुठे सापडला कुठे?

एका पूर्णपणे अनोळखी शहरात एका परदेशी प्रवाशाचं सगळंच्या सगळं सामान चोरीला जातं. आपल्या गावी परत जाण्याइतकेही पैसे दुर्दैवानं त्याच्या हातात उरत नाहीत. अशा परिस्थितीत, त्या अनोळखी शहरात करायचं तरी काय? खायला अन्न नाही आणि पिण्यास पाणीही नाही, अशा परिस्थितीत तीन दिवस कसे तरी निघून जातात. पण त्या प्रवाशाची अवस्था अगदी अर्धमेली होऊन जाते. मग तो विचार करतो की, एखाद्या भल्या माणसाला आपली अवस्था आणि व्यथा सांगू या... कदाचित कुणी अन्न-पाणी आणि गावी परत जाण्यासाठी भाड्याला पैसेही देईल. आता भली माणसं तर मंदिर-मशीद-चर्चपाशीच भेटू शकतील, असा विचार करून तो एका मंदिराबाहेर जाऊन उभा रहातो. तिथे येणाऱ्या-जाणाऱ्या प्रत्येकालाच तो स्वतःची कर्मकहाणी सांगण्याचा प्रयत्न करतो. पण कुणीही त्याच्याकडे लक्षच देत नाही. संध्याकाळही होऊन गेली, तरीही कुणालाच त्याच्यावर दया येत नाही.

अखेर, अत्यंत निराश मनोवस्थेत तो मंदिराशेजारच्या गल्ली-बोळांतून फिरू लागतो. तितक्यात दारूच्या दुकानातून बाहेर पडलेल्या दोघांची नजर त्याच्यावर पडते. त्या प्रवाशाची अवस्थाच तो किती संकटात आणि कष्टात आहे, हे स्पष्ट सांगत असते. दारूच्या दुकानातून बाहेर पडलेल्या त्या दोघांनाही या प्रवाशाची ती अवस्था बघवत नाही. त्याला पाहून ते एकदम भावूक होतात. त्यांनी या प्रवाशाला दोन प्रश्न विचारायचाच अवकाश, हा प्रवासीही त्या दोघांना त्याची रामकथा हमसा-हमशी रडतच सांगून टाकतो. मग ते दोघेही या प्रवाशाला लगेचच आपल्या सोबत दारूच्या दुकानात नेतात. सर्वप्रथम ते दोघे त्या प्रवाशाला पोट भरून जेवायला घालतात. मात्र तोपर्यंत त्या दारूच्या दुकानात

जिकडे-तिकडे त्या प्रवाशावर ओढवलेल्या संकटाचीच चर्चा सुरू झालेली असते. मग काय, बघता-बघता त्या प्रवाशाला देण्यासाठी पाचशे रुपयांची वर्गणीही गोळा होते... हे पाहून सद्गदित झालेला तो प्रवासी म्हणतो, वा प्रभू, काय तुझी ही लीला... अरे तू पत्ता देतोस एका जागेचा आणि रहातोस मात्र भलतीकडेच.

■

कहाणी
९०

शायरीचे बादशाह गालिब यांच्या दिवानेपणाचा किस्सा

आता शायरी हेच गालिब यांचं जीवन होतं. पण शायरीप्रमाणेच ते जगण्याचेही अत्यंत शौकीन होते. दारू पिणं आणि जुगार खेळणं हे त्यांचे दोन प्रमुख षौक होते. आणि विलासी रहाणीमान तर इतकं होतं की, काही विचारूच नका. तसं छान-छौकीत रहाणं हे त्यांच्या व्यक्तिमत्वाचं अभिन्न अंगच होतं. आता शायरी आणि शेरो-शायरीचे कार्यक्रम (मुशायरा) यांतून त्यांना मिळणारं उत्पन्न असून असून असं किती असणार म्हणा? पण या असल्या गोष्टींची पर्वा करतील, तर ते गालिब कसले? त्यामुळे शायरीचा षौक आणि विलासी रहाणीमान या दोन्ही गोष्टींमुळे ते हळू-हळू कर्जात बुडू लागले. त्यांची परिस्थिती मग इतकी वाईट झाली की, कर्ज देणाऱ्या सावकारांनी त्यांचं जगणं मुश्कील करून टाकलं. षौक आणि विलासी रहाणीमानाची तर वाट लागलीच, पण प्रचंड मानसिक तणावही त्यांना झेलावा लागत होता.

तितक्यात कुठून तरी बातमी आली की, त्यांची कलकत्त्यामध्ये वारसा हक्कानं मिळणारी मोठी संपत्ती आहे आणि ती मालमत्ता विकून त्यांना या सगळ्या कटकटींतून मुक्तता मिळवणं शक्य आहे. मग काय, आंधळा मागतो एक डोळा आणि देव देतो दोन, अशीच काहीशी गत झाली. त्यामुळे गालिब दिल्लीहून कलकत्त्याला जायला निघाले. पण शायरी ही त्यांच्या अंगात भिनलेली गोष्ट होती आणि गालिबांचं शायरीवरचं प्रेमही वादातीत होतं. त्यामुळे वाटेत ठिकठिकाणी मुशायरा करत करत ते जवळपास वर्षभरानंतरच कलकत्त्याला पोहोचले... असं असतं एखाद्या गोष्टीवरचं पराकोटीचं प्रेम. दातावर मारायलाही हातात पैसा नाही, सावकारांनी जगणं मुश्कील करून ठेवलंय, काहीही न करता मालमत्ता मिळाली आहे जी विकून सगळ्या संकटं-अडचणींतून सुटका होणार आहे, राहिलेलं जीवन अगदी

आरामात जगता येणार आहे... पण या सगळ्या गोष्टींची किंमत गालिब यांच्या शायरीवरच्या पराकोटीच्या प्रेमापेक्षा अधिक ठरू शकली असतीच कशी?

—तात्पर्य—

इतकं पराकोटीचं प्रेम असेल, जे ना आवश्यकतेकडे लक्ष देईन ना अडचणींकडे, तेच अशा प्रकारची, अमर क्रिएटिव्हिटी आणू शकतं. विश्वात आजवर जे कुणी महान झाले आहेत, ते तेच आहेत ज्यांच्या आतून क्रिएटिव्हिटी बाहेरच्या दिशेनं वाहिली आहे. कृष्णांची गीता असो, एडिसन यांचे शोध असो, मोझार्ट यांचं संगीत असो किंवा पिकासोंनी काढलेली चित्रं... अशा पराकोटीच्या प्रेमातूनच साकार झालेली ती कमाल आहे. जीवनात एखाद्या गोष्टीवर तुमचंही असं पराकोटीचं प्रेम नसेल, तर जीवन व्यर्थच घालवलं, असं खुशाल समजा.

■

कहाणी

९१

संत ठरले हसण्याचं कारण

भारतात राम नावाचे एक महान संत होते. एकदा शिष्यांच्या इच्छेनुसार ते अमेरिकेला गेले. आता त्यांची वेशभूषाच अशी असायची की, भारतातही अनेकदा लोकं त्यांच्याकडे आश्चर्याने बघायचे. अशा परिस्थितीत अमेरिकी लोकांबद्दल मग काय बोलणार? विमानतळाच्या बाहेर पडताच एका बाजूला शिष्य त्यांचं स्वागत करत होते, तर दुसऱ्या बाजूला स्थानिक रहिवासी त्यांना पाहून टर उडवत होते. इथपर्यंत ठीकही होतं. पण काही काळातच टर उडवणाऱ्यांची संख्या हळूहळू वाढू लागली. त्यामुळे संत रामांच्या शिष्यांना खूपच वाईट वाटलं. शिष्यगणांपैकी एक जण त्यांना म्हणालाही की, तुमच्या महान कार्याविषयी अनभिज्ञ असलेली ही मंडळी वेशभूषेवरून तुमची टिंगल करताहेत, पण आम्हाला हे बिल्कुल आवडलेलं नाही.

हे ऐकल्यावर संत राम म्हणाले की, खरं तर संत रामानांही हे आवडलं नसेलच. पण मला मात्र जे चाललंय त्याची फारच मजा वाटते आहे. बघा, संत रामाची काय दशा झालीये ती. स्वतःला फार मोठा ज्ञानी समजतो. मग परदेशात कशा प्रकारचे कपडे घालायचे, याचीही त्याला काही माहिती नाही.

संत रामांचं हे वक्तव्य ऐकून शिष्यही चक्रावून गेले. त्यांना काही केल्या समजेना की, आपल्या गुरूंच्या बोलण्यात उल्लेख होणारा हा संत राम म्हणजे कोण आहे आणि त्यांच्या बोलण्यातला हा मी कोण आहे... एक-दोन शिष्यांना तर असंही वाटून गेलं की, जी टिंगल उडवली जाते आहे, त्यामुळे संत रामांनी आपलं मानसिक संतुलन तर गमावलं नाही ना?

—तात्पर्य—

आता जो आपलं मानसिक संतुलनच गमावून बसेल, तो संत कसा होऊ शकेल? असो. संत राम यांचे शिष्य समजले असोत किंवा नसोत, तुम्हाला मात्र 'संत राम' आणि 'मी' यांच्यामधला हा फरक समजणं खूपच गरजेचं आहे. तुमच्या अंतरंगातही ही दोन्ही व्यक्तिमत्वं, म्हणजे एक ज्याचं नाव असतं ते आणि एक त्यापेक्षा किती तरी गहिरं... ज्याला काहीच नाव नसतं, असं दुसरं व्यक्तिमत्व नेहमीच असतात. तुमचं नाव असलेलं व्यक्तिमत्व अहंकार आणि कर्त्याची भावना या दोहोंमुळे नेहमीच जीवनात कर्म करत असतं. आणि त्याचा परिणाम म्हणून त्याला दुसऱ्यांच्या इच्छा, अहंकार आणि त्यांची समज यानुसार उमटणाऱ्या प्रतिक्रियाही झेलाव्या लागतात. आता नावानं ओळखल्या जाणाऱ्या तुमच्या व्यक्तिमत्वाचा हा खेळ तर तुम्ही शेवटचा श्वास घेईपर्यंत सुरूच असतो, पण ते तुम्ही नाही आहात. खरं तर तुम्ही अहंकाराचा हा खेळ बघणारा फक्त एक प्रेक्षक आहात. असं समजा की, तुम्ही चित्रपट नाही तर ज्याच्यावर चित्रपट दिसतो, तो पडदाच आहात. त्या पडद्यावर वेगवेगळ्या प्रकारचे चित्रपट आणि वेगवेगळ्या प्रकारची दृश्यंही येत-जात रहातात. पण चित्रपट वा दृश्यांचा त्या पडद्यावर काहीही प्रभाव पडत नाही. त्यामुळे तुम्हीही तुमचा चित्रपट चालणाऱ्या त्या पडद्याची जाणीव करून घ्या. मग मान मिळो वा अपमान होवो, यश मिळो वा अपयश, सुख मिळो वा दुःख... तुम्हाला त्याचं काय? तुम्ही तर फक्त हे बघणार असता की, नाव असलेल्या तुमच्या व्यक्तिमत्वासोबत काय घडतंय आणि ते व्यक्तिमत्व त्याचा सामना कसं करतंय. मग एक दिवस तुम्ही तुमच्याच अपयशाबद्दल म्हणू शकाल की, बघा, स्वतःला फारच हुशार समजत होता. मूर्खपणा केला आणि आता फसलाय, पण मला मात्र त्यामुळे मजा वाटली आहे. म्हणजेच ज्या दिवशी तुम्ही तुमच्या अहंकाराचा खेळ त्याची मजा घेत बघण्याइतके सक्षम व्हाल, खुशाल समजा की, त्या दिवशी तुम्ही तुमच्या धर्माची सर्वोच्च उंची गाठली. मग तुम्हाला ना कुठल्या मंदिर-मशीद-चर्चची आवश्यकता राहील ना कुठल्या धर्मशास्त्राची गुलामी करावी लागेल.

■

कहाणी
१२

अद्भुत शरणागती

मोहम्मद पैगंबर यांचं नाव तर तुम्ही नक्कीच ऐकलेलं असेल. कुराणासारखा अद्भुत ग्रंथ या भूतलावर आणण्याचं निमित्त पैगंबरच ठरले होते. आता ज्यांच्या मुखातून कुराण बाहेर पडलं, त्यांना काळाबाबत सगळी माहिती असणार, हे तर ओघानं आलंच. असं सांगतात की, एक दिवस पैगंबर काही शिपायांसोबत घोड्यावर स्वार होऊन जंगालातून निघाले होते. अचानक काही शत्रूंनी त्यांचा पाठलाग सुरू केला. ते पाहून सोबत असलेले शिपाई तर घाबरले, पण पैगंबरांच्या चेहऱ्यावरची सुरकुतीही हलली नाही. हे पाहून शिपाईसुद्धा हैराण झाले. प्रत्यक्ष मृत्यू पाठलाग करतो आहे, तरीही मोहम्मद पैगंबरांच्या चेहऱ्यावर काहीच फरक कसा नाही, असा प्रश्न त्यांना पडला.

तेवढ्यात त्यांना उजव्या बाजूला एक गुहा दिसली. मग सगळ्यांनी गुपचूप त्या गुहेत आसरा घेतला. शिपाई गुहेत बसल्यानंतरही घाबरलेलेच होते. पण एका कोपऱ्यात बसून पैगंबर मात्र शिपायांच्या त्या अवस्थेवर हसत होते. अखेर एका सैनिकाला रहावेना, त्यानं जाऊन पैगंबरांना विचारलंच की, आता पुढे काय होणार?

त्यावर हसतच पैगंबर म्हणाले की, ते तर काळच ठरवेल. त्यालाच माहिती. पण एक नक्की, काहीही वाईट मात्र होणार नाही. आपलं कार्य जर पूर्ण झालेलं असेल, तर शत्रू आपल्याला शोधत नक्कीच या गुहेत येईल आणि आपल्याकडून होणारं एखादं कार्य अजून राहिलेलं असेल, तर या जन्मात तरी शत्रू आपल्याला शोधू शकणार नाही. त्यामुळे आपलं कार्य पूर्ण करून झालेलं आहे की नाही, हे ठरवणं तर काळाचं काम आहे. आपलं नाही.

—तात्पर्य—

महान लोकं ज्यांना आपण पैगंबर, संत किंवा भगवंत म्हणतो, त्यांचं सगळ्यात मोठं वैशिष्ट्य 'काळापुढे पत्करलेली संपूर्ण शरणागती' हेच आहे. काळापुढे पत्करलेली

शरणागती म्हणजे त्या महान संगणकासमोरही पत्करलेली शरणागती, जो सगळ्यांच्या सुखाच्या–हिताच्या उद्देशानं सगळ्यांना घेऊनच पुढे चालला आहे. तर, त्या महान काळाची इच्छा हीच अशा महान मंडळींचीही इच्छा असते. आणि वैयक्तिक इच्छांपुरतं बोलायचं, तर त्या इच्छांवर त्यांनी संपूर्ण विजय मिळवलेला असतो.

■

कहाणी

९३

जेव्हा येशू ख्रिस्त फेसबुकवर येतात

एके दिवशी अचानक असं झालं की, साक्षात येशू ख्रिस्त फेसबुकवर अवतीर्ण झाले. त्यांनी विचार केला की, जर या जगभरात, सगळीकडे माझे चाहते पसरलेले आहेत, तर मग मी त्या सगळ्यांशी संपर्क प्रस्थापित करायला काय हरकत आहे? त्यांचं कसं चाललंय, हे समजून घ्यायला काय हरकत आहे? आता तंत्रज्ञानानं जर इतका विकास केलाय की, इथे बसल्या-बसल्या मी त्यांच्याशी संपर्क प्रस्थापित करू शकतो, तर त्याचा फायदा घ्यावा, असा विचार करून मग ख्रिस्त फेसबुकवर आले. आता ख्रिस्तांचं फेसबुकवर येणं ही काय छोटी गोष्ट थोडीच होती? त्यामुळे ही बातमी विजेच्या वेगानं पसरली. एका रात्रीत त्यांचे सुमारे 50 कोटी फॉलोअर झाले. ख्रिस्तांनी त्यांचा पहिला संदेश म्हणून त्यांना सगळ्यांना कसे आहात, असं विचारलं. त्यावर त्यांना कोट्यवधी रिप्लाय आले. सगळ्यांच्या उत्तरात खरंतर एकच प्रश्न होता... आम्ही चर्चमध्ये जातो, बायबल वाचतो, ख्रिसमस-गुड फ्रायडे हे सगळं रीतसर पाळतो... तरीही आमच्या जीवनातलं दुःख कमी काही होत नाहीये, आम्हाला अपेक्षित असलेलं यश काही केल्या मिळत नाहीये. उलट रोज आयुष्यातला राग आणि वैफल्य वाढतच का चाललेलं आहे...

हे रिप्लाय वाचून ख्रिस्तांना एकदम आश्चर्यच वाटलं. त्यामुळे त्यांनी लगोलग सर्वांना विचारलं की, पण तुम्हाला हे सगळं करायला सांगितलंच कुणी? त्यांच्या या प्रश्नावरही पुन्हा कोट्यवधी रिप्लाय आले. सगळ्यांचा सूर एकच होता की, पाद्री आम्हाला हे सगळं करायला लावताहेत.

आता ख्रिस्तांपेक्षा जास्त समंजस असंही कोण असेल? सगळ्या गोष्टी लगेचच त्यांच्या लक्षात आल्या. मग त्यांनी लगोलग त्यांचा तिसरा मेसेज पोस्ट केला. त्यांनी विचारलं की, मी चर्चमध्ये जा, माझी पूजा करा, गुड फ्रायडे किंवा ख्रिसमस साजरा करा,

असं माझ्या जीवनकाळात कधी सांगितलं होतं? माझं जीवन पुन्हा एकदा वाचा, मी हे सगळं करायला कधीही सांगितलेलं नव्हतं. कारण मला माहिती होतं की, या सगळ्या गोष्टींतून काहीच साध्य होणार नाही. अशा प्रकारच्या गोष्टींशीच तर माझा संघर्ष होता. पण बहुधा तुम्ही सगळे पुन्हा एकदा जाळ्यात अडकले आहात. सिनेगॉग गेलं पण तिथे चर्च आलं, कोहेन गेले तर त्यांची जागा पाद्री मंडळींनी घेतली, ज्यू गेले आणि ख्रिश्चन आले... आता बाकी सगळं तर मला समजलं, पण हे ख्रिश्चन कुठून आले? जेव्हा मी सगळ्यांवर मनापासून प्रेम केलं होतं, तेव्हाच मी म्हणालो होतो की, 'ज्या कुणाला इच्छा आहे, त्या सगळ्यांनी या'. मग तुम्हा लोकांनी माझ्यावर प्रेम करणाऱ्यांची वेगळी ओळख कशी काय निर्माण केलीत? असं कसं होऊ शकेल की, माझ्यासारखी प्रेमळ व्यक्ती फक्त ख्रिश्चनांवरच प्रेम करेल वा फक्त त्यांचंच भलं करेल? यापेक्षा मोठा असा माझा काही अपमान होऊच शकत नाही. ही तर पाद्री मंडळींची चाल आहे. ज्यायोगे तुम्ही एकत्र येणार नाहीत आणि पाद्री मंडळींची दुकानं नीट चालतील.

आता गोष्ट तर सगळ्यांच्याच नीट लक्षात आली होती. पण यातून सुटका करून घ्यायची तरी कशी? त्यामुळे सगळ्यांनी ख्रिस्तांनाच निवेदन दिलं की, तुम्ही पुन्हा एकदा पृथ्वीवर या आणि ज्युइझम, सिनेगॉग आणि कोहेनच्या फेऱ्यातून ज्याप्रमाणे आम्हाला सोडवलंत, तसंच आता चर्च, पाद्री आणि ख्रिश्चनिटीच्या या फेऱ्यांतूनही आम्हाला सोडवा. जेणे करून आम्ही माणूस होऊ शकू.

सगळ्यांनी केलेली ही विनंती पाहून ख्रिस्तांना खूपच दुःख झालं. त्यांनी स्पष्ट विचारलं की, तुम्ही वारंवार कुठल्या ना कुठल्या जाळ्यात अडकायचं आणि मी तुम्हाला सोडवायला धाव घ्यायची, हेच एकमेव काम मला राहिलंय असं तुम्हाला वाटतं का? मी तुम्हाला सत्य काय आहे, ते आता समजावून दिलं आहे. तुम्ही आता वैज्ञानिक युगात जगत आहात. त्यामुळे आता या जाळ्यातून तुमची तुम्हीच सुटका करून घ्या पाहू.

त्यावर सगळ्यांनी पुन्हा एक निवेदन केलं की, ठीक आहे. या वेळी तर आम्ही जाळ्यातून बाहेर पडतो. पण पुढे काय? आम्हाला सुख आणि यश कसं मिळेल? त्यासाठी एखादा साधा-सोपा मार्ग सांगा.

त्याला उत्तर देताना मग ख्रिस्तांनी एक भली मोठी पोस्ट लिहिली. त्यात त्यांनी हे स्पष्ट केलं की, सुख आणि यश मिळवण्याचे हजारो मार्ग मी तुम्हाला यापूर्वीच सांगितलेले आहेत. पण पाद्री आणि कंपनीनं जे काही सांगितलंय, त्यामुळे बहुतेक मी सांगितलेल्या मार्गांचं, सूत्रांचं विस्मरण तुम्हाला झालंय. तुम्ही पुन्हा एकदा आठवण्याचा प्रयत्न करा, मी सांगितलेल्या गोष्टी पुन्हा वाचा... मग कदाचित तुम्हाला आठवेल. मी तुम्हाला हे किती तरी वेळा सांगितलं होतं की, जे काही तुम्ही वाटत फिराल, तेच हजारो पटींनी जास्त

प्रमाणात तुमच्याकडे परत येईल. मी तुम्हाला हजार वेळा हे सांगितलं होतं की, जे वाटणार आहात ते तुमच्याकडे परत येईल आणि जे लपवण्याचा प्रयत्न कराल, ते हिसकावून घेतलं जाईल. मग हीच तर सगळी यशाची गणितं-सूत्रं आहेत. ही फक्त तुम्हा लोकांसाठी किंवा मग ख्रिश्चनांसाठी किंवा माझ्यावर प्रेम करणाऱ्यांसाठीच यश देणारी सूत्रं आहेत अशातला भाग तर अजिबातच नाही. कारण जोपर्यंत या धरतीवर मनुष्य असेल, तोपर्यंत त्याला या सूत्रांमुळे नक्कीच यश मिळत राहील. मग ना माझी गरज आहे, ना पाद्री मंडळींची गरज आहे ना ख्रिश्चनिटीची गरज आहे. पण, तुम्ही तुमचं जीवन जरा काळजीपूर्वक बघा. तुम्ही नेमकं याच्या उलटं वागताय. तुम्हाला हवं असतं प्रेम आणि तुम्ही वाटत फिरता तिरस्कार. तुमच्या इच्छेनुसार नियम तर नक्कीच बदलणार नाही. त्यामुळेच, तुम्ही वाटलेला तिरस्कार हजारो पटींनी जास्त प्रमाणात तुमच्या वाट्याला परत येतोय. तुम्हाला इच्छा आहे ती सुख मिळण्याची आणि तुम्ही इतरांना वाटत फिरताय ते, दुःख, स्वतःला यश मिळावं अशी इच्छा असते आणि इतरांच्या यशोमार्गात तुम्ही अडथळे उभे करताय, सगळ्यांनी तुमच्यावर विश्वास ठेवावा अशी इच्छा करता आणि तुम्ही मात्र कुणावरच विश्वास ठेवत नाही... एक-दोन नव्हे, तर प्रत्येकच गोष्टीत तुमचं असंच झालेलं आहे.

जरा मनुष्यजातीचा इतिहास चाळून बघा. बुद्धांनी ज्ञान दिलं, तर निसर्गाकडून त्यांना हजारो पट जास्त ज्ञान मिळालं. कृष्णांनी प्रेम वाटलं, तर त्यांना हजारो गोपिकांचं प्रेम मिळालं. त्यामुळे याची अगदी खूणगाठच बांधा की, जे तुम्ही करणार आहात, तेच तुम्हाला परत मिळणार आहे. त्यामुळे आधी तुम्हाला आयुष्यात काय काय हवं आहे, ते ठरवून घ्या. ते ठरलं की, तेच वाटायलाही सुरुवात करा. आणि जे तुम्हाला अजिबातच नको आहे, ते वाटणं ताबडतोब बंद करून टाका. इतकं सोपं असं हे गणित आहे. त्यामुळे तुमचं जीवन जर तुमच्या हिशेबानुसार चालत नसेल, तर नक्कीच हे समजून घ्या की, तुम्हाला हव्या असलेल्या गोष्टी वेगळ्या आहेत आणि तुम्ही वाटत फिरताय त्या गोष्टीही वेगळ्या आहेत.

आणि हो, आता मी हे फेसबुक अकाउंट डिलिट करतो आहे. मी तुम्हा सर्वांचं कसं काय चाललंय ते जाणून घेतलं आहे आणि तुमची ती परिस्थिती कशामुळे झाली आहे, हेसुद्धा समजून घेतलंय. इतकंच नव्हे, तर त्यावर उपाय काय आहे, तेसुद्धा तुम्हाला समजावून सांगितलंय. आता यापुढे काय करायचं आणि काय निर्णय करायचा, हे तुमचं तुम्हीच बघा. कारण मनुष्य त्याच्या जीवनापुरता स्वतंत्र होता, आहे आणि राहीलही.

■

कहाणी
१४

कबिरांचं हृदय

ही भारताचे महान संत कबीर यांच्या जीवनातली एक गोष्ट आहे. कबीर एक खूपच लोभस अशी व्यक्ती होते. ते खऱ्या अर्थानं देवांचे देवही होते. आता ते काही फार मोठे व्यावसायिक तर नक्कीच नव्हते. चादरी विणण्याचा त्यांचा व्यवसाय होता. काही आठवडे कष्ट करून ते एखादी चादर विणायचे खरे, पण बऱ्याचदा ती चादर त्यांनी कुणाला तरी देऊन टाकली, असंच घडायचं. त्यांच्या या सवयीमुळे पत्नी आणि मुलगा कमाल यांना खूपच वाईट वाटायचं. ते नेहमी कबिरांना हे समजावण्याचा प्रयत्न करायचे की, तुमच्या या सवयीमुळे आपल्यावर उपासमारीची वेळ येण्याची शक्यता आहे. त्यांचं हे म्हणणं कबिरांच्या अगदी व्यवस्थित लक्षातही यायचं. पण चादर विणून तयार झाली की, त्यांच्या कोमल हृदयाकडून पुन्हा तीच चूक होत असे. बऱ्याचदा तर असं व्हायचं की, चादर विकत घेण्यासाठी आलेल्या व्यक्तीकडून कबिरांना प्रश्न व्हायचा की, या चादरीची किंमत किती? त्यावर कबिरांचं उत्तर असायचं, कसला भाव आणि कसली किंमत? अरे बंधो, दोरा देवाचा. मेहनत देवाची. ही चादर अंगावर पांघरणाराही देवच. मग तूच सांग मित्रा... देव, देवाचा, देवाकडून काय भाव घेणार? काय किंमत सांगणार? मग काय, काहीच पैसे न घेताच ती चादरही अशीच, विनामूल्य दिली जायची.

आता तुम्हीच विचार करा, घरात अनेक प्रश्न आहेत. मुलगा-पत्नी या सवयीमुळे हैराण झाले आहेत. स्वतःलाही हे समजतंय की, विणलेल्या चादरीचे पैसे घेतले नाहीत, तर जगणं कठीण होणार आहे. तरीही हृदयच इतकं कोमल, हळूवार मिळालेलं की, कबीर तरी काय करणार? त्यांना चारही बाजूला परमेश्वराशिवाय दुसरं काही कधी दिसतंच नव्हतं, त्याला आता कबीर तरी काय करणार?

—तात्पर्य—

कबीर यांची ही जी दृष्टी आहे, त्यांच्या अंतरंगातला हा जो भाव आहे, तोच परमेश्वर आहे. असंही, मनुष्याच्या शुद्ध भाव-भावनांपेक्षा मोठा असा कुठलाच परमेश्वर सृष्टीत नाही. त्यामुळे परमेश्वराला शोधण्यासाठी इकडे-तिकडे धावपळ करण्याची तुम्हाला काहीच आवश्यकता नाही. त्यापेक्षा तुम्ही आपल्या भाव-भावनांवर लक्ष केंद्रित करा. तुमच्या भाव-भावना शुद्ध ठेवा. मग तुम्ही निश्चितच थेट, वेगानं आणि खरेपणानं परमेश्वरापर्यंत पोहोचाल.

■

सॉक्रेटिस आणि विवाह

सॉक्रेटिस यांना कोण ओळखत नाही? पण त्यांच्या गोष्टी आणि त्यांचा बोलण्याचा अंदाज या दोन्ही गोष्टी एकदमच जगावेगळ्या होत्या. एके दिवशी सॉक्रेटिस असंच बाजारात चक्कर मारायला म्हणून घराबाहेर पडले होते. अचानक रस्त्यात त्यांना एक मित्र भेटला. चेहऱ्यावरून तो फारच गहन विचारात गढून गेलेला आहे, असं दिसत होतं. मग सॉक्रेटिस यांनी त्याला त्यामागचं कारण विचारताच तो बोलू लागला की, माझ्या विवाहाचा प्रस्ताव समोर आला आहे. मी खूपच द्विधा मनोवस्थेत सापडलो आहे. लग्न करावं की करू नये असा प्रश्न मला पडला आहे.

त्यावर सॉक्रेटिस त्याला हसत-हसत म्हणाले की, यात द्विधा मनोवस्थेत सापडण्यासारखं मुळात आहेच काय? तू नक्कीच लग्न करायला हवं. तुझी पत्नी जर भांडकुदळ आणि शीघ्रकोपी स्वभावाची असेल, तर तूसुद्धा सॉक्रेटिस होशील. आणि सुस्वभावी पत्नी मिळाली तर मग जीवन आरामात जगू शकशील. समजलं ना तुला मी काय सांगतोय ते? काय उगाच मोकळ्या सांडासारखा फिरतो आहेस? अरे इतकी चांगली संधी समोरून चालून आली आहे, तर ती सोडायची असते का?

—तात्पर्य—

जीवनाचा हा खेळ असा आहे की, इथे नुकसान होण्याचा काही संभवच नाही. फासा मनासारखा पडला तर त्याचा आनंद घ्या आणि मनासारखा पडला नाहीच, तर त्याच्या व्यर्थतेचाही अनुभव घ्या. मग पुन्हा त्याचा मोहही होऊ न देता पुढची वाटचाल सुरू करा. अशा प्रकारे पुढेच जात राहील, तो प्रवासी जीवनात कधी अयशस्वी होऊ शकणारच नाही.

■

कहाणी
९६

बुद्धांची शिकवण आणि मनुष्याची बुद्धी

बुद्ध नेहमीच अकारण हिंसा आणि मांसाहाराच्या विरोधातच राहिले होते. पण त्याच वेळी त्यांनी कुठलीही गोष्ट नाकारू नका, तिचा अस्वीकार करू नका, असंही सांगितलं होतं. कारण माणसाची ही गोष्टी नाकारण्याची कृतीच त्याला दुःखाच्या गर्तेत नेण्यास कारणीभूत ठरते. त्यामुळे बुद्धांनी त्यांच्या सर्वच शिष्यांना असं स्पष्ट सांगितलं होतं की, त्यांना भिक्षा म्हणून जे काही आणि जितकं मिळेल, ते कधीच नाकारायचं नाही. हसत-हसत त्याचा स्वीकार करून त्या भिक्षेनंच आपलं पोट भरायचं.

आता एक दिवस मात्र असं झालं की, बुद्धांचा एक शिष्य एका मोठ्या विचित्र परिस्थितीत सापडला. झालं असं की, आकाशातून उडणाऱ्या एका घारीच्या मुखातून सटकलेला एक मांसाचा तुकडा थेट त्याच्या भिक्षापात्रात येऊन पडला. आता बुद्ध तर मांसाहाराच्या विरोधात होते, मग भिक्षापात्रात पडला म्हणून तो मांसाचा तुकडा खायचा तरी कसा; पण भिक्षापात्रात जे काही पडेल, त्याचा स्वीकारच करायचा, ते नाकारायचं नाही, अशीही बुद्धांची शिकवण होतीच. त्यामुळेच या शिष्याला काय करावं ते कळेनासं झालं होतं, तो मोठ्या विचित्र परिस्थितीत सापडला होता. काय करावं हे कळेनासंच झाल्यावर त्या शिष्यानं विचार केला की, जाऊ दे. आपण जाऊन थेट बुद्धांनाच विचारू. ते जे काही सांगतील त्यानुसार वागलेलंच बरं होईल. मग तो आपलं भिक्षापत्र घेऊन पळत-पळतच बुद्धांजवळ पोहोचला आणि त्यांना घडलेला प्रकार सांगितला. त्यानं सांगितलेला प्रकार ऐकून बुद्धही स्तब्धच झाले. खरोखरच एक जगावेगळाच प्रकार होता हा. स्वाभाविकच तिथे

उपस्थित असलेल्या सगळ्या शिष्यांचंही आता बुद्ध काय निर्णय घेतात, याबद्दलचं कुतुहल जागृत झालं. मांसाचा तो तुकडा खा असं बुद्ध सांगतात की त्याचा अस्वीकार करायला सांगतात, अशी चर्चाही त्या शिष्यांमध्ये सुरू झाली होती. तिकडे बुद्धही गहन विचारात गढून गेले होते. त्यांना हे माहिती होतं की, मांसाचा तो तुकडा खायला सांगितला तर सगळेच मांसाहार सुरू करतील आणि त्याचा अस्वीकार करायला सांगितला, तरी भविष्यात नकोशी भिक्षा स्वीकारण्यास सरळ नकार दिला जाईल. म्हणजेच, हा निर्णय दिला किंवा तो... मनुष्यांसाठी एक पळवाट तर निश्चितच तयार होणार होती.

अखेर त्यांनी असा विचार केला की, रोज-रोज घारीच्या मुखातून मांसाचा तुकडा असाही कुठे सुटणार आहे? आणि असंही घार काही कुठल्याच जनावराला मारत नाही. ती तर आधीच मरून पडलेल्या जनावराचं मांस खाते. त्यामुळे जर मी असं म्हटलं की, आधीच मेलेल्या जनावराचं मांस खाल्लं तर हरकत नाही, तर मनुष्याला खूप जास्त प्रमाणात मांसाहाराची संधी मिळणार नाही. पण मांसाच्या त्या तुकड्याचा त्यागच करायला सांगितलं, तर हे सगळेच्या सगळे अनेक गोष्टींचा अस्वीकारच करू लागतील. ते मात्र जास्त धोकादायक ठरेल. कारण मनुष्याच्या चहूदिशांना असलेल्या गोष्टींचा अस्वीकार, हेच तर त्याच्या समस्त दुःखांचं कारण ठरतं आहे. त्यामुळे आधीच मेलेल्या जनावराच्या मांसाचं अन्नग्रहण करण्यास काहीच हरकत नाही, असा निवाडा अखेर बुद्धांनी दिला. आता, बुद्धांनी त्यांच्या परीनं पूर्ण प्रयत्न केले होते. पण मनुष्य तर मनुष्यच. त्यामुळे चीन, जपान, कोरिया, तिबेट असं सगळीकडेच आधीच मेलेल्या जनावराचं मांस या नावाखाली मांसाहाराचा धडाकाच सुरू झाला. हे सगळेच्या सगळेच देश बुद्धांचे अनुयायी आहेत आणि पूर्णतः मांसाहारीसुद्धा आहेत... हीच तर मनुष्याची कमाल आहे.

—तात्पर्य—

तुम्हाला जे काही करायचं आहे, ते जरूर करा. कोण अडवणार आहे तुम्हाला? पण तुमची स्वतःची इच्छा बुद्धांच्या नावावर तरी खपवू नका. महान लोकांनी सांगितलेल्या गोष्टींमागील भावना जर तुम्ही समजूच शकत नसाल, तर त्या गोष्टी सोडून द्या. पण त्या गोष्टींचा तुमच्या सोयीनं अर्थ लावून त्या गोष्टी तुमच्या स्तरावर तरी आणू नका. बुद्ध, मोहम्मद पैगंबर, कृष्ण, ख्रिस्त किंवा कबीर यांनी जे काही सांगितलं आहे, ते करायलाच हवं असं काही गरजेचं नाही. नाही केलं, तर त्यातून खूप मोठं नुकसान होईल असंही नाही. पण त्यांच्या सांगण्याचा स्वतःच्या सोयीनं अर्थ काढणं मात्र नक्कीच खूप मोठ्या तोट्याचं आहे. कारण तसं केलं, तर सरळ-सरळ तुम्ही कधीच काही न समजण्याचा आणि न सुधारण्याचा पायाच रचला जातो. कारण अशा परिस्थितीत तुम्ही हेच मानून चालत असता

की, आपण तर बुद्धांनी सांगितलेल्या गोष्टींनुसारच चालतो आहोत. आणि मग तसं असेल, तर मी बदलण्याचा किंवा सुधारण्याचा प्रश्न येतोच कुठे? त्यांनी सांगितलेल्या गोष्टींच्या खोलात जाण्याचीही गरजच काय? आज सगळे धर्म, त्यांचे ठेकेदार आणि साऱ्या धर्मांच्या अनुयायींची अशीच अवस्था झाली आहे. महापुरुषांची जी मूळ भावना होती, तिला केव्हाच मूठ-माती देण्यात आली आहे. आता त्यांच्या शब्दांना आपले स्वतःचे अर्थ चिकटवून मनमानी सुरू आहे. त्यानंतरही आपण धार्मिक आणि पवित्र असल्याचा टेंभाही मिरवला जातोय, हे विशेष.

■

कहाणी
१७

डाकू ते ऋषी असा जीवन प्रवास

ही भारतातल्या बहुचर्चित अशा गोष्टींपैकी एक आहे. त्या काळी रत्नाकर नावाचा एक कुप्रसिद्ध डाकू होता. त्याच्या परिवारात तो आणि तिघे असे चौघे जण होते. एके दिवशी नारदमुनींची या रत्नाकर डाकूशी भेट झाली. नेहमीप्रमाणेच रत्नाकर डाकूनं नारदांनाही रस्त्याच्या मधोमध अडवलं आणि त्यांच्याजवळ ज्या काही किंमती वस्तू असतील, त्या गुपचूप बाहेर काढून ठेवण्यास सांगितलं. हातामध्ये शस्त्रही घेतलेल्या रत्नाकराचा आवाजसुद्धा त्याच्या चेहऱ्यासारखाच भयंकर असा होता. पण, या सगळ्यामुळे नारदमुनी भयभीत होण्याचा मात्र काहीच प्रश्न नव्हता. आणि असंही, भीती वाटेल तो संत कसला? त्यामुळे रत्नाकरानं शस्त्र दाखवत रस्ता अडवल्यानंतरही अजिबात न घाबरता नारदमुनींनी त्याला विचारलं की, अरे, तू हा पाप आणि हिंसेचा मार्ग सोडून का देत नाहीस?

त्यावर रत्नाकरानं त्यांना विचारलं की, मी जर दरोडेखोरी थांबवली, तर माझ्या परिवाराचं पालन-पोषण कसं करू शकेन?

त्यावर नारद म्हणाले, तुला याची अजिबात कल्पना नसेल. पण तू खूपच घाट्याचा सौदा करतो आहेस. दरोडे-लूटमार या सगळ्या हिंसेचं पातक हे तुझ्या नावावर जमा होतंय आणि परिवारातले अन्य तीन सदस्य मात्र तुझ्या या पापाच्या जीवावर मजेत आयुष्य जगताहेत. तू सांगतोस की त्यांच्यासाठी तू हे पाप करतो आहेस. मग एकदा त्यांना हेसुद्धा विचारून बघ की, तुझ्या या पापातही भागीदार होण्यास ते तयार आहेत की नाही?

रत्नाकर म्हणाला की, का नाही होणार ते भागीदार? अखेर ही सगळी लूटमार, ही हिंसा मी त्यांच्याचसाठी तर करतो आहे ना?

त्यावर नारद हसून म्हणाले की, तू असं गृहित धरून कशाला चालतोस? ते तुझ्या पापात भागीदार होण्यास तयार आहेत की नाही, हे एकदा सरळ-सरळ विचारून घे की. विचारलंस की, काय ते एकदाचं स्पष्टच होईल.

नारदमुनी काय म्हणताहेत, हे रत्नाकराच्याही नीट लक्षात आलं. खरंच, हे विचारून घेण्यात काहीच हरकत नाही, असा विचार करून तो धावत-पळत त्याच्या परिवाराकडे गेला. पण कुटुंबातल्या तीनपैकी एकाही सदस्यानं पापात भागीदार होण्यास स्पष्ट नकार दिला, याचं त्याला अतोनात आश्चर्य वाटलं. त्यामुळे रत्नाकर ताबडतोब शुद्धीवर आला. तो पुन्हा पळत-पळत नारदमुनींकडे आला आणि त्यानं त्यांचे पायच धरले. तत्क्षणी त्यानं या पुढे कधीच लूटमार, दरोडे अशी कामं न करण्याची शपथही घेतली. या हृदय परिवर्तनामुळे त्याच्या आयुष्यानं जणू कूसच बदलली... बघता-बघता डाकू रत्नाकराचं रुपांतर वाल्मिकी ऋषींमध्ये झालं. इतकंच नव्हे तर, पुढे जाऊन भारतातला एक बहुचर्चित असा ग्रंथ असलेल्या रामायणाची रचनाही वाल्मिकी ऋषींनीच केली.

—तात्पर्य—

जो कुणी आपल्या परिवाराला सुख-शांती-समृद्धी मिळावी यासाठी कुठलीही सीमा ओलांडून जायला तयार आहे, वा जो कुणी आपल्या परिवारासाठी आपल्या प्राणांची आहुतीही देण्यास तयार आहे, अशा सर्वांनीच एकदा संपूर्ण शुद्धीत राहून हा विचार करणं खूपच गरजेचं आहे की, परिवारातला प्रत्येक सदस्य सुख-शांती-समृद्धीसाठी त्यांनी अंगिकारलेल्या भल्या-बुऱ्या मार्गांवरून चालण्याबाबत सहमत आहे का? संकटसमयी परिवारातले सदस्य त्यांच्यासोबत रहाणार आहेत का? आणि निसर्गाची लीला तर हेच सांगते की, मनुष्य या जगात एकटाच येतो आणि जगाचा निरोपही एकटाच घेतो. मग अशा परिस्थितीत कुणी कुणासाठी स्थायी स्वरुपाचं असं काही करू शकतो का? त्यामुळे आपलं अनमोल असं जीवन अशा रीतीनं पणाला लावण्यापूर्वी कृपा करून मी आत्ता जे काही मुद्दे सांगितले आहेत, त्यावर एकदा नक्कीच विचार करा.

■

कहाणी
१८

देवाचं वास्तव्य

थंडीचा मौसम होता. तापमान शून्य डिग्रीच्या जवळपास पोहोचलं होतं. एक निराधार वृद्ध शहरातल्या सुप्रसिद्ध दर्ग्यासमोरच्या फरशीवर झोपला होता. तो थंडीमुळे अक्षरशः थरथर कापत होता. त्याच्या बरोब्बर समोरच असलेल्या मशिदीबाहेर दर्ग्यामध्ये चादर चढवायला आलेल्यांची लांबच-लांब रांग लागली होती. प्रत्येकाच्या हातातली चादर त्याच्यासाठी जीवनदायिनी ठरू शकणार होती. पण कुणी त्याला कशाला चादर देईल? रांगेतल्या प्रत्येकाच्या हातात जी चादर होती, ती दर्ग्यामध्ये चढवून स्वतःच्या उज्वल भविष्याची मागणी करण्यासाठी म्हणून आणलेली होती.

तितक्यात त्या फुटपाथवरून जाणारा एक मजूर तिथे आला. त्याची दृष्टी या वृद्धावर पडली. त्याची अवस्था पाहूनच मजुराला हे समजलं की, आजची रात्र हा वृद्ध असा बाहेरच राहिला, तर त्याला मरणही येऊ शकेल. म्हणून त्यानं हाताला धरून त्या वृद्धाला उठवलं आणि त्याला आपल्या घरी येण्यास सांगितलं. हे पाहून तो वृद्धही हैराण झाला. कारण त्या रस्त्यानं जाणारा तो मजूर हा एकमेव असा मनुष्य होता, जो त्या दर्ग्याकडे जात नव्हता. त्यामुळेच वृद्धानं त्याला विचारलं, बंधो. अरे तुला अल्लाकडे काहीच मागायचं नाही का?

त्यावर तो मजूर बोलू लागला, मागायचं तर आहे. पण तो देईल की नाही, याची मला काहीच खात्री नाही. पण कष्ट केल्यानंतर थोडी का होईना, मजुरी तर नक्कीच मिळते आहे. असो, ते सगळं जाऊ दे. तुम्ही आधी माझ्यासोबत घरी चला. आता या वृद्धालाही कसला ना कसला आधार तर हवा होताच. तो मजूरही चांगलाच कोमलहृदयी होता. त्यानं या वृद्धाला फक्त जेवायलाच घातलं नाही, तर त्या रात्री स्वतःच्या घरी मुक्कामासही ठेवून घेतलं. त्याच्याकडच्या एकाच पांघरुणात कशी-बशी ती रात्र दोघांनीही काढली.

दिवस उजाडेपर्यंत त्या वृद्धाची परिस्थिती बऱ्यापैकी सावरलेली होती. मग काय त्यानं आकाशाकडे हात केले आणि म्हणाला की, वा रे माझ्या अल्ला... तू पत्ता देतोस नक्षीदार कारागिरीनं बनलेल्या मशीद-दर्ग्यांचा आणि वास्तव्य करतोस ते मात्र दयाबुद्धी असलेल्या गोर-गरीबांच्या हृदयात...

■

हिमतीची किंमत

ही एक खूपच जुनी गोष्ट आहे. तेव्हा सिकंदरानं पोरस राजाला लढाईत पराभूत केलं होतं. परंपरेनुसार पराभूत झालेल्या पोरस राजाला दुसऱ्या दिवशी विजयी राजा ठरलेल्या सिकंदराचं स्वागत करायचं होतं. या स्वागतानंतर पोरस राजाला त्याचं राज्यही सिकंदराच्या हाती सोपवायचं होतं. तर स्वागत समारंभालाच जोडून शाही भोजनाचा कार्यक्रमही आयोजित केला जाणार होता. आता स्वागत वगैरेचा समारंभ तर झाला. मग भोजन समारंभ सुरू झाला. भोजनकक्षात सगळ्यांच्या ताटात अन्नपदार्थ वाढले जाऊ लागले, पण सिकंदराच्या ताटात मात्र अन्नाऐवजी दाग-दागिने, हिरे-मोती असं वाढलं जात होतं. ते पाहून सिकंदरानं आश्चर्यभरल्या नजरेनं यजमान पोरस राजाकडे पाहिलं. जणू तो नजरेनंच विचारत होता, हे काय चाललं आहे?

सिकंदराचं कुतुहल शमवताना पोरस राजा एकदम नाट्यपूर्ण अविर्भावात म्हणाला की, महाराज, तुम्ही इतक्या लांबून इथे दाग-दागिने, हिऱ्यांसाठीच तर आला आहात ना? मग मला वाटलं की, कदाचित तुम्ही याच गोष्टींचा भोजनात वापर करून तुमचं पोटही भरत असाल.

पोरस राजाचं हे बोलणं ऐकून क्षणभर सिकंदरही अवाक् झाला. पण पुढच्याच क्षणी त्यानं पोरस राजाला आलिंगन देत त्याच्या हिमतीलाही दाद दिली आणि म्हणाला, हे पोरस राजा, मी तुला मानलं. पराभूत होऊनही तू पराजित झालेला नाहीस, हे नक्की.

—तात्पर्य—

जीवनातले सारे जय-पराजय हे मानसिक आहेत. काही लोक पराभव होण्यापूर्वीच हार मानून बसतात तर काही जण पराभव झाल्यानंतरही पराजित होत नाहीत. पोरस राजा

युद्ध हरला होता. त्या राजमहालातला तो त्याचा शेवटचा दिवस होता. तरीही त्यानं हिंमत काही सोडली नव्हती. तो अंतरंगातून मोडूनही पडला नव्हता. उलट संपूर्ण धैर्यासह तो सिकंदराच्या समोर पूर्णतः ठामपणे उभा होता. नक्कीच त्यात मोठी जोखीम तर होतीच. कारण त्याला सिकंदरानं कैद करण्याची वा ठार मारण्याचीही शक्यता होती. पण बऱ्याचदा ज्यांनी मनातून हार पत्करलेली नाही, तेच हरलेली बाजीही पुन्हा जिंकून जातात, हे नक्की.

■

काहीतरी दिलंच ना...

एके दिवशी बुद्ध एका घरी भिक्षा मागण्यासाठी गेले होते. त्यांनी दार वाजवताच एका महिलेनं दार उघडलं. पण हे काय? सकाळी-सकाळी दारावर भिक्षू कुठून आला? मग काही तरी वाईट-साईट बोलत तिनं परत दरवाजा धाडकन बंदही करून टाकला. त्या बाईच्या घराजवळच रहाणारा एक शेजारी हा प्रकार बघत होता. तो बुद्धांचा विरोधकही होता. त्यामुळे हा जो काही प्रकार झाला, त्यामुळे त्या शेजाऱ्याला विशेष आनंद झाला.

असो. तर दुसऱ्या दिवशी बुद्धांनी पुन्हा त्या महिलेच्या घराचा दरवाजा वाजवला. दार उघडल्यावर पुन्हा बुद्धांना दारात पाहून ती महिला चांगलीच भडकली. नुसती बडबड करून ती थांबली नाही, तर तिनं बुद्धांच्या अंगावर कचराही फेकला. योगायोगानं तो शेजारी त्या दिवशीही हा सगळा प्रकार बघत होता. स्वाभाविकच, बुद्धांचा असा अपमान झाल्याचा पाहून तो पहिल्या दिवसापेक्षाही जास्त खूश झाला. पण इतकंच नव्हे, त्याला झाला प्रकार पाहून रहावेनाच. बुद्धांवर कचरा फेकलेला पाहून तो जोर-जोरानं हसूही लागला. पण तिसऱ्या दिवशी पुन्हा बुद्ध त्या महिलेच्या घरासमोर येऊन उभे राहिले. तो शेजारी मात्र बुद्धांना तिथे पुन्हा आलेलं पाहून चांगलाच आश्चर्यचकित झाला. बुद्ध त्या महिलेच्या घराचा दरवाजा वाजवणार, इतक्यात त्यानं पुढे होत बुद्धांना थांबवलं आणि तो म्हणाला, मी एक ब्राह्मण आहे. तुम्ही हिंदू शास्त्रांच्या विरोधात जे बोलता, ते मला अजिबात आवडत नाही. त्यामुळे मी तुमचा कट्टर विरोधक आहे. साहजिकच तुमचा अपमान झाला की, मला आनंद होत होता. पण आज तुम्ही पुन्हा या दरवाजासमोर येऊन उभं राहिल्यामुळे मात्र मला आश्चर्य वाटलं आहे. मला तुम्हाला असं विचारायचं आहे की, जर दोन दिवसांपासून या घरातली महिला तुमचा अपमान करते आहे, तर तुम्ही आज पुन्हा भिक्षा मागण्यासाठी या घरासमोर येऊन का उभं राहिला आहात?

त्यावर बुद्ध हसत-हसत म्हणाले की, खरं तर यात आश्चर्य वाटण्यासारखी कुठलीच गोष्ट नाही. तुम्हाला आश्चर्य वाटतं आहे कारण, मनुष्याच्या मनोविज्ञानाचा तुम्हाला काहीही अनुभव नाही. बाकी, कुणाचा अपमान करणं किंवा कुणावर कचरा फेकणं या दोन्ही गोष्टी अखेर काही तरी देणं या स्वरुपातल्याच आहेत. हरेक प्रकारचं विकर्षण हे खरंतर वेगळ्या स्वरुपातलं 'आकर्षण'च असतं. त्यामुळे या महिलेनं भले काल कचरा फेकला असेल, पण एक दिवस ती मला नक्कीच भोजनही देईल.

असो. बुद्धांनी सांगितलेलं ऐकून त्या शेजाऱ्याचं समाधान काही झालेलं नव्हतं. तरीही तो गप्प बसला होता. बहुधा त्यानं विचार केला असावा की, बुद्धांनी दरवाजा तर वाजवू दे... पुढचं पुढे बघता येईल. त्या महिलेनं आज बुद्धांवर जळते कोळसे फेकले, तर त्यानंतर आपल्याला बुद्धांशी वाद घालता येईल. इकडे बुद्धांनी पुन्हा त्या महिलेच्या घराचा दरवाजा वाजवला. योगायोगानं पुन्हा तिसऱ्या दिवशीही त्या महिलेनंच दरवाजा उघडला. पण दारात पुन्हा बुद्धांनाच उभं राहिलेलं पाहून तिच्या तळपायाची आग मस्तकात गेली. बुद्धांना मारण्यासाठी ती झाडूच घेऊन बाहेर आली. इतकंच नव्हे, तर तिनं मारण्यासाठी तो झाडू बुद्धांवर उगारलाही... पण त्यानंतरही बुद्धांच्या शांत चेहऱ्यावर फुललेलं प्रसन्न हसू तसंच राहिलं. त्यामुळे तिला एक प्रकारचा धक्काच बसला. इच्छा असूनही, उगारलेला असूनही, ती झाडूनं बुद्धांवर वार काही करू शकली नाही. त्याहीपुढे जात, बुद्धांच्या चेहऱ्यावर विलसत असलेल्या स्मितहास्याचा तिच्यावर आणखी प्रभाव पडला. इतका की, झाडू फेकून देत ती धावत घरात गेली आणि बुद्धांना देण्यासाठी म्हणून पोळी घेऊन बाहेर आली. बुद्धांनी त्या पोळीचा स्वीकार केला आणि तिचे आभार मानले. तिथून पुढे जाण्यासाठी ते जसे वळले, तशी त्या महिलेनं बुद्धांच्या पायाशी लोळण घेतली आणि त्यांची क्षमा मागतानाच रडूही लागली. बुद्धांनी त्या रडणाऱ्या महिलेची कशी-बशी समजूत घातली खरी, पण हा सगळा प्रकार बघणारा त्या महिलेचा शेजारी मात्र जोर-जोरानं बुद्धांचा जयजयकार करू लागला. तोही धावतच पुढे आला आणि त्यानंही बुद्धांच्या चरणी लोळण घेतली. तुम्ही मला दीक्षा द्या, अशी विनवणीही त्यानं सुरू केली होती. बुद्धांनी हसत-हसत त्याला आलिंगन दिलं आणि म्हणाले की, इतकी मोठी भिक्षा तर मला आजवर कुठल्याही घरातून मिळालेली नाही... आज तर मला भिक्षेसोबतच एक भिख्खूही मिळाला आहे.

—तात्पर्य—

मनाचा हा नियम समजून घ्या की, एखाद्या गोष्टीकडे असलेला कल हेच सगळ्या दुःखांचं समूळ कारण आहे. त्यामुळेच मनासाठी तिरस्कार आणि प्रेम, संसारी वा संन्यासी यात काहीच आणि कसलाही फरक नसतो. कारण मनाच्या पटलावर तिरस्काराचं प्रेमात